സ്ത്രീകളുടെ
ആരോഗ്യപ്രശ്നങ്ങൾ

sthreekalude arogyaprashnangal

•

dr. (major) nalini janardhanan

•

first edition
january 2016

•

second edition
january 2018

•

published
chintha publishers, thiruvananthapuram

•

typesetting
star communications, thiruvananthapuram

•

cover
suresh

വിതരണം

ദേശാഭിമാനി ബുക്ക് ഹൗസ്

H O തിരുവനന്തപുരം–695 035
phone: 0471-2303026, 6063026
www.chinthapublishers.com
chinthapublishers@gmail.com

ബ്രാഞ്ചുകൾ

ഹെഡ്ഡാഫീസ് ബ്രാഞ്ച് കുന്നുകുഴി • സ്റ്റാച്യു തിരുവനന്തപുരം • കെ എസ് ആർ ടി സി ബസ് സ്റ്റേഷൻ ആലപ്പുഴ • കെ എസ് ആർ ടി സി ബസ് സ്റ്റേഷൻ എറണാകുളം • മച്ചിങ്ങൽ ലെയിൻ തൃശൂർ • ഐ ജി റോഡ് കോഴിക്കോട് • മാവൂർ റോഡ് കോഴിക്കോട് • എൻ ജി ഒ യൂണിയൻ ബിൽഡിങ് കണ്ണൂർ • സെൻട്രൽ ബസ് ടെർമിനൽ കോംപ്ലക്സ് താവക്കര കണ്ണൂർ

CR - 1804 / 4543
ISBN - 978-93-86112-07-1

സ്ത്രീകളുടെ ആരോഗ്യപ്രശ്നങ്ങൾ

ഡോ. (മേജർ) നളിനി ജനാർദ്ദനൻ

ചിന്ത പബ്ലിഷേഴ്സ്
തിരുവനന്തപുരം-695 035

ഡോ. (മേജർ) നളിനി ജനാർദ്ദനൻ

ശ്രീമതി കല്യാണിക്കുട്ടി ടീച്ചറുടെയും പരേതനായ ശ്രീ. കൃഷ്ണൻ മാസ്റ്ററുടെയും മകളായി കല്പറ്റയിൽ ജനിച്ചു. കോഴിക്കോട് പ്രോവിഡൻസ് കോളേജിൽനിന്ന് പ്രീഡിഗ്രിയും കോഴിക്കോട് മെഡിക്കൽ കോളേജിൽനിന്ന് എം ബി ബി എസും പാസായശേഷം ആർമി മെഡിക്കൽ കോറിൽ ക്യാപ്റ്റൻ റാങ്കിൽ ലേഡി ഡോക്ടറായി ചേർന്നു. മേജർ റാങ്കിലെത്തിയശേഷം ആർമിയിൽനിന്നും വിരമിച്ച് ഹൈദരാബാദിലെ ഷദാൻ മെഡിക്കൽ കോളേജിൽ ട്യൂട്ടറായി ജോലി ചെയ്തു. ഇപ്പോൾ മഹാരാഷ്ട്രയിലെ പൂനയിൽ പ്രാക്ടീസ് ചെയ്യുന്നു.

എസ് എസ് എൽ സിക്ക് മലയാളം വിഷയത്തിന് കേരളത്തിൽ ഏറ്റവും കൂടുതൽ മാർക്ക് ലഭിച്ചതിനാൽ പനമ്പിള്ളി സ്മാരക സ്വർണ്ണ മെഡലും ഏറ്റവും നല്ല എഴുത്തുകാരിക്കുള്ള കഥാ അവാർഡും 'ജ്വാലാ ദേശസ്നേഹ' അവാർഡും (2013), ഇന്ത്യൻ മെഡിക്കൽ അസോസിയേഷന്റെ (IMA) നമ്മുടെ ആരോഗ്യം സാഹിത്യ അവാർഡും (2014) യുണൈറ്റഡ് റൈറ്റേഴ്സ് അസോസിയേഷന്റെ ഫെലോഷിപ്പും മറ്റു പല ബഹുമതികളും ലഭിച്ചിട്ടുണ്ട്. കേരളത്തിലെ അറിയപ്പെടുന്ന പല മാസികകളിലും കഥകളും കവിതകളും വൈദ്യശാസ്ത്രപരമായ ലേഖനങ്ങളും പ്രസിദ്ധീകരിച്ചിട്ടുണ്ട്.

ഗസൽഗാനത്തിലും സുഗമസംഗീതത്തിലും ആകാശവാണിയുടെയും ദൂരദർശന്റെയും അംഗീകാരം ലഭിച്ച ഗായികയാണ്. ഇന്ത്യയിലെ പ്രധാനപ്പെട്ട പല നഗരങ്ങളിലും സംഗീതപരിപാടികൾ നടത്തിയിട്ടുണ്ട്. സംഗീതത്തിൽ പല ബഹുമതികളും ലഭിച്ചിട്ടുണ്ട്. രാജസ്ഥാനി, ഹിന്ദി, ഉർദു, മലയാളം എന്നീ ഭാഷകളിൽ ഭക്തിഗീതങ്ങളുടെയും ഗസലുകളുടെയും സിനിമാഗാനങ്ങളുടെയും (ഹിന്ദി–മലയാളം കരോക്കെ) മറ്റുമായി പത്ത് സംഗീത ആൽബങ്ങൾ നിർമ്മിച്ചിട്ടുണ്ട്.

മറ്റു കൃതികൾ: *താളപ്പിഴകൾ, പഞ്ചനക്ഷത്രസ്വപ്നങ്ങൾ, ഹൃദയത്തിന്റെ കണ്ണുകൾ, നീലഷർട്ടുധരിച്ച അപരിചിതൻ* (കഥകൾ), *ആരോഗ്യപ്രശ്നങ്ങളും പരിഹാരങ്ങളും, ആരോഗ്യവും നിങ്ങളും, ആരോഗ്യപാചകം,* (ആരോഗ്യശാസ്ത്രലേഖനങ്ങൾ), *നഗരകഥകൾ, പെൺപെരുമ* (കൂട്ടായ്മ കഥാസമാഹാരം), *നഗരസ്പന്ദനങ്ങൾ* (കൂട്ടായ്മ കവിതാസമാഹാരം), *Colours of Life (Stories), പ്രഥമശുശ്രൂഷ* (വൈദ്യശാസ്ത്രം).

ഭർത്താവ് : കേണൽ ഡോക്ടർ എ കെ ജനാർദ്ദനൻ
(കണ്ണൂർ സ്വദേശി. കാവുമ്പായി ജനാർദ്ദനൻ
എന്ന പേരിൽ പ്രശസ്തനായ എഴുത്തുകാരൻ)

മക്കൾ : അനുരാഗ്, ഡോ. അനുപമ

മേൽവിലാസം : Tucker AWHO Enclave,
G-13, Delux Apts, Gondhale Nagar (P O)
Hadapsar, PUNE, Maharashtra - 4110028

Email : drnalinij@yahoo.com

Phone : 9372001678, 9923911865

ഉള്ളടക്കം

സമർപ്പണം

വിവിധ മാസികകളിൽ അച്ചടിച്ചു വരുന്ന വൈദ്യശാസ്ത്രപരമായ എന്റെ ലേഖനങ്ങൾ ശ്രദ്ധയോടെ വായിക്കുകയും ഒരു കൂട്ടുകാരിയോടെന്നപോലെ എനിക്കു ഫോൺ ചെയ്ത് സംശയങ്ങൾ തീർക്കുകയും അറിവു തന്നതിനു നന്ദി പറയുകയും ചെയ്യുന്ന എന്റെ പ്രിയപ്പെട്ട സ്ത്രീവായനക്കാർക്കും, അവർക്ക് സംരക്ഷണവും പിന്തുണയും നല്കുന്ന അവരുടെ സ്നേഹസമ്പന്നരായ ഭർത്താക്കന്മാർക്കും ഈ പുസ്തകം സമർപ്പിക്കുന്നു

പ്രസാധകക്കുറിപ്പ്

ആരോഗ്യരക്ഷ സംബന്ധിച്ച പുസ്തകങ്ങൾ മലയാളത്തിൽ തുലോം കുറവാണ്. ആരോഗ്യസംബന്ധിയായ പ്രശ്നങ്ങളെ സംബന്ധിച്ച് എഴുതുന്നതിന് പരിശീലനം ലഭിച്ച വൈദ്യശാസ്ത്ര വിദഗ്ദ്ധരുടെ എണ്ണവും പരിമിതം തന്നെ. ഈ കുറവു നികത്തുന്നതിൽ ഒരു ചെറിയ അളവിലെങ്കിലും പര്യാപ്തമാവുന്ന പുസ്തകങ്ങൾ പ്രസിദ്ധീകരിക്കുന്നതിന് *ചിന്ത പബ്ലിഷേഴ്സ്* എപ്പോഴും ശ്രദ്ധ വയ്ക്കാറുണ്ട്. ഈ വഴിയിൽ പ്രതീക്ഷയേകുന്ന ഒരു കൃതിയാണ് ഡോ.(മേജർ) നളിനി ജനാർദ്ദനന്റെ *സ്ത്രീകളുടെ ആരോഗ്യപ്രശ്നങ്ങൾ*. വീടിന്റെ പരിമിതിക്കുള്ളിൽ തളച്ചിടപ്പെടുന്ന സ്ത്രീകൾ പലപ്പോഴും അവരുടെ ശാരീരികവും മാനസികവുമായ പ്രശ്നങ്ങൾ അറിവില്ലായ്മ കാരണവും ലജ്ജകാരണവും പരാധീനതകാരണവും മറച്ചുവയ്ക്കുന്നു. ഈ സ്ഥിതി മാറണമെങ്കിൽ സ്ത്രീകൾക്ക് രോഗങ്ങളെ പ്പറ്റി അടിസ്ഥാനപരമായ അറിവു വേണം. ഈ ആവശ്യം നിറവേറ്റുന്നതിന് ഈ പുസ്തകം ഒരു വലിയ അളവിൽ പര്യാപ്തമാവും.

സ്ത്രീകളുടെ സന്തുഷ്ട ജീവിതത്തിനു ചില മാർഗ്ഗങ്ങൾ തുടങ്ങി സ്ത്രീകൾ ചെയ്യേണ്ട മെഡിക്കൽ പരിശോധനകൾ വരെ 28 അദ്ധ്യായങ്ങളടങ്ങുന്നതാണ് ഈ പുസ്തകം. അടിസ്ഥാനപരമായ അറിവിനു പുറമെ ഇത് നല്ല വായനാനുഭവവും നല്കുന്നു. കൃതാർത്ഥതയോടെ സ്ത്രീകളുടെ ആരോഗ്യപ്രശ്നങ്ങൾ ഞങ്ങൾ അവതരിപ്പിക്കുന്നു. സഹർഷം ഇതിനെ സ്വീകരിച്ചാലും. ഈ പുസ്തകത്തിന്റെ 2-ാം പതിപ്പ് സസന്തോഷം അവതരിപ്പിക്കുന്നു.

ചിന്ത പബ്ലിഷേഴ്സ്

ആമുഖം

അടുക്കളയുടെ നാലു ചുമരുകൾക്കുള്ളിലും വീട്ടിന്റെ പിന്നാമ്പുറത്തും മാത്രമായി ജീവിതം തള്ളിനീക്കുന്ന വീട്ടമ്മമാർ പലപ്പോഴും അവരുടെ ശാരീരികവും മാനസികവുമായ പ്രശ്നങ്ങൾ ലജ്ജ, അറിവില്ലായ്മ, ഭയം, സങ്കോചം എന്നീ കാരണങ്ങളാൽ മറച്ചുവയ്ക്കുന്നു. രോഗം കൂടുതൽ സങ്കീർണ്ണമാകുമ്പോഴായിരിക്കാം അവർ ഡോക്ടറെ കാണാൻ ശ്രമിക്കുന്നത്. സ്വന്തം കാര്യങ്ങളും ആവശ്യങ്ങളും ആഗ്രഹങ്ങളുമെല്ലാം ഭാവിയിലേക്കു മാറ്റിവെച്ചുകൊണ്ട് തന്റെ കുടുംബത്തിന്റെ സന്തോഷവും ആരോഗ്യവും നിലനിർത്തുന്ന കാര്യത്തിൽ മാത്രം ശ്രദ്ധിക്കുന്ന സ്ത്രീകളുടെ ഈ മനോഭാവംകൊണ്ട് അവരുടെ സ്വന്തം ആരോഗ്യം മോശമാവുന്നത് അവർ അറിയുന്നില്ല. ഈ സ്ഥിതി മാറണമെങ്കിൽ സ്ത്രീകൾക്ക് രോഗങ്ങളെക്കുറിച്ച് അടിസ്ഥാനപരമായ അറിവു വേണ്ടതാണ്. അതിനുപുറമേ സ്ത്രീകളുടേതു മാത്രമായ ആർത്തവം, വെള്ളപോക്ക്, ഗർഭം, പ്രസവം, മുലയൂട്ടൽ, അസ്ഥിക്ഷയം (ആർത്തവവിരാമത്തിനുശേഷം) എന്നിങ്ങനെ എത്രയോ ജീവശാസ്ത്രപരമായ ധർമ്മങ്ങളും ആരോഗ്യപ്രശ്നങ്ങളുമുണ്ട്. ഇവയെക്കുറിച്ചും സ്ത്രീകൾ അറിഞ്ഞിരിക്കണം.

സ്ത്രീകളുടെ ആരോഗ്യസംരക്ഷണകാര്യത്തിൽ ഭർത്താവിന്റെയും കുടുംബാംഗങ്ങളുടെയും ശ്രദ്ധയും സ്നേഹസാന്ത്വനങ്ങളും പിന്തുണയും വളരെ പ്രാധാന്യമർഹിക്കുന്നു. സ്നേഹസമ്പന്നനായ ഒരു ഭർത്താവും സ്വന്തം കുടുംബം പോലെ ആശ്രയിക്കാവുന്ന ഭർത്തൃകുടുംബവും ഉണ്ടെങ്കിൽ സ്ത്രീകൾക്ക് സ്വന്തം പ്രശ്നങ്ങൾ മറച്ചുവയ്ക്കുകയോ മനോവിഷമംകൊണ്ട് നീറിനീറി ജീവിക്കുകയോ ചെയ്യേണ്ടിവരില്ല. തന്റെ രോഗങ്ങളെക്കുറിച്ചും പ്രശ്നങ്ങളെക്കുറിച്ചും ഭർത്താവിനോടോ കുടുംബാംഗങ്ങളോടോ തുറന്നുപറയാൻ സ്ത്രീകളും ശ്രദ്ധിക്കേണ്ടതാണ്.

ആർമി മെഡിക്കൽ കോറിൽ ഡോക്ടറായി സേവനം നടത്തുന്നതിനിടയിൽ ഇന്ത്യയുടെ വിവിധ സംസ്ഥാനങ്ങളിൽ നിന്നുള്ള സ്ത്രീകളുമായി ഇടപഴകാനും അവരുടെ ശാരീരികവും മാനസികവുമായ പ്രശ്നങ്ങൾക്ക് പരിഹാരവും ചികിത്സയും നിർദ്ദേശിക്കാനും എനിക്കു ഭാഗ്യം ലഭിച്ചിട്ടുണ്ട്. ഞാനൊരു സഹോദരിയെപ്പോലെയോ കൂട്ടുകാരിയെപ്പോലെയോ അവരുടെ പ്രശ്നങ്ങൾ ക്ഷമയോടെ കേൾക്കുകയും അവരുടെ സുഖദുഃഖങ്ങൾ പങ്കുവയ്ക്കുകയും ചെയ്തിട്ടുണ്ട്.

കൗമാരം, യൗവനം, വാർദ്ധക്യം എന്നീ വ്യത്യസ്തകാലഘട്ടങ്ങളിലൂടെ കടന്നുപോകുന്ന സ്ത്രീജന്മത്തിന്റെ വിവിധതരത്തിൽപ്പെട്ട മാനസികവും ശാരീരികവുമായ ആരോഗ്യപ്രശ്നങ്ങളെക്കുറിച്ചാണ് ഞാൻ ഈ പുസ്തകത്തിൽ വിവരിക്കാൻ ശ്രമിച്ചിരിക്കുന്നത്.

സ്ത്രീ, തന്റെ ശരീരത്തിനെയും മനസ്സിനെയും അറിയുമ്പോഴാണ് യഥാർത്ഥത്തിൽ സ്ത്രീശാക്തീകരണം തുടങ്ങുന്നത് എന്നു പറയാം. സന്തുഷ്ടവും ആരോഗ്യപൂർണ്ണവുമായ ഒരു ജീവിതം ഏതു സ്ത്രീയും അർഹിക്കുന്നു എന്നതിൽ സംശയമില്ല. കുടുംബത്തിന്റെ ഐശ്വര്യവും ഗൃഹലക്ഷ്മിയുമായ സ്ത്രീ ആരോഗ്യവതിയായാൽ അവളുടെ കുടുംബവും ആരോഗ്യമുള്ളതായിത്തീരും!

1

സ്ത്രീകളുടെ സന്തുഷ്ടജീവിതത്തിനു ചില മാർഗ്ഗങ്ങൾ

കുടുംബിനികളുടെ ജീവിതം വളരെ തിരക്കേറിയതും വിഷമം പിടിച്ചതുമാണെന്നു നമുക്കറിയാം. ഒരു കുടുംബം നടത്തിക്കൊണ്ടുപോവുക എന്നത് അത്ര എളുപ്പമുള്ള കാര്യമല്ലല്ലോ. നിങ്ങൾ വീട്ടമ്മയായാലും ജോലിക്കുപോകുന്ന അമ്മയായാലും അനുഭവിക്കേണ്ടിവരുന്ന മാനസിക സംഘർഷവും വൈകാരികസമ്മർദ്ദവും വളരെ കൂടുതലാണ്. വീട്ടിലെയും ജോലിസ്ഥലത്തെയും പ്രശ്നങ്ങൾ നിങ്ങളുടെ മനസ്സിനെ തളർത്തിയേക്കാം.

മാനസിക സമ്മർദ്ദം പലതരത്തിൽ പ്രത്യക്ഷമാവാറുണ്ട്- വസ്ത്രധാരണത്തിൽ അശ്രദ്ധ, ഉറക്കക്കുറവ്, നഖം കടിക്കുക, വളരെവേഗം ദേഷ്യം വരിക, വഴക്കു കൂടുക, സംസാരിക്കുമ്പോൾ അശ്രദ്ധ, സ്വയം സംസാരിക്കുക, സാധനങ്ങൾ വലിച്ചെറിയുക, ജീവിതത്തോട് വെറുപ്പും നിരാശയും, വിഷാദം, ദാമ്പത്യജീവിതത്തിൽ പൊരുത്തക്കേടുകൾ, ആത്മഹത്യാപ്രവണത എന്നിങ്ങനെ പലതും. മാനസിക സമ്മർദ്ദമുണ്ടാക്കുന്ന പ്രശ്നങ്ങൾ ജോലിസ്ഥലത്തും ഉണ്ടാവാം. ഉദാ: മറ്റുള്ള സഹപ്രവർത്തകരുടെ നിസ്സഹകരണമനോഭാവം, മേലധികാരിയുടെ അധികാരപൂർവ്വമായ പെരുമാറ്റവും അനാവശ്യമായ ദേഷ്യപ്പെടലും, കൃത്യസമയത്ത് ചെയ്തുതീർക്കാനുള്ള ഒട്ടേറെ ജോലിക്കാര്യങ്ങൾ, ഏറ്റവും നന്നായി ജോലി ചെയ്തിട്ടും കിട്ടാതെ പോകുന്ന ഉദ്യോഗക്കയറ്റം, ലൈംഗിക പീഡനം തുടങ്ങിയവ. മാനസികസമ്മർദ്ദം ജീവിതത്തെ മാത്രമല്ല ജോലി ചെയ്യാനുള്ള കാര്യക്ഷമതയെയും പ്രതികൂലമായി ബാധിച്ചേക്കാം. അത്യധികമായ മാനസികസംഘർഷം പലതരം രോഗങ്ങൾക്കും കാരണമാവാറുണ്ട്. അതുകൊണ്ട് നമ്മെ അല്പം സമയം തനിക്കുവേണ്ടി മാത്രം നീക്കിവെക്കാൻ ശ്രദ്ധിക്കണം. വീട്ടമ്മയുടേത് അവധിയില്ലാ

ത്തതും ശമ്പളമില്ലാത്തതും ജീവിതകാലം മുഴുവൻ നീണ്ടുനില്ക്കുന്നതും നന്ദി ലഭിക്കാത്തതുമായ ജോലിയാണെന്ന് നാം തമാശയ്ക്കായി പറയാറുണ്ടെങ്കിലും അതിൽ കാര്യമില്ലാതില്ല.

ഗർഭിണിയായി കുഞ്ഞുങ്ങളെ പത്തുമാസം ചുമന്നു നടക്കുക, പ്രസവവേദന സഹിച്ചു പ്രസവിക്കുകയും മുലയൂട്ടുകയും ചെയ്യുക, കുട്ടികൾ ചെറുതായാലും വലുതായാലും അവരുടെ ഓരോ ചെറിയ കാര്യങ്ങൾ പോലും ശ്രദ്ധിക്കുക, ഭർത്താവിന്റെ കാര്യങ്ങൾ ശ്രദ്ധിക്കുക. വീട്ടിലെ പണികൾ ചെയ്യുക, ജോലിക്കാരിയില്ലെങ്കിൽ വീട്ടിലെ എല്ലാ ജോലികളും ചെയ്യുക, ഭക്ഷണമുണ്ടാക്കുക, കുട്ടികളെ പഠിപ്പിക്കുകയും അവരുടെ ഹോംവർക്കുകളിൽ സഹായിക്കുകയും ചെയ്യുക, വീട്ടിൽ മുതിർന്ന അച്ഛനമ്മമാരുണ്ടെങ്കിൽ (അവർ രോഗികളാണെങ്കിൽ പ്രത്യേകിച്ചും) അവരെ ശുശ്രൂഷിക്കുക... എന്നിങ്ങനെ നീണ്ടുപോകുന്നു വീട്ടമ്മയുടെ ജീവിതത്തിലെ ചുമതലകളും ജോലികളും. ഡോക്ടർ, നഴ്സ്, ഭക്ഷണം പാചകം ചെയ്യുന്നയാൾ, വക്കീൽ, അദ്ധ്യാപിക, ഡ്രൈവർ, ചിലപ്പോൾ റെഫറി എന്നിങ്ങനെ എന്തെല്ലാം വ്യത്യസ്ത റോളുകളിൽ ചിലപ്പോൾ വീട്ടമ്മയ്ക്ക് അഭിനയിക്കേണ്ടി വരാറുണ്ട്!!

നിങ്ങൾ ഏറ്റവുമവസാനം വീട്ടിലെ തുണി മുഴുവൻ തിരുമ്പിയതെപ്പോഴാണ് എന്നോ ഏറ്റവുമൊടുവിൽ കുട്ടിക്ക് സ്കൂളിൽനിന്ന് സമ്മാനം കിട്ടിയത് എന്നാണ് എന്നോ നിങ്ങൾക്ക് ഓർമ്മയുണ്ടാവാം. പക്ഷേ, നിങ്ങൾക്ക് ഏറ്റവുമവസാനം സ്വന്തമായി അല്പം സമയം കിട്ടിയതെപ്പോഴാണ്? ഒന്നോർത്തുനോക്കൂ.... അതുപോലും ഓർമ്മയുണ്ടാവില്ല. കാരണം നിങ്ങളുടെ സമയം മുഴുവൻ കുടുംബാംഗങ്ങളുടെ പല കാര്യങ്ങൾക്കായി നീക്കിവയ്ക്കപ്പെടുകയാണല്ലോ. അതുകൊണ്ട് ഒരു ദിവസത്തിലെ 24 മണിക്കൂറുകളിൽ അല്പസമയമെങ്കിലും തന്റേതായി മാറ്റിവയ്ക്കാനും അങ്ങനെ മാനസികസമ്മർദ്ദം കുറയ്ക്കാനും അമ്മമാർ ശ്രദ്ധിക്കണം. ഇതെങ്ങനെ ചെയ്യാം എന്നു നമുക്കു നോക്കാം.

1. രാവിലെ ഉണരുക:

എന്നും രാവിലെ അല്പം നേരത്തെ എഴുന്നേല്ക്കാൻ ശ്രമിക്കുക. കുടുംബാംഗങ്ങൾ ഉണരുന്നതിനു മുമ്പ് എഴുന്നേറ്റ് ഒരു കപ്പ് ചായയോ കാപ്പിയോ കൈയിലെടുത്തുകൊണ്ട് നിങ്ങൾക്കിഷ്ടപ്പെട്ട പുസ്തകമോ മാസികയോ അല്പനേരം വായിക്കുക, മനസ്സിന് ഉണർവ്വു കിട്ടും.

2. ഇഷ്ടഗാനങ്ങൾ

സംഗീതം മനസ്സിന് ശാന്തിയും സന്തോഷവും നല്കുന്നു. രാവിലെ നേരത്തെ ഇഷ്ടഗാനങ്ങൾ കേൾക്കുന്നത് നല്ലതാണ്. കീർത്തനങ്ങളോ ഗസലുകളോ ചലച്ചിത്രഗാനങ്ങളോ വാദ്യസംഗീതമോ നിങ്ങൾക്കിഷ്ടപ്പെട്ട എന്തു സംഗീതവും കേൾക്കുമ്പോൾ അറിയാതെ നിങ്ങൾ അതോടൊപ്പം മൂളുകയോ പാടുകയോ ചെയ്യും. മനസ്സിൽ സന്തോഷമുണ്ടാവുകയും ചെയ്യും.

3. രാവിലെ നടക്കുക

പ്രഭാതസമയത്ത് നടക്കാൻ പോവുകയോ മുറ്റത്ത് അല്പം നടക്കുകയോ ചെയ്യുന്നത് നല്ല കാര്യങ്ങളാണ്. ഉണർവ്വു നല്കുന്ന അന്തരീക്ഷവും കിളികളുടെ പാട്ടും പൂക്കളുടെ സൗന്ദര്യവും കുളിർമ്മയുള്ള കാറ്റുമെല്ലാം ആസ്വദിച്ചുകൊണ്ട് പുറത്ത് മെല്ലെ നടന്നുനോക്കൂ. മനസ്സിന്റെ സമ്മർദ്ദവും നിരാശയും ദുഃഖവുമെല്ലാം തനിയെ ഇല്ലാതാവും. പ്രകൃതി നമുക്കു വേണ്ടി എന്നും ഒരുക്കുന്ന സുന്ദരദൃശ്യങ്ങൾ കാണാനും ആസ്വദിക്കാനും ശ്രമിക്കുക.

4. വിശ്രമിക്കാൻ ഒരിടവേള

പണിത്തിരക്കിനിടയിൽ അല്പം വിശ്രമിക്കാൻ ഒരു ചെറിയ ഇടവേളയെടുക്കുക. വെറുതെ കണ്ണടച്ചിരുന്നുകൊണ്ട് നിങ്ങൾക്കിഷ്ടപ്പെട്ട കാര്യങ്ങൾ ഓർമ്മിക്കുകയോ ഇഷ്ടമുള്ള പ്രകൃതിദൃശ്യങ്ങൾ മനസ്സിൽ ഭാവനയിൽ കാണുകയോ തന്റെ നേട്ടങ്ങളെക്കുറിച്ചോർത്ത് അഭിമാനിക്കുകയോ ചെയ്യാം. വീണ്ടും പഴയ ജോലിത്തിരക്കിലേക്കു മടങ്ങുമ്പോൾ നിങ്ങൾക്ക് ഉണർവ്വു ലഭിച്ചിരിക്കും.

5. സൗന്ദര്യസംരക്ഷണം

വീട്ടമ്മയ്ക്ക് സ്വന്തം ശരീരത്തിന്റെ സൗന്ദര്യം കാത്തു സൂക്ഷിക്കുന്നതും പ്രധാനം തന്നെയാണ്. സൗന്ദര്യം നിലനിർത്താനുള്ള വിവിധ മാർഗ്ഗങ്ങൾ ചെയ്യാം. വീട്ടിൽത്തന്നെ മാനിക്യൂർ, പെഡിക്യൂർ, ഫേഷ്യൽ എന്നിവ സ്വയം ചെയ്യുകയോ, ബ്യൂട്ടിപാർലറിൽ പോയി ചെയ്യിക്കുകയോ പുതിയ ഹെയർ സ്റ്റൈലുകൾ പരീക്ഷിക്കുകയോ ചെയ്യുമ്പോൾ സന്തോഷവും ആത്മവിശ്വാസവും തോന്നുന്നു. ബാത്ത് ടബ്ബിൽ ഇളം ചൂടുവെള്ളത്തിൽ അല്പനേരം കിടന്നു വിശ്രമിക്കുന്നതുപോലും മനസ്സിനും ശരീരത്തിനും ഉണർവ്വു നല്കാൻ ഉപകാരപ്പെടും.

6. ഹോബികൾ

വീട്ടുജോലികൾ ചെയ്തു തീർത്തശേഷം നിങ്ങൾക്കിഷ്ടപ്പെട്ട ഹോബികൾ ചെയ്യാനായി അല്പസമയം കണ്ടെത്താം. സംഗീതം (പാട്ടുപാടുകയോ സംഗീതോപകരണങ്ങൾ വായിക്കുകയോ ചെയ്യുക) എഴുത്ത് (കഥ, കവിത, ലേഖനം തുടങ്ങിയവ), ചിത്രം വരയ്ക്കുക, നൃത്തം ചെയ്യുക, വായന, പുതിയ ഭാഷ പഠിക്കുക എന്നിങ്ങനെ ഹോബികൾ എന്തുമാവാം. നിങ്ങളുടെ കലാവാസനകൾ പ്രോത്സാഹിപ്പിക്കപ്പെടുകയും പുതിയ കാര്യങ്ങൾ പഠിക്കുകയും ചെയ്യുമ്പോൾ ആത്മവിശ്വാസവും സന്തോഷവും അഭിമാനവും ഉണ്ടാവുമെന്ന് തീർച്ചയാണ്.

7. സുഹൃദ് ബന്ധങ്ങൾ

നമ്മുടെ ജീവിതത്തിൽ സുഹൃദ് ബന്ധങ്ങളും പ്രധാനപ്പെട്ടതാണ്. നല്ല സുഹൃത്തുക്കൾ നിങ്ങളുടെ സുഖദുഃഖങ്ങൾ പങ്കുവയ്ക്കുന്നതോടൊപ്പം വിഷമഘട്ടങ്ങളിൽ വഴികാട്ടികളാവുകയും നല്ല നിർദ്ദേശങ്ങളും ഉപദേശങ്ങളും നല്കുകയും ചെയ്യുന്നു. ഇടയ്ക്കിടെ പഴയ സുഹൃത്തുക്കളുമായി ഫോണിൽ സംസാരിക്കുകയോ കൂട്ടായ്മകളിൽ പങ്കെടുക്കുകയോ ചെയ്യാം. പലപ്പോഴും അത്തരം കൂട്ടായ്മകളിൽ നാം നമ്മുടെ കൗമാരകാലത്തിലെ ഓർമ്മകളും തമാശകളും പങ്കുവയ്ക്കുന്നതിനാൽ മനസ്സിന് പ്രായം കുറഞ്ഞതായി അനുഭവപ്പെടും.

8. അയല്ക്കാരുമായി നല്ല ബന്ധം

പലപ്പോഴും ബന്ധുക്കൾക്കോ കുടുംബാംഗങ്ങൾക്കോ എത്തിച്ചേരാൻ കഴിയാത്ത വിഷമഘട്ടങ്ങളിൽ നമ്മുടെ സഹായത്തിനെത്തുന്നത് നല്ല അയല്ക്കാരായിരിക്കും. അതുകൊണ്ട് അയല്ക്കാരുമായി സൗഹൃദബന്ധം നിലനിർത്തണം. നഗരങ്ങളിലെ ഹൗസിങ് കോളനികളിൽ അയല്ക്കാരായ സ്ത്രീകൾ ഇടയ്ക്കിടെ ഒന്നിച്ചുകൂടുകയും അല്പസമയം ചർച്ചകളും വിനോദങ്ങളുമായി ചെലവഴിക്കുകയും ചെയ്യാറുണ്ട്. ഇത്തരം സമ്മേളനങ്ങൾ മാനസികാരോഗ്യത്തിനു നല്ലതാണ്.

9. സകാരാത്മക ചിന്തകൾ

ജീവിതത്തെക്കുറിച്ച് സകാരാത്മകമായ കാഴ്ചപ്പാട് നിലനിർത്തുകയും പ്രശ്നങ്ങളെ ശാന്തമായി നേരിടുകയും ചെയ്യുക. മനസ്സു തുറന്നു ചിരിക്കാൻ കിട്ടുന്ന സന്ദർഭങ്ങൾ പാഴാക്കരുത്. കോപം, അസൂയ, വെറുപ്പ് തുടങ്ങിയ വികാരങ്ങൾ മനസ്സിൽ നിന്നു തുടച്ചുമാറ്റുക. മനസ്സിൽ സ്നേഹവും സന്തോഷവും മാത്രം നിറയ്ക്കുക.

10. ദൈവവിശ്വാസം

ഭക്തിയും ദൈവവിശ്വാസവും മനസ്സിന് ധൈര്യവും ആശ്വാസവും നല്കുന്നു എന്നു നമുക്കറിയാം. വീട്ടിലെ പൂജാമുറിയിൽ ഭക്തിയോടെ പ്രാർത്ഥിക്കുകയോ ക്ഷേത്രദർശനം നടത്തുകയോ ചെയ്യുന്നത് നന്നായിരിക്കും. പണ്ടുകാലത്തെ വീടുകളിൽ കുടുംബാംഗങ്ങൾ വൈകുന്നേരം ഒന്നിച്ചിരുന്നു സന്ധ്യാനാമം ചൊല്ലുന്ന പതിവുണ്ടായിരുന്നത് വളരെ ഉത്തമമായിരുന്നു. കുടുംബപ്രാർത്ഥന കൊണ്ട് ഭക്തിയും ദൈവവിശ്വാസവും ഉണ്ടാവുമെന്നു മാത്രമല്ല കുടുംബാംഗങ്ങൾ തമ്മിലുള്ള അടുപ്പവും വർദ്ധിക്കുന്നു.

11. ജോലിസ്ഥലത്ത് മാനസികസമ്മർദ്ദം കുറയ്ക്കുക

ജോലിക്കുപോകുന്ന അമ്മമാർ ജോലിസ്ഥലത്ത് മറ്റു സഹപ്രവർത്തകരുമായി നല്ല സുഹൃദ്ബന്ധം പുലർത്തുകയും വഴക്കുകൾ ഒഴിവാക്കു

കയും ചെയ്യുക. പ്രശ്നങ്ങൾ ശാന്തമായി തന്ത്രപൂർവ്വം നേരിടുക. ജോലിയുടെ സമ്മർദ്ദം കൂടുതലാവുന്ന സമയത്ത് സീറ്റിൽ നിന്ന് എഴുന്നേറ്റ് അല്പം നടക്കുകയോ ഒരു കാപ്പി കുടിച്ച് തിരിച്ചുവരികയോ ചെയ്യാം.

12. കെട്ടുറപ്പുള്ള കുടുംബബന്ധം

സ്ത്രീയുടെ ജീവിതത്തിൽ ഏറ്റവും പ്രധാനം കെട്ടുറപ്പുള്ള കുടുംബബന്ധം നിലനിർത്തുക എന്നതാണ്. ദാമ്പത്യപ്പൊരുത്തക്കേടുകളും കലഹങ്ങളും ഒഴിവാക്കുക. ഭർത്താവ് തന്റെ ജീവിതപങ്കാളിയാണെന്നും ഒരു നല്ല ദാമ്പത്യബന്ധത്തിന് സ്നേഹവും ബഹുമാനവും വിശ്വാസവും ആവശ്യമാണെന്നും മനസ്സിലാക്കണം. കുട്ടികളെ അനാവശ്യമായി ശിക്ഷിക്കുക, തരംതാഴ്ത്തി സംസാരിക്കുക, അവരുടെ മുമ്പിൽ വെച്ച് ഭർത്താവുമായി വഴക്കടിക്കുക എന്നിവയെല്ലാം അവരുടെ മനസ്സിനെ പ്രതികൂലമായി ബാധിക്കും. അതുകൊണ്ട് കുട്ടികളോട് സ്നേഹപൂർവ്വം പെരുമാറുക. കൗമാരപ്രായത്തിലുള്ള കുട്ടികളോട് ഒരു സുഹൃത്തിനെപ്പോലെ പെരുമാറുകയും അവർ വഴിതെറ്റാനിടയുള്ള സന്ദർഭങ്ങളിൽ സ്നേഹത്തോടെ ശാസിക്കുകയും വേണം. സ്നേഹവും സുരക്ഷിതത്വബോധവും കുട്ടികളുടെ മാനസികവളർച്ചയ്ക്ക് ആവശ്യമാണ്. സ്നേഹം നിറഞ്ഞ ഒരു കുടുംബാന്തരീക്ഷം ഉണ്ടാക്കുക.

കുടുംബത്തിന്റെ വിളക്ക്, ഗൃഹലക്ഷ്മി എന്നെല്ലാം വിശേഷിപ്പിക്കപ്പെടുന്ന അമ്മമാരായ നിങ്ങൾ സ്വന്തം ജീവിതവും ആരോഗ്യവും അവഗണിക്കാതിരിക്കാൻ പ്രത്യേകം ശ്രദ്ധിക്കണം. സന്തുലിതാഹാരം കഴിക്കുകയും കൃത്യമായി വ്യായാമം ചെയ്യുകയും മാനസികസംഘർഷം ഒഴിവാക്കുകയും ചെയ്യുക. പൊണ്ണത്തടി വരാതെ നോക്കണം. കാരണം പൊണ്ണത്തടിയോടൊപ്പം രക്താതിസമ്മർദ്ദം, പ്രമേഹം, ഉയർന്ന കൊളസ്റ്ററോൾ, ഹൃദ്രോഗം എന്നിങ്ങനെ പല അസുഖങ്ങളും ആരോഗ്യപ്രശ്നങ്ങളും ഉണ്ടാവാനിടയുണ്ട്.

പുതിയ വർഷത്തെ സ്വാഗതം ചെയ്യുന്ന ഈ വേളയിൽ നമുക്ക് അല്പസമയം നമുക്കുവേണ്ടി മാത്രമായി നീക്കിവയ്ക്കാമെന്നു പ്രതിജ്ഞയെടുക്കാം. നവവത്സരാശംസകൾ!

2

സ്ത്രീ തുറന്നുപറയാൻ മടിക്കുന്നതെന്തിന്?

സ്ത്രീയുടെ മനസ്സ് മൃദുലവും ദുർബ്ബലവുമാണ്. കുടുംബാംഗങ്ങളുടെ ആരോഗ്യകാര്യത്തിൽ ശ്രദ്ധിക്കുമെങ്കിലും തന്റെ സ്വന്തം ആരോഗ്യപ്രശ്നങ്ങളും വിഷമങ്ങളും തുറന്നുപറയാനോ സാന്ത്വനം തേടാനോ പലപ്പോഴും സ്ത്രീക്ക് കഴിഞ്ഞുവെന്നുവരില്ല. സ്ത്രീസഹജമായ ലജ്ജ, അറിവില്ലായ്മ, ഭയം എന്നിങ്ങനെ ഒട്ടേറെ കാരണങ്ങൾ കൊണ്ട് സ്ത്രീകൾ ഇന്നും തങ്ങളുടെ രഹസ്യരോഗങ്ങൾ മൂടിവയ്ക്കുകയും ചികിത്സ തേടാൻ വൈകിക്കുകയും ചെയ്യുന്നു. അതിന്റെ ഫലമായി രോഗം ഗുരുതരമാവാനോ ചികിത്സകൊണ്ട് മാറാത്ത അവസ്ഥയിലെത്താനോ സാദ്ധ്യതയുണ്ട്.

സ്ത്രീ സ്വാതന്ത്ര്യവും സ്ത്രീയുടെ ശാക്തീകരണവും സ്ത്രീസമത്വവുമെല്ലാം ഇന്നത്തെ ചിന്താവിഷയങ്ങളാണെങ്കിലും ഒരു സാധാരണ സ്ത്രീ ഇന്നും സ്വയം അബലയായിട്ടാണ് കണക്കാക്കുന്നത്. ഗ്രാമീണ സ്ത്രീകൾ പൊതുവേ ഭർത്താവിന്റെ തണലിൽ ഒതുങ്ങിക്കഴിയാൻ ഇഷ്ടപ്പെടുന്നവരാണ്. യാഥാസ്ഥിതിക കുടുംബങ്ങളിൽ ഇന്നും സംസ്കാരവും പരമ്പരാഗതമായ അനുഷ്ഠാനങ്ങളും സ്ത്രീകളെ അടക്കമൊതുക്കമുള്ളവരായി ജീവിക്കാൻ അനുശാസിക്കുന്നു. പണ്ടത്തെ കുമാരികൾക്കും യുവതികൾക്കും വിഷമഘട്ടങ്ങളിൽ മാർഗ്ഗനിർദ്ദേശവും ഉപദേശവും നല്കാൻ അമ്മ, വലിയമ്മ, ചെറിയമ്മ, അമ്മായി, ചേച്ചി, മുത്തശ്ശി എന്നിങ്ങനെ ബന്ധുക്കളായ മുതിർന്ന സ്ത്രീകളിലാരെങ്കിലും എപ്പോഴും കൂടെ ഉണ്ടായിരുന്നു. പക്ഷേ, കൂട്ടുകുടുംബങ്ങൾ ഉപേക്ഷിക്കപ്പെട്ട് അണുകുടുംബങ്ങൾ വന്നതോടെ വീട്ടിന്റെ നാലുചുമരുകൾക്കുള്ളിൽ ഒതുങ്ങിക്കഴിയുന്ന ഒരു വീട്ടമ്മയുടെ ശാരീരികവും മാനസികവുമായ പ്രശ്നങ്ങൾ പങ്കുവയ്ക്കാൻ ആരുമില്ല എന്ന അവസ്ഥയായി. ഇത്തരം അവ

സ്ഥയിൽ ഭർത്താവിനോട് പറയാൻ ലജ്ജ തോന്നുന്നതുകൊണ്ട് ഭാര്യമാർ പലപ്പോഴും തങ്ങളുടെ രഹസ്യരോഗങ്ങൾ മറച്ചുവയ്ക്കാൻ തുടങ്ങി. ഭർത്താവിന്റെയും കുടുംബാംഗങ്ങളുടെയും അനാസ്ഥയും ശ്രദ്ധക്കുറവും കൂടിയാകുമ്പോൾ സ്ത്രീകളുടെ അവഗണിക്കപ്പെടുന്ന രോഗങ്ങൾ ചികിത്സ കിട്ടാതെ ഗുരുതരമാവുന്നു എന്നതാണു സത്യം.

ആധുനികകാലത്തെ സ്ത്രീകൾ അടുക്കളയിലും വീട്ടിലും മാത്രം ഒതുങ്ങിനില്ക്കാതെ ഉന്നതവിദ്യാഭ്യാസം തേടി ഉദ്യോഗരംഗത്തേക്ക് ഇറങ്ങിവന്നതോടെ അവരുടെ ചിന്താഗതിയിലും മാറ്റം വന്നു. ഇന്നത്തെ പെൺമനസ്സിന് കുറേക്കൂടി ശക്തിയും ധൈര്യവും ആത്മവിശ്വാസവുമുണ്ട്. ആധുനികവനിതകൾക്ക് സ്ത്രീപുരുഷബന്ധങ്ങളെക്കുറിച്ചും കുടുംബങ്ങളെക്കുറിച്ചുമെല്ലാം വ്യക്തമായ ധാരണകളും സങ്കല്പങ്ങളുമുണ്ട്. എങ്കിലും തന്റെ സ്വകാര്യമായ ആശങ്കകളും രഹസ്യരോഗങ്ങളും മറച്ചുപിടിക്കാൻ സ്ത്രീസഹജമായ ലജ്ജ അവളെ പ്രേരിപ്പിച്ചേക്കാം. ഈ അധൈര്യവും ലജ്ജയും മറികടക്കാനും തന്റെ ആരോഗ്യപ്രശ്നങ്ങൾ കുടുംബാംഗങ്ങളോട് തുറന്നുപറയാനും സ്ത്രീക്കു കഴിയണം. എന്നാൽ മാത്രമേ രോഗങ്ങൾ നേരത്തെ കണ്ടുപിടിക്കാനും ചികിത്സ തുടങ്ങാനും കഴിയുകയുള്ളൂ.

സ്ത്രീ ജീവിതത്തിന്റെ വിവിധകാലഘട്ടങ്ങളിൽ ആരോഗ്യപ്രശ്നങ്ങൾ വ്യത്യസ്തമായിരിക്കും.

കൗമാരം

ആധുനിക ജീവിതശൈലിയനുസരിച്ച് ഇപ്പോൾ പെൺകുട്ടികൾക്ക് 8 മുതൽ 10 വയസ്സുപ്രായമാവുമ്പോഴേക്കും കൗമാരവളർച്ച തുടങ്ങുകയും ഏകദേശം 12–13 വയസ്സാകുമ്പോഴേക്കും പൂർത്തിയാവുകയും ചെയ്യുന്നു. ശാരീരികവും മാനസികവുമായ മാറ്റങ്ങൾ കൗമാരത്തിന്റെ പ്രത്യേകതയാണ്. ഒരു ചെറിയ പെൺകുട്ടി പെട്ടെന്ന് സ്ത്രീയായി മാറാൻ തുടങ്ങുന്ന ഈ കാലഘട്ടം ശാരീരിക പ്രശ്നങ്ങളുടെയും മാനസികസമ്മർദ്ദങ്ങളുടെയും കാലമാണ് എന്നു പറയാം.

ആർത്തവത്തെക്കുറിച്ച് ശാസ്ത്രീയമായി അറിവില്ലാത്ത പെൺകുട്ടികൾക്ക് പെട്ടെന്നൊരു ദിവസം ആർത്തവം തുടങ്ങുമ്പോൾ പരിഭ്രമം തോന്നാം. മാസംതോറും യോനിയിൽ നിന്നും രക്തം വരികയും ഇടയ്ക്കിടെ വെളുത്ത ദ്രാവകം വരികയും കാണുമ്പോൾ പെൺകുട്ടികൾക്ക് ആശങ്കയും ഉത്ക്കണ്ഠയും ഉണ്ടാവും. അമ്മയുടെ സ്നേഹപൂർണ്ണമായ പെരുമാറ്റവും ആർത്തവത്തെക്കുറിച്ചുള്ള വിശദീകരണവും ഈ കാലഘട്ടത്തിൽ പെൺകുട്ടികൾക്ക് ആവശ്യമാണ്. അതുപോലെയാണ് ആർത്തവക്രമക്കേടുകൾ. പെൺകുട്ടികൾക്ക് ആദ്യത്തെ ആർത്തവം വളരെ നേരത്തെ വന്നാലും, വരാൻ വളരെവൈകിയാലും അമ്മമാർ പരിഭ്രമിക്കുകയും അതുകണ്ട് കുട്ടികൾക്ക് ഭയമുണ്ടാവുകയും ചെയ്യും. അതുപോലെ മാസംതോറും കൃത്യമായി വരുന്ന ആർത്തവം പെട്ടെന്ന് നില്ക്കുക,

മുറ തെറ്റി വരിക, രക്തസ്രാവം വളരെ കൂടുതലോ കുറവോ ആവുക, ആർത്തവം വേദനാപൂർണ്ണമാവുക എന്നിങ്ങനെ ഒട്ടേറെ ആർത്തവപ്രശ്നങ്ങളുണ്ട്. ഇത്തരം സന്ദർഭങ്ങളിൽ പെൺകുട്ടികൾ അമ്മമാരോട് പ്രശ്നങ്ങൾ തുറന്നുപറഞ്ഞാൽ ഒരു ഗൈനക്കോളജിസ്റ്റിനെ കാണിച്ച് വിദഗ്ദ്ധാഭിപ്രായം തേടുകയും വേണമെങ്കിൽ ചികിത്സ തുടങ്ങുകയും ചെയ്യാം.

ആർത്തവകാലത്ത് മൂത്രത്തിൽ പഴുപ്പ്, മൂത്രാശയരോഗങ്ങൾ, വെള്ളപോക്ക്, യോനിയിൽ ചൊറിച്ചിൽ, കുരുക്കൾ എന്നിവയും ചിലപ്പോൾ കാണാറുണ്ട്. ഇത്തരം പ്രശ്നങ്ങൾ വീട്ടുകാരോട് തുറന്നുപറയാൻ പെൺകുട്ടികൾക്ക് സ്വാഭാവികമായും ലജ്ജതോന്നുന്നതിനാൽ അവരത് മറച്ചുപിടിക്കുകയും രോഗം കൂടുതലാവുകയും ചെയ്യും. ആർത്തവസമയത്ത് ശുചിത്വം പാലിക്കാനും സാനിട്ടറി പാഡുകൾ ഇടയ്ക്കിടെ മാറ്റാനും ധാരാളം വെള്ളം കുടിക്കാനും പെൺകുട്ടികൾക്ക് നിർദ്ദേശം നല്കേണ്ടത് അമ്മമാരുടെയും മൂത്തസഹോദരിമാരുടെയും കടമയാണ്. ഭക്ഷണക്രമക്കേടുകൾ കൊണ്ട് വിളർച്ച, ക്ഷീണം, പൊണ്ണത്തടി എന്നിവയും ഉണ്ടാവാം. ആർത്തവകാലത്ത് മുഖക്കുരു, താരൻ, മുടികൊഴിച്ചിൽ എന്നിവയും കൂടുതലായേക്കാം. അമിതവണ്ണത്തോടൊപ്പം ശരീരത്തിലും മുഖത്തും രോമവളർച്ചയുണ്ടെങ്കിൽ ഹോർമോൺ തകരാറുകളുണ്ടാവാം എന്നതിനാൽ ഡോക്ടറെ കാണിക്കേണ്ടതാണ്.

കൗമാരപ്രായത്തിൽ ഒട്ടേറെ വൈകാരികസമ്മർദ്ദവും മാനസികസംഘർഷവും പെൺകുട്ടികൾക്കു നേരിടേണ്ടിവന്നേക്കാം. സ്വന്തം വ്യക്തിത്വം സ്ഥാപിച്ചെടുക്കാനും കൂട്ടുകാരുടെ ഗ്രൂപ്പിൽ അംഗീകാരം നേടാനുമുള്ള ആഗ്രഹം, പ്രണയബന്ധങ്ങൾ, പഠനത്തിന്റെയും പരീക്ഷകളുടെയും സമ്മർദ്ദം, വൈകാരികാവസ്ഥയിൽ ഇടയ്ക്കിടെയുള്ള മാറ്റങ്ങൾ (Mood changes) സ്വന്തം ശരീരത്തെക്കുറിച്ചുള്ള ഉത്ക്കണ്ഠ (മുഖക്കുരു, സ്തനവളർച്ച, ശരീരസൗന്ദര്യം, ഉയരം, തടി എന്നിവയെക്കുറിച്ചെല്ലാമുള്ള ഉത്ക്കണ്ഠകൾ) എന്നിവയെല്ലാം തന്നെ കൗമാരപ്രായത്തിൽ ഉണ്ടാവാനിടയുള്ള പ്രശ്നങ്ങളാണ്.

'നീയൊരു പെൺകുട്ടിയാണ് ഇതു ചെയ്യരുത് അതു ചെയ്യരുത് ഇങ്ങിനെ മാത്രം പെരുമാറണം' എന്നിങ്ങനെ ഒട്ടേറെ നിർദ്ദേശങ്ങളുടെയും പെരുമാറ്റച്ചട്ടങ്ങളുടെയും നടുവിൽ വീർപ്പുമുട്ടുന്ന, സ്വാതന്ത്ര്യം ആഗ്രഹിക്കുന്ന പെൺകുട്ടികൾക്ക് മാനസിക സംഘർഷമുണ്ടാവാം. ഈ പ്രായത്തിൽ അച്ഛനമ്മമാർ തങ്ങളെ മനസ്സിലാക്കുന്നില്ലെന്ന തോന്നലും കൂട്ടുകാരോടുള്ള അധികമായ അടുപ്പവും പ്രേമവും സാധാരണമാണ്. ഒരു പെൺകുട്ടിക്ക് കൗമാരപ്രായത്തിലെ ശാരീരിക മാനസിക പ്രശ്നങ്ങൾ നേരിടാൻ അമ്മയുടെ സ്നേഹസാന്ത്വനങ്ങളും വൈകാരികപിന്തുണയും ആവശ്യമാണ്. അമ്മ ഒരു നല്ല കൂട്ടുകാരിയാണെന്ന ബോദ്ധ്യം വന്നാൽ പെൺകുട്ടികൾ ഒന്നും മറച്ചുവയ്ക്കില്ല.

യൗവനം

യുവതിയായ ഒരു സ്ത്രീയുടെ ജീവിതത്തിൽ വിവാഹം, ഗർഭധാരണം, പ്രസവം, മാതൃത്വം എന്നിങ്ങനെ സുപ്രധാനമായ പല മാറ്റങ്ങളും സംഭവിക്കുന്നു. വിവാഹശേഷം ഒരു പുതിയ കുടുംബത്തിലേക്കു കടന്നുവരുന്ന ഒരു സ്ത്രീ താൻ ജനിച്ചുവളർന്ന വീടു വിട്ട് തികച്ചും അപരിചിതമായ ഒരന്തരീക്ഷത്തിൽ എത്തിപ്പെടുകയാണു ചെയ്യുന്നത്.

അച്ഛനമ്മമാർ നിശ്ചയിക്കുന്ന വിവാഹമാണെങ്കിൽ തനിക്ക് മുൻപരിചയമില്ലാത്ത ഒരു പുരുഷനെ ജീവിതപങ്കാളിയായി സ്വീകരിക്കേണ്ടിവരുന്ന സ്ത്രീക്ക് ഭർത്താവിന്റെ കുടുംബാംഗങ്ങളോടും ഒത്തിണങ്ങി ജീവിക്കേണ്ടിവരുന്നു. തികച്ചും അന്യവും അപരിചിതവുമായ ഒരു കുടുംബവുമായി സ്വയം പൊരുത്തപ്പെടേണ്ടിവരുമ്പോൾ നവവധുവിന് ആകാംക്ഷയും ഉത്ക്കണ്ഠയും മാനസിക സംഘർഷവും അനുഭവപ്പെട്ടേക്കാം. പുതിയ ജീവിതവുമായി ഇണങ്ങിച്ചേരാൻ കാലതാമസമെടുക്കും. ഇത്തരം അവസ്ഥയിൽ സ്ത്രീക്ക് എന്തെങ്കിലും രഹസ്യരോഗമുണ്ടായാൽ അവളത് മറച്ചുപിടിക്കുന്നതിൽ അത്ഭുതമില്ലല്ലോ.

വിവാഹിതയായ സ്ത്രീക്ക് പല ലൈംഗികപ്രശ്നങ്ങളും ഉണ്ടാവാം. അവയുടെ കാരണങ്ങൾ ശാരീരികവും മാനസികവുമാവാം. ഭർത്താവുമായി ലൈംഗിക ബന്ധത്തിലേർപ്പെടുമ്പോൾ വേദനയുണ്ടാവുന്നതിന് പല കാരണങ്ങളുണ്ട്. (ലൈംഗിക ബന്ധത്തെക്കുറിച്ച് ഭയം, ആശങ്ക, അറിവില്ലായ്മ എന്നിവ മൂത്രനാളിയിൽ പഴുപ്പ്, യോനിയുടെ മുറുക്കം, യോനിയിൽ കുരു, മുറിവ്, ഉത്തേജനക്കുറവ് എന്നിങ്ങനെ പലതും.) മറ്റൊരു ലൈംഗികപ്രശ്നമാണ് യോനിയുടെ മുറുക്കം അഥവാ വജൈനിസ്മസ് (vaginismus). ലൈംഗികബന്ധത്തെക്കുറിച്ച് അജ്ഞതയോ ഭയമോ തെറ്റായ അറിവോ ഉള്ള ഒരു സ്ത്രീയുടെ മനസ്സും ശരീരവും ലൈംഗികബന്ധത്തിന് പൂർണ്ണമായി തയ്യാറാവാതിരിക്കുമ്പോൾ പുരുഷൻ വേഴ്ചയ്ക്കു തയ്യാറായാൽ യോനീസങ്കോചമുണ്ടാവുകയും ലൈംഗികബന്ധം നടത്താൻ വിഷമവും വേദനയുമുണ്ടാവുന്നു എന്നതാണ് വജൈനിസ്മസ്. മറ്റു പ്രശ്നങ്ങളായ ലൈംഗികമരവിപ്പ് (frigidity) രതിമൂർച്ചയെത്താൻ വൈകുക, രതിമൂർച്ഛയില്ലാതിരിക്കുക, ഉത്തേജനക്കുറവ് എന്നിവയ്ക്കെല്ലാം മാനസികമായ കാരണങ്ങളുണ്ടാവാം. ലൈംഗികവിരക്തി, പങ്കാളിയോട് താല്പര്യക്കുറവ്, ദാമ്പത്യബന്ധത്തിലെ പൊരുത്തക്കേട്, ലൈംഗിക ബന്ധത്തിന് മാനസികമായി തയ്യാറാവാതിരിക്കുക എന്നിവയെല്ലാം കാരണമാവാം.

ലൈംഗികബന്ധം ഇന്നും സ്വകാര്യമായി കരുതപ്പെടുന്നതുകൊണ്ട് ഭർത്താവിനോട് ഇത്തരം കാര്യങ്ങൾ തുറന്നുപറയാൻ ലജ്ജ കാരണം ഭാര്യയ്ക്ക് മടി തോന്നുകയും പ്രശ്നങ്ങൾ ഒളിച്ചുവയ്ക്കുകയും പിന്നീട് കൂടുതൽ ശാരീരികപ്രശ്നങ്ങളുണ്ടാവുകയും ചെയ്യുന്നു. ഇതുപോലെയുള്ള ആരോഗ്യപ്രശ്നങ്ങളാണ് വെള്ളപോക്ക്, ആർത്തവപ്രശ്നങ്ങൾ, ഗർഭാശയ പ്രശ്നങ്ങൾ, ഗർഭപാത്രം താഴേക്കിറങ്ങിവരിക, മൂത്രം അറി

യാതെ പോവുക, മൂത്രാശയ പ്രശ്നങ്ങൾ തുടങ്ങിയവ. ഇത്തരം കാര്യങ്ങൾ ഭാര്യ ഒരിക്കലും ഭർത്താവിൽ നിന്നും മറച്ചുപിടിക്കരുത്. നേരത്തെ ഡോക്ടറെ കാണിച്ച് ചികിത്സ തുടങ്ങേണ്ടതാണ്. രോഗാണു സംക്രമം കൊണ്ടുണ്ടാവുന്ന വെള്ളപോക്കും ലൈംഗിക രോഗങ്ങളും. ഭർത്താവിനും ഭാര്യയ്ക്കും ലൈംഗിക ബന്ധം വഴി പരസ്പരം പകരാനിടയുണ്ട് എന്നോർമ്മിക്കുക. ഭർത്താവ് എല്ലാ വിഷമങ്ങളും പ്രശ്നങ്ങളും പങ്കുവയ്ക്കുന്ന ഒരു നല്ല സുഹൃത്താവുകയാണെങ്കിൽ ഭാര്യ തന്റെ രഹസ്യ രോഗങ്ങൾ മറച്ചുപിടിക്കാൻ സാദ്ധ്യത കുറവായിരിക്കും.

മദ്ധ്യവയസ്സ്

സ്ത്രീയുടെ ജീവിതത്തിലെ മറ്റൊരു പ്രധാനകാലഘട്ടമായ മദ്ധ്യവയസ്സിലാണ് ആർത്തവവിരാമവും അതോടനുബന്ധിച്ചുള്ള ശാരീരികാസ്വാസ്ഥ്യങ്ങളും മാനസിക പ്രശ്നങ്ങളും ഉണ്ടാവുന്നത്. ആർത്തവം നില്ക്കുന്നതോടെ താൻ വൃദ്ധയാവുകയാണോ എന്ന ആകാംക്ഷയും ലൈംഗികബന്ധത്തിലുണ്ടാവുന്ന പ്രശ്നങ്ങളും സ്ത്രീക്ക് മാനസിക സംഘർഷമുണ്ടാക്കാനിടയുണ്ട്. ആർത്തവവിരാമത്തോടനുബന്ധിച്ച് ഈസ്ട്രജൻ ഹോർമോൺ കുറയുന്നതിനാൽ ശരീരത്തിൽ ചൂടു പറക്കൽ (Hot Flushes), രാത്രിയിൽ അമിതമായ വിയർപ്പ് (wight sweats) വിഷാദം, ഉറക്കക്കുറവ്, ക്ഷീണം, അസ്വസ്ഥത, വേഗം ദേഷ്യം വരിക എന്നിങ്ങനെ പല പ്രശ്നങ്ങളുമുണ്ടാവാം. തെറ്റായ ജീവിതരീതിയും വ്യായാമക്കുറവും കൊണ്ട് പൊണ്ണത്തടി, പ്രമേഹം, ഹൃദയാഘാതം, രക്താതിസമ്മർദ്ദം, ഉയർന്ന കൊളസ്റ്ററോൾ തുടങ്ങിയ ആരോഗ്യപ്രശ്നങ്ങളും ഉണ്ടാവാം. മദ്ധ്യവയസ്കരായ സ്ത്രീകൾ സ്വന്തം പ്രശ്നങ്ങളും രോഗലക്ഷണങ്ങളും ഭർത്താവിനോടോ കുടുംബാംഗങ്ങളോട് തുറന്നു പറഞ്ഞാൽ ഡോക്ടറെ കാണിച്ച് ചികിത്സ നേരത്തെ തുടങ്ങാം. രോഗങ്ങൾ തടയാനും ഗുരുതരമാവാതിരിക്കാനും ഇത് സഹായിക്കും. അസ്ഥിക്ഷയം, കാൻസർ, ഹൃദ്രോഗം മുതലായ രോഗങ്ങൾ മുൻകൂട്ടി കണ്ടുപിടിക്കാനുള്ള പരിശോധനകളും നടത്തേണ്ടതാണ്.

വാർദ്ധക്യം

വാർദ്ധക്യകാലത്ത് സ്ത്രീകൾ അനുഭവിക്കുന്ന ശാരീരികവും മാനസികവുമായ പ്രശ്നങ്ങൾ അനവധിയാണ്. ആർത്തവവിരാമവുമായി ബന്ധപ്പെട്ട പ്രശ്നങ്ങൾക്കു പുറമേ അസ്ഥിക്ഷയം, സന്ധിവാതം, അർബ്ബുദം, ഓർമ്മക്കുറവ്, മൂത്രാശയരോഗങ്ങൾ, ഗർഭപാത്രരോഗങ്ങൾ എന്നിവയും വാർദ്ധക്യത്തിലുണ്ടാവാം. ഇവയിൽ പലതും തുടക്കത്തിൽ കണ്ടുപിടിക്കാൻ വിഷമമാണ്. വളരെ മെല്ലെ ഉണ്ടാവുന്ന അസ്ഥിദ്രവീകരണം കൊണ്ട് അസ്ഥിസാന്ദ്രത കുറയുകയും അസ്ഥിക്ഷയമുണ്ടാവുകയും ചെയ്യുമ്പോൾ നിസ്സാരമായ വീഴ്ചയോ പരിക്കുകളോ കൊണ്ടു പോലും എല്ലുകൾ പൊട്ടാനിടയുണ്ട്. വിഷാദരോഗവും അൽഷിമേഴ്സ്

രോഗം പോലെ സ്മൃതിനാശമുണ്ടാക്കുന്ന അസുഖങ്ങൾക്കു പുറമേ ഭയം, ഏകാന്തത, ആത്മഹത്യാ പ്രവണത, മരണഭയം, ആകാംക്ഷ എന്നിങ്ങനെ ഒട്ടേറെ മാനസിക പ്രശ്നങ്ങളും വാർദ്ധക്യത്തിൽ കാണാറുണ്ട്. അർബ്ബുദം പോലെയുള്ള രോഗങ്ങൾ നേരത്തെ കണ്ടുപിടിച്ചാൽ ചികിത്സ കൊണ്ട് ഭേദപ്പെടുത്താൻ കഴിഞ്ഞേക്കാം. അതുകൊണ്ട് വൃദ്ധരായ സ്ത്രീകൾ തങ്ങളുടെ ആരോഗ്യപ്രശ്നങ്ങൾ കുടുംബാംഗങ്ങളിൽ മറച്ചുവയ്ക്കാതെ തുറന്നുപറയുകയും ഡോക്ടറെ കാണിച്ചു ചികിത്സ തുടങ്ങുകയും വേണം.

സ്ത്രീജന്മത്തിന്റെ വിവിധകാലഘട്ടങ്ങളിലൂടെ (കൗമാരം, യൗവ്വനം, മദ്ധ്യവയസ്സ്, വാർദ്ധക്യം) ഒരു സ്ത്രീയുടെ ജീവിതം കടന്നുപോവുമ്പോൾ അവൾക്ക് അഭിമുഖീകരിക്കേണ്ടിവരുന്ന ശാരീരികവും മാനസികവുമായ പ്രശ്നങ്ങളിൽ ചിലതാണ് വിവരിക്കാൻ ശ്രമിച്ചത്. ഇവയിൽ പലതും മടിയോ നാണക്കേടോ ലജ്ജയോ അറിവില്ലായ്മയോ കൊണ്ട് സ്ത്രീകൾ പുറത്തു പറയാതെ മൂടിവയ്ക്കുന്ന രഹസ്യരോഗങ്ങളും മാനസിക പ്രശ്നങ്ങളുമാണ്. ഭർത്താവിന്റെയും കുടുംബാംഗങ്ങളുടെയും സ്നേഹസാന്ത്വനങ്ങളും ശ്രദ്ധയും സ്ത്രീകൾ അർഹിക്കുന്നു. പ്രശ്നങ്ങളിൽ എപ്പോഴും പിന്തുണയും സ്നേഹവും നല്കിക്കൊണ്ട് കൂടെ നില്ക്കുന്ന ഭർത്താവും കുടുംബാംഗങ്ങളുമുണ്ടെങ്കിൽ സ്ത്രീകൾക്ക് സ്വന്തം പ്രശ്നങ്ങൾ മറച്ചുവയ്ക്കുകയോ മനോവിഷമം കൊണ്ട് നീറി നീറി ജീവിക്കുകയോ വേണ്ടി വരില്ല. രഹസ്യരോഗങ്ങൾ മറച്ചുവയ്ക്കാതെ ഭർത്താവിനോടോ കുടുംബാംഗങ്ങളോടോ തുറന്നു പറയാൻ സ്ത്രീകളും ശ്രദ്ധിക്കേണ്ടതാണ്. എങ്കിൽ മാത്രമേ രോഗങ്ങൾ നേരത്തെ കണ്ടുപിടിച്ച് ചികിത്സ തുടങ്ങാനാവൂ. സ്ത്രീകൾ ഏതു പ്രായത്തിലായാലും തങ്ങളുടെ ശാരീരികവും മാനസികവുമായ ആരോഗ്യം നിലനിർത്താൻ പ്രത്യേകം ശ്രദ്ധിക്കുക. സ്ത്രീ ആരോഗ്യവതിയായാൽ അവളുടെ കുടുംബവും ആരോഗ്യമുള്ളതായിരിക്കും.

3

കൗമാരപ്രായത്തിൽ പെൺകുട്ടികളുടെ ആരോഗ്യപ്രശ്നങ്ങൾ

കൗമാരപ്രായം വളർച്ചയുടെയും മാറ്റങ്ങളുടെയും കാലഘട്ടമാണ്. ഒരു കൊച്ചുപെൺകുട്ടി വളർന്ന് പക്വതയെത്തിയ ഒരു സ്ത്രീയായിത്തീരുന്നതിനിടയിലുള്ള ശാരീരികവും മാനസികവുമായ മാറ്റങ്ങൾ കൗമാരപ്രായത്തിന്റെ പ്രത്യേകതയാണ്. കൗമാരപ്രായത്തിൽ പെൺകുട്ടികൾക്ക് സാധാരണയായി ഉണ്ടാവാറുള്ള ചില ആരോഗ്യപ്രശ്നങ്ങളുണ്ട്. അവയെക്കുറിച്ച് പെൺകുട്ടികളും മാതാപിതാക്കളും മനസ്സിലാക്കേണ്ടതാണ്.

ആർത്തവ പ്രശ്നങ്ങൾ

പെൺകുട്ടികൾക്ക് പ്രായപൂർത്തിയാവുമ്പോൾ ആദ്യമായി ആർത്തവം തുടങ്ങുന്നു. പുതിയ ഭക്ഷണശീലങ്ങളും ആധുനികജീവിതശൈലിയും കൊണ്ട് ഇപ്പോൾ ആദ്യാർത്തവം (Menarchy) 8 മുതൽ 10 വയസ്സിനുള്ളിൽ വരുന്നതായി കാണപ്പെടുന്നു. അതിനുശേഷം എല്ലാ മാസവും ആർത്തവം ഉണ്ടാവേണ്ടതാണ്. പക്ഷേ, ക്രമം തെറ്റിയ ആർത്തവം, വയറുവേദനയോടുകൂടിയ ആർത്തവം, അമിതരക്തസ്രാവം എന്നീ ആരോഗ്യപ്രശ്നങ്ങൾ ചിലപ്പോൾ ഉണ്ടാവാം. ഹോർമോണുകളുടെ സന്തുലനം തെറ്റുമ്പോൾ ആർത്തവം വരാൻ വൈകുക, മാസത്തിൽ രണ്ടുതവണ ആർത്തവമുണ്ടാവുക. ആർത്തവമില്ലാതെ രണ്ടു മൂന്നു മാസങ്ങൾ കഴിഞ്ഞതിനുശേഷം പിന്നീട് ആർത്തവമുണ്ടാവുക എന്നിങ്ങനെ പല പ്രശ്നങ്ങളും ഉണ്ടാവാറുണ്ട്. ചിലപ്പോൾ ഗർഭപാത്രത്തിന്റെയോ അണ്ഡാശയങ്ങളുടെയോ യോനിയുടെയോ വൈകല്യങ്ങളും രോഗങ്ങളും കൊണ്ട് ആർത്തവക്രമക്കേടുകൾ ഉണ്ടാവാം. ഇത്തരം ആരോഗ്യപ്രശ്നങ്ങൾ ഉണ്ടായാൽ ഡോക്ടറെ കാണിച്ച് ചികിത്സ തുടങ്ങേണ്ടതാണ്.

ആർത്തവരക്തസ്രാവം കൂടുതലാണെങ്കിൽ രക്തക്കുറവ് (വിളർച്ച

അഥവാ അനീമിയ) ഉണ്ടാവാം. കൗമാരപ്രായക്കാരികൾ ഇരുമ്പിന്റെ അംശം ധാരാളമടങ്ങിയ ഭക്ഷണങ്ങളും (ഉദാ: പാവയ്ക്ക, ഇലക്കറികൾ, നെല്ലിക്ക) എല്ലാവിധ പോഷകങ്ങളുമടങ്ങിയ സന്തുലിതാഹാരവും (Balanced diet) കഴിക്കാൻ ശ്രദ്ധിക്കു. പൊണ്ണത്തടി ഉണ്ടാവാതെ നോക്കണം. ലളിതമായ വ്യായാമങ്ങൾ ചെയ്യുന്നത് നല്ലതാണ്.

ആർത്തവ സമയത്ത് ജനനേന്ദ്രിയത്തിന്റെ ശുചിത്വം പാലിക്കാൻ ശ്രദ്ധിക്കണം. സാനിട്ടറി പാഡുകൾ കൂടുതൽ നേരം വെച്ചിരിക്കാതെ ഇടയ്ക്കിടെ മാറ്റുക. രക്തത്തിൽ കുതിർന്ന സാനിട്ടറി പാഡുകൾ മാറ്റാൻ വൈകിയാൽ യോനിയിൽ ഫംഗസ് അണുബാധകൊണ്ട് ചൊറിച്ചിലും വെള്ളപോക്കും ഉണ്ടാവാനിടയുണ്ട്. ദീർഘനേരം പാഡ് വെച്ചാൽ ചിലപ്പോൾ രോഗാണുബാധകൊണ്ട് പഴുപ്പും വരാനിടയുണ്ട്.

വിളർച്ച (Anaemia)

കൗമാരപ്രായത്തിൽ ഉണ്ടാവാനിടയുള്ള ഒരു ആരോഗ്യപ്രശ്നമാണ് വിളർച്ച (രക്തക്കുറവ്). വളരുന്ന പ്രായത്തിൽ ഭക്ഷണത്തിൽ നിന്ന് ഊർജ്ജവും പോഷകാംശങ്ങളും ലഭിക്കേണ്ടതാണ്. പക്ഷേ, പുതിയ തലമുറയിലെ കുട്ടികൾ ഭക്ഷണക്കാര്യത്തിൽ അനാസ്ഥ കാണിക്കുന്നു. രാവിലെ കോളേജിലേക്ക് തിരക്കിട്ടോടുമ്പോൾ ബ്രേക്ക് ഫാസ്റ്റ് ശരിയായി കഴിക്കാൻ സമയം കിട്ടില്ല. ഉച്ചയ്ക്ക് കഴിയ്ക്കാൻ ലഞ്ച് ബോക്സിൽ കൊണ്ടുപോകുന്ന ഭക്ഷണം ശരീരാവശ്യത്തിനു വേണ്ടത്രയുണ്ടാവില്ല. ചിലപ്പോൾ കൂട്ടുകാരോടൊപ്പം കാന്റീനിൽ നിന്ന് ജങ്ക് ഫുഡുകളും ഫാസ്റ്റ് ഫുഡുകളും കഴിച്ച് വിശപ്പടക്കുന്നു. തടി കൂടുന്നു എന്നു കരുതി അത്താഴം പകുതി മാത്രം കഴിക്കുന്നു. ചോക്ലേറ്റും ഐസ്ക്രീമും വളരെ പ്രിയപ്പെട്ടതായതുകൊണ്ട് കഴിക്കാൻ മടി കാണിക്കില്ല. ഇതാണല്ലോ ഇന്നത്തെ കൗമാരപ്രായക്കാരികളുടെ ഭക്ഷണരീതി.

ശരീരത്തിനാവശ്യമായ പോഷകങ്ങളടങ്ങിയ സന്തുലിതാഹാരം (Balanced diet) കഴിക്കാതെ വരുമ്പോൾ സ്വാഭാവികമായും ക്ഷീണം, വിളർച്ച, തലചുറ്റൽ, തളർച്ച, തൂക്കക്കുറവ്, വിശപ്പില്ലായ്മ എന്നീ പ്രശ്നങ്ങളുണ്ടാവും. രക്തത്തിലെ ഹീമോഗ്ലോബിൻ കുറയുന്നതുകൊണ്ടുള്ള വിളർച്ചയ്ക്കു കാരണം ഭക്ഷണത്തിൽ ഇരുമ്പിന്റെ അംശം കുറയുന്നതാണ്. ബി കോംപ്ലെക്സ് (B complex) വിഭാഗത്തിൽപ്പെട്ട വിറ്റാമിനുകൾ ഭക്ഷണത്തിൽനിന്നും ലഭിക്കാതിരിക്കുമ്പോൾ മറ്റൊരു തരം അനീമിയ ഉണ്ടാവുന്നു. അതുപോലെ വിറ്റാമിൻ സി, ഡി, കാത്സ്യം മുതലായവ ഭക്ഷണത്തിൽനിന്ന് കിട്ടാതെ വരുമ്പോൾ പലതരം രോഗങ്ങൾ ഉണ്ടാവാനിടയുണ്ട്. അതുകൊണ്ട് കൗമാരപ്രായക്കാരികൾ പ്രോട്ടീൻ, കാർബോഹൈഡ്രേറ്റുകൾ, വിറ്റാമിനുകൾ, ധാതുക്കൾ (Minerals) കാത്സ്യം എന്നിവയെല്ലാം അടങ്ങുന്ന സന്തുലിതാഹാരം ദിവസേന കഴിക്കേണ്ടതാവശ്യമാണ്. ഇലക്കറികൾ, പച്ചക്കറികൾ, പഴങ്ങൾ, ധാന്യങ്ങൾ പയറ്റുവർഗ്ഗങ്ങൾ, പാൽ, പാലുല്പന്നങ്ങൾ എന്നിവയെല്ലാം ഭക്ഷണത്തിലുൾപ്പെടുത്തണം.

മുഖക്കുരു

കൗമാരപ്രായത്തിലുള്ള പെൺകുട്ടികളെ ഏറ്റവുമധികം വിഷമിപ്പിക്കുന്ന ഒരു പ്രശ്നമാണ് മുഖക്കുരു. മുഖക്കുരു വന്നുകഴിഞ്ഞാൽ മുഖസൗന്ദര്യം കുറയുന്നു എന്നു കരുതി അതു മാറ്റാനായി മാർക്കറ്റിൽ കിട്ടുന്ന ഏതുതരം മരുന്നുകളും ലേപനങ്ങളും പുരട്ടാൻ അവർ തയ്യാറായേക്കാം. മുഖക്കുരു നിറഞ്ഞ മുഖമുള്ള പെൺകുട്ടിക്ക് കൂട്ടുകാരുടെ ഇടയിൽ പെരുമാറുമ്പോൾ അപകർഷതാബോധവും തോന്നാം. എളുപ്പത്തിൽ ചികിത്സിച്ചു മാറ്റാനാവുന്ന ഒന്നാണ് മുഖക്കുരു എന്നും മനസ്സിലാക്കണം.

ചർമ്മത്തിന് എണ്ണമയം നല്കുന്ന ഗ്രന്ഥികളുടെ (Sebaceous glands- സെബേഷ്യസ് ഗ്രന്ഥികൾ) പ്രവർത്തനത്തിൽ വരുന്ന തകരാറും ഹോർമോണുകളുടെ വ്യത്യാസം ഭക്ഷണത്തിലെ ക്രമക്കേടുമെല്ലാം മുഖക്കുരുവിനു കാരണമാവാം. എണ്ണയും അഴുക്കും കൊണ്ട് മുഖചർമ്മത്തിലെ സുഷിരങ്ങൾ അടയുമ്പോൾ സെബേഷ്യസ് ഗ്രന്ഥികൾ ഉണ്ടാക്കുന്ന ദ്രവം അതിനുള്ളിൽത്തന്നെ കെട്ടിക്കിടക്കുന്നതുകൊണ്ടും ചിലപ്പോൾ ഹോർമോണുകളുടെ കാരണത്താൽ കൂടുതൽ ദ്രവം ഉല്പാദിപ്പിക്കപ്പെടുന്നതുകൊണ്ടും മുഖക്കുരു ഉണ്ടാവുന്നു. അതിനുപുറമെ എണ്ണയിൽ വറുത്തുപൊരിച്ച പലഹാരങ്ങൾ, മധുരപലഹാരങ്ങൾ, ചോക്ലേറ്റ് എന്നിവയുടെ അമിതമായ ഉപയോഗം കൊണ്ട് മുഖക്കുരു വർദ്ധിക്കാം. ആർത്തവത്തിനു തൊട്ടുമുമ്പുള്ള ദിവസങ്ങളിലും ആർത്തവശേഷവും ഹോർമോൺ വ്യതിയാനങ്ങളുടെ കാരണത്താൽ മുഖക്കുരു ഉണ്ടാവാം.

മുഖചർമ്മം വൃത്തിയായി സൂക്ഷിച്ചാൽ മുഖക്കുരു ഉണ്ടാകുന്നത് കുറെയൊക്കെ തടയാൻ കഴിയും. ദിവസം രണ്ടു പ്രാവശ്യമെങ്കിലും ഫേസ് വാഷോ മൃദുവായ ഗ്ലിസറിൻ സോപ്പോ ഉപയോഗിച്ച് മുഖം വൃത്തിയായി കഴുകണം. കോളേജിൽ നിന്നുവന്നശേഷവും ഉറങ്ങുന്നതിനു മുമ്പും മുഖം കഴുകാൻ മറക്കാതിരിക്കുക. സന്തുലിതാഹാരം കഴിക്കണം. ധാരാളം വെള്ളം കുടിക്കുക. മധുരപലഹാരങ്ങൾ, എണ്ണപലഹാരങ്ങൾ, നെയ്യ്, വെണ്ണ, ചോക്ലേറ്റ് എന്നിവയുടെ ഉപയോഗം കുറയ്ക്കണം. മുഖത്ത് അനാവശ്യമായി ക്രീമുകളും സൗന്ദര്യവർദ്ധകവസ്തുക്കളും പുരട്ടാതിരിക്കുക. മുടിയിൽ എണ്ണമയം കൂടിയാൽ മുടിയിൽ താരനും മുഖത്ത് മുഖക്കുരുവും വരാനിടയുണ്ട്. ആഴ്ചയിലൊരിക്കൽ മുടി ഷാമ്പു കൊണ്ട് കഴുകിവൃത്തിയാക്കണം. മുഖക്കുരു ഉണ്ടായാൽ വിരൽകൊണ്ട് ഇടയ്ക്കിടെ തൊടാനോ ഞെക്കാനോ കുത്തിപ്പൊട്ടിക്കാനോ പാടില്ല. അങ്ങിനെ ചെയ്താൽ പഴുപ്പുവരും. ചർമ്മരോഗവിദഗ്ദ്ധനായ ഡോക്ടറെ കാണിച്ച് ചികിത്സ തുടങ്ങുന്നതാണു നല്ലത്.

മുടികൊഴിച്ചിൽ

കേശസംരക്ഷണത്തിൽ ശ്രദ്ധിക്കാതിരുന്നാൽ മുടി കൊഴിച്ചിൽ ഉണ്ടാവും. അതിനു പുറമേ പോഷകാഹാരക്കുറവ്, തലയോട്ടിയിലെ ചർമ്മരോഗങ്ങളും താരനും (Dandruff), ഹോർമോൺ തകരാറുകൾ,

ചില രോഗങ്ങൾ, മാനസിക സംഘർഷം എന്നിവ കൊണ്ടും മുടി കൂടുതലായി കൊഴിയാറുണ്ട്. മുടികൊഴിച്ചിൽ കൊണ്ട് പെൺകുട്ടിയുടെ മനസ്സിന് വിഷമം കൂടാനുമിടയുണ്ട്.

ആഴ്ചയിലൊന്നോ രണ്ടോ തവണ മുടിയിൽ എണ്ണ തേയ്ക്കുന്നതിൽ തെറ്റില്ല. പക്ഷേ, കൂടുതൽ എണ്ണമയമുണ്ടായാൽ തല വിയർക്കുമ്പോൾ അഴുക്കും രോഗാണുക്കളും മുടിയിൽ അടിഞ്ഞുകൂടി മുടി കൊഴിയാനും ചർമ്മരോഗങ്ങൾ വരാനും സാദ്ധ്യതയുണ്ട്. അതുകൊണ്ട് കൃത്യമായി ഷാമ്പൂ ചെയ്ത് മുടി വൃത്തിയാക്കണം. മുടി പലതരത്തിലുണ്ട്. (വരണ്ട മുടി, സാധാരണ മുടി, എണ്ണമയമുള്ള മുടി എന്നിവ.) നിങ്ങളുടെ മുടിയുടെ സ്വഭാവത്തിന് അനുയോജ്യമായ വീര്യം കുറഞ്ഞ ഷാമ്പൂ ആഴ്ചയിലൊരിക്കൽ മാത്രം ഉപയോഗിക്കുക. ഷാമ്പൂ നന്നായി കഴുകിക്കളയണം. കണ്ടീഷണർ ഉപയോഗിക്കുന്നുണ്ടെങ്കിൽ അത് മുടിയിൽ മാത്രം പുരട്ടുക. കൂടുതൽ പ്രാവശ്യം ഷാമ്പൂ ചെയ്യുന്നതും ശക്തികൂടിയ ഷാമ്പൂ ഉപയോഗിക്കുന്നതും മുടികൊഴിയാനിടയാക്കും. മുടി ചീകുന്നതും ചുരുട്ടുന്നതും (റോളേഴ്സ് ഉപയോഗിച്ച്) മറ്റും, നനഞ്ഞ മുടിയാണെങ്കിൽ ചെയ്യരുത്. മുടി ചീകുകയോ കെട്ടുകയോ ചെയ്യാം. മുടി ചീകുന്ന ബ്രഷും ചീപ്പും ഇടയ്ക്കിടെ കഴുകി വൃത്തിയാക്കി ഉണക്കണം. മറ്റുള്ളവരുടെ ചീപ്പും ബ്രഷും ഉപയോഗിക്കുന്നത് ശരിയല്ല. ചർമ്മരോഗങ്ങൾ പകരാനിടയുണ്ട്. മുടികൊഴിച്ചിൽ കൂടുകയാണെങ്കിൽ ചർമ്മരോഗവിദഗ്ദ്ധരെ കാണിക്കേണ്ടതാണ്.

മാനസിക പ്രശ്നങ്ങൾ

പെൺകുട്ടികൾ ഏറ്റവുമധികം മാനസിക സംഘർഷം അനുഭവിക്കുന്നത് കൗമാരപ്രായത്തിലാണ്. മുഖസൗന്ദര്യം, ശരീരത്തിന്റെ വണ്ണം, മുടി എന്നിവയെക്കുറിച്ചെല്ലാം വേവലാതിപ്പെടുന്നത് സ്വാഭാവികമാണ്. കൂട്ടുകാരുടെ ഗ്രൂപ്പിൽ ഇടം നേടാനും സ്വന്തമായ വ്യക്തിത്വം നിലനിർത്താനുമുള്ള ശ്രമം, സ്വാതന്ത്ര്യത്തോടുള്ള താല്പര്യം, അച്ഛനമ്മമാരുടെ ഉപദേശം ശ്രദ്ധിക്കാതിരിക്കുക. അനാവശ്യമായ കോപം, ഉത്കണ്ഠ, അപകർഷതാബോധം എന്നിങ്ങനെ ഒട്ടേറെ മാനസികമായ മാറ്റങ്ങൾ ഈ പ്രായത്തിൽ കാണാറുണ്ട്. കൗമാരപ്രണയങ്ങളും പ്രണയത്തകർച്ചകളും പഠനകാര്യത്തിലുള്ള പ്രശ്നങ്ങളും ആരോഗ്യപ്രശ്നങ്ങളുമെല്ലാം കൗമാരപ്രായത്തിന്റെ പ്രത്യേകതകളാണ്. എടുത്തുചാട്ടവും അനുസരണക്കേടും ദേഷ്യവും വിവരമില്ലായ്മയുമെല്ലാം ഈ കാലഘട്ടത്തിന്റെ പ്രത്യേകതയാണെന്നു മനസ്സിലാക്കി അച്ഛനമ്മമാർ ക്ഷമയോടെ കുട്ടികൾക്ക് ആവശ്യമായ പിന്തുണയും നിർദ്ദേശവും നല്കണം. അച്ഛനമ്മമാരുടെ സ്നേഹസാന്ത്വനങ്ങളും ഉപദേശങ്ങളും കൗമാരപ്രായത്തിൽ കുട്ടികൾക്ക് ലഭിക്കേണ്ടതാണ്.

4

വിവാഹത്തിനുമുമ്പു നടത്തുന്ന കൗൺസലിങ്
(Pre marital counselling)

വിവാഹം നമ്മുടെ ജീവിതത്തിലെ സുപ്രധാനമായ ഒരു നാഴിക കല്ലാണ്. ജീവിതകാലം മുഴുവൻ ഒരുമിച്ചു ജീവിക്കേണ്ട പങ്കാളിയെ തെരഞ്ഞെടുക്കുമ്പോൾ വളരെയധികം ശ്രദ്ധിക്കേണ്ടതുണ്ട്. പൊതുവെ ഭാരതത്തിൽ ജാതകം, മതം, ജാതി, കുടുംബപശ്ചാത്തലം സാമ്പത്തിക സ്ഥിതി, കുടുംബത്തിന്റെ സൽപ്പേര്, വധൂവരന്മാരുടെ തൊഴിലും വിദ്യാഭ്യാസവും വ്യക്തിത്വവും എന്നിങ്ങനെ വ്യത്യസ്തഘടകങ്ങൾ പരിഗണിച്ചു നോക്കിയിട്ടാണല്ലോ വിവാഹബന്ധങ്ങൾ തീരുമാനിക്കുന്നതും ഉറപ്പിക്കുന്നതും. പക്ഷേ ആരോഗ്യകരമായ ഒരു ദാമ്പത്യജീവിതം ഉണ്ടാവണമെങ്കിൽ മേല്പറഞ്ഞ ഘടകങ്ങളുടെ പൊരുത്തം മാത്രംപോരാ. വധൂവരന്മാരുടെ മാനസികവും ശാരീരികവുമായ പൊരുത്തമാണ് ഏറ്റവും പ്രധാനം. അതുകൊണ്ടാണ് വിവാഹത്തിനു മുമ്പ് മാനസികമായി തയ്യാറെടുപ്പിനായുള്ള കൗൺസലിങ്ങും ശാരീരിക പ്രശ്നങ്ങളൊന്നുമില്ല എന്നുറപ്പു വരുത്താനുള്ള വിവാഹപൂർവ്വവൈദ്യപരിശോധനകളും (Pre marital medical checkups) ഇന്നത്തെ കാലത്ത് കൂടുതൽ പ്രസക്തി നേടിയത്. ഇവ രണ്ടും, വിവാഹമോചനനിരക്ക് വർദ്ധിച്ചുവരുന്ന ഇക്കാലത്ത് വളരെ പ്രാധാന്യമർഹിക്കുന്നു.

എന്താണ് വിവാഹപൂർവ്വ കൗൺസലിങ്?

വിവാഹം ജീവിതത്തിലെ ഏറ്റവും പ്രധാനമായ ഒരു തീരുമാനമായതുകൊണ്ട്, നമ്മുടെ കുട്ടികളെ വിവാഹത്തിനുവേണ്ടി മാനസികമായി തയ്യാറാക്കേണ്ടതാവശ്യമാണ്. വിവാഹം തീരുമാനിച്ചുകഴിഞ്ഞാൽ യുവതീയുവാക്കളുടെ മനസ്സിൽ സന്തോഷവും ഉത്സാഹവും ഉണ്ടാവുന്നതിനൊപ്പം ആശങ്കയും ഉത്ക്കണ്ഠയും പേടിയും തോന്നുന്നത് സ്വാഭാവികമാണ്.

- ഞാൻ വിവാഹത്തിനു തയ്യാറാണോ?
- പങ്കാളിയെ തെരഞ്ഞെടുക്കുന്നതെങ്ങനെ?
- ഞാനോ അച്ഛനമ്മമാരോ തെരഞ്ഞെടുക്കുന്ന പങ്കാളി എനിക്കു യോജിച്ചതായിരിക്കുമോ?
- ഈ വിവാഹബന്ധം എത്രത്തോളം വിജയിക്കും?
- ഞാൻ എന്റെ കാമുകിയെ/ കാമുകനെ വിവാഹം കഴിക്കുന്നതിൽ തെറ്റുണ്ടോ?
- എനിക്ക് താല്പര്യമില്ലാത്ത ഒരു വ്യക്തിയെ വിവാഹം കഴിക്കുന്നതു ശരിയാണോ?
- ഞങ്ങളുടെ ദാമ്പത്യ ബന്ധം നീണ്ടുനില്ക്കുമോ?
- പ്രേമവിവാഹമാണോ, അച്ഛനമ്മമാർ നിശ്ചയിച്ചുറപ്പിക്കുന്ന വിവാഹമാണോ മികച്ചത്?
- അന്യമതത്തിലോ അന്യജാതിയിലോ ഉള്ള വ്യക്തിയെ വിവാഹം കഴിച്ചാൽ പ്രശ്നങ്ങളുണ്ടാകുമോ?
- എന്റെ പ്രേമബന്ധങ്ങളെക്കുറിച്ച് പങ്കാളിയോട് പറയുന്നതിൽ തെറ്റുണ്ടോ?
- എന്റെ ആദ്യവിവാഹം ഒരു പരാജയമായിരുന്നുവെന്നും അത് വിവാഹമോചനത്തിൽ എത്തിച്ചേർന്നു എന്നുമുള്ള സത്യം പങ്കാളിയോട് പറയുന്നത് ശരിയാണോ?
- ഞാൻ ഇത്ര വേഗം വിവാഹം കഴിക്കണമായിരുന്നോ?

അതോ എന്റെ ജോലി സ്ഥിരമാകുന്നതുവരെയോ എനിക്ക് ഇഷ്ടപ്പെട്ട പങ്കാളിയെ കിട്ടുന്നതുവരെയോ കാത്തു നില്ക്കണമായിരുന്നോ?

എന്നിങ്ങനെ ഒട്ടേറെ സംശയങ്ങൾ യുവതലമുറയ്ക്കുണ്ടാവാം. ഇത്തരം കാര്യങ്ങൾ അച്ഛനമ്മമാരുമായി തുറന്നു ചർച്ച ചെയ്യുന്ന കുട്ടികൾ കുറവായിരിക്കും. ലജ്ജയോ മടിയോ കാരണം മനസ്സിലെ ആശങ്കകളും സംശയങ്ങളും മൂടിവെച്ചാൽ പിന്നീട് വിവാഹത്തിനുശേഷം പ്രശ്നങ്ങളുണ്ടായേക്കാം അതുകൊണ്ട് മനശ്ശാസ്ത്രജ്ഞനായ ഒരു ഡോക്ടറുമായി ചർച്ച ചെയ്യുന്നതായിരിക്കും നല്ലത്.

വധൂവരന്മാർക്ക് ലൈംഗികവിദ്യാഭ്യാസം ലഭിക്കേണ്ടത് വളരെ ആവശ്യമാണ്. ആദ്യരാത്രിയെക്കുറിച്ചും ലൈംഗിക ബന്ധത്തെക്കുറിച്ചുമുള്ള അജ്ഞതയും തെറ്റായ ധാരണകളും സംശയങ്ങളും ദാമ്പത്യബന്ധത്തിൽ പ്രശ്നങ്ങളുണ്ടാക്കാനിടയുണ്ട്. സ്ത്രീപുരുഷന്മാരുടെ ജനനേന്ദ്രിയവ്യവസ്ഥയുടെ ഘടനയും വ്യത്യാസങ്ങളും ലൈംഗികബന്ധം, കുടുംബാസൂത്രണം, ഗർഭധാരണം, പ്രസവം, മുലയൂട്ടൽ, ഗർഭനിരോധനമാർഗ്ഗങ്ങൾ എന്നിങ്ങനെ അനവധി കാര്യങ്ങൾ നവവധൂവരന്മാർ അറിഞ്ഞിരിക്കേണ്ടതാണ്. അച്ഛനമ്മമാർക്ക് ഇത്തരം കാര്യങ്ങൾ കുട്ടികളുമായി ചർച്ച ചെയ്യുന്നതിൽ സ്വാഭാവികമായും പ്രയാസവും ലജ്ജയും തോന്നാനിടയുണ്ട്. ഈ കാര്യങ്ങളുടെ ശാസ്ത്രീയവശങ്ങൾ പറഞ്ഞു മനസ്സിലാക്കാൻ മനശ്ശാസ്ത്രജ്ഞനായ ഡോക്ടറെ സമീപിക്കുന്നതാണ്

ഉത്തമം. ഇപ്രകാരം വിവാഹത്തിനു മുമ്പ് യുവതീയുവാക്കൾക്ക് ഡോക്ടർ ഉപദേശവും നിർദ്ദേശങ്ങളും നല്കുകയും ദാമ്പത്യബന്ധത്തിന്റെ ശാസ്ത്രീയ വശങ്ങൾ പറഞ്ഞുകൊടുക്കുകയും അവരുടെ പ്രശ്നങ്ങളും സംശയങ്ങളും കേട്ട് പരിഹാരം നിർദ്ദേശിക്കുകയും ചെയ്യുന്നതിനാണ് വിവാഹപൂർവ്വ കൗൺസലിങ് എന്നു പറയുന്നത്.

വിവാഹം പവിത്രമായ ഒരു ബന്ധമാണെന്നും ദാമ്പത്യജീവിതം നിസ്സാരമായിത്തള്ളാതെ ഉത്തരവാദിത്വബോധത്തോടെ കൈകാര്യം ചെയ്യേണ്ടതാണെന്നും വിവാഹത്തിലേക്കു കാലുകുത്തുന്നതിനുമുമ്പ് യുവതീയുവാക്കൾ മനസ്സിലാക്കിയിരിക്കണം. പങ്കാളിയോട് സ്നേഹവും വിശ്വാസവും ബഹുമാനവും ശ്രദ്ധയും പരിഗണനയും നല്കിക്കൊണ്ട് പെരുമാറണമെന്ന് അവർ മനസ്സിലാക്കേണ്ടതാണ്. ദാമ്പത്യബന്ധത്തിൽ പ്രശ്നങ്ങളുണ്ടാക്കാനിടയുള്ള ചില കാര്യങ്ങളാണ് വ്യത്യസ്തമതമാണെങ്കിൽ മതപരമായ ആചാരരീതികളിലും അനുഷ്ഠാനങ്ങളിലുമുള്ള വ്യത്യാസം, സാമ്പത്തികനിലയിലെ വ്യത്യാസം, മാറ്റാനാവാത്ത ചില ശീലങ്ങൾ, അച്ഛനമ്മമാരും മറ്റു ബന്ധുക്കളുമടങ്ങിയ കൂട്ടുകുടുംബത്തിൽ പൊരുത്തപ്പെട്ടുപോകാനുള്ള പ്രയാസം, ജോലിയെക്കുറിച്ചോ ജീവിതരീതിയെക്കുറിച്ചോ ഉള്ള വീക്ഷണഗതി, രോഗങ്ങൾ (ശാരീരികവും മാനസികവും), ഭ്രാന്തിന്റെ കുടുംബപാരമ്പര്യം തുടങ്ങിയവ. ഇത്തരം പ്രശ്നങ്ങൾ തുറന്നുചർച്ച ചെയ്യാനും പരിഹാരം നിർദ്ദേശിക്കാനും കൗൺസലിങ് സഹായിക്കുന്നു.

പ്രേമവിവാഹത്തിൽ നിന്നു വ്യത്യസ്തമായി, അച്ഛനമ്മമാർ നിശ്ചയിച്ചുറപ്പിക്കുന്ന വിവാഹബന്ധത്തിൽ വധൂവരന്മാർക്ക് പരസ്പരം മനസ്സിലാക്കുവാനുള്ള അവസരം കിട്ടുന്നത് കുറവായിരിക്കും. അപൂർവ്വം ചില പ്രേമവിവാഹങ്ങളിലും ഇതുപോലെ സംഭവിക്കാറുണ്ട്. വിവാഹത്തിനുമുമ്പ് ഒന്നോ രണ്ടോ പ്രാവശ്യം കണ്ടുമുട്ടുമ്പോൾ യുവതീ യുവാക്കൾ തങ്ങളുടെ ദൗർബ്ബല്യങ്ങളും തെറ്റായ ശീലങ്ങളും മറ്റും മറച്ചുപിടിച്ച് നല്ല രീതിയിൽ പെരുമാറുന്നുണ്ടാവാം. പക്ഷേ, പിന്നീട് വിവാഹശേഷം യാഥാർത്ഥ്യം മനസ്സിലാവുന്നത് ദുഃഖത്തിനും നിരാശയ്ക്കും വഴക്കിനുമിടയാക്കാം. സ്വപ്നത്തിലെ രാജകുമാരനെയോ രാജകുമാരിയെയോ കിട്ടിയെന്നു കരുതി പ്രതീക്ഷകളോടെ ദാമ്പത്യബന്ധത്തിലേക്കു പ്രവേശിക്കുന്ന നവവധൂവരന്മാരിൽ ചിലർക്ക് പിന്നീട് പൊരുത്തക്കേടുകളും സ്വരച്ചേർച്ചയില്ലായ്മയും വിഷാദരോഗത്തിനിടയാക്കുകയോ വിവാഹമോചനത്തിലെത്തിക്കുകയോ ചെയ്യാം. ചിലർ പൂർവ്വകാല പ്രണയബന്ധങ്ങളെ മറക്കാൻ വിസമ്മതിക്കുകയോ അവയെപ്പറ്റി പങ്കാളിയോട് തുറന്നുപറയുകയോ ചെയ്യുന്നത് ദാമ്പത്യജീവിതത്തിൽ പ്രശ്നങ്ങളുണ്ടാക്കാം. വിവാഹപൂർവ്വപ്രേമബന്ധങ്ങളെക്കുറിച്ച് പങ്കാളിയോട് തുറന്നുപറയണോ എന്നും എത്രത്തോളം തുറന്നുപറയണം എന്നുമുള്ള കാര്യങ്ങൾ കൗൺസലിങ് വഴി നിർദ്ദേശിക്കാൻ കഴിയും. വിവാഹത്തിനു മുമ്പ് വധൂവരന്മാർ പരസ്പരം മനസ്സുതുറന്നു സംസാരിക്കുകയും അഭി

പ്രായങ്ങളും വീക്ഷണഗതികളും പങ്കുവയ്ക്കുകയും തമ്മിലറിയാൻ ശ്രമിക്കുകയും ചെയ്യേണ്ടതാണ്. സ്വന്തം വീക്ഷണങ്ങളും അഭിപ്രായങ്ങളും വ്യക്തമായി തുറന്നുപറയാനും ഭാവിജീവിതത്തെക്കുറിച്ച് ചർച്ച ചെയ്യാനുമുള്ള ധൈര്യവും തന്റേടവും വധൂവരന്മാർക്കു നല്കാൻ കൗൺസലിങ് സഹായിക്കും.

വിവാഹപൂർവ്വ കൗൺസലിങ്ങിന്റെ ലക്ഷ്യങ്ങൾ

1. തങ്ങളുടെ ബന്ധത്തിന്റെ ശക്തിയും ദൗർബ്ബല്യങ്ങളും മനസ്സിലാക്കാൻ വധൂവരന്മാരെ സഹായിക്കുന്നു.
2. പങ്കാളിയുടെ ദുഃഖവും വിഷമങ്ങളും സഹതാപത്തോടെ മനസ്സിലാക്കാനും പങ്കുവയ്ക്കാനും സഹായിക്കുന്നു.

ദാമ്പത്യജീവിതത്തിൽ അപ്രതീക്ഷിതമായി ഒട്ടേറെ പ്രശ്നങ്ങൾ കടന്നുവരാം. നവവധൂവരന്മാരെ അലട്ടുന്ന ഉത്ക്കണ്ഠയും ആശങ്കയും പല കാരണങ്ങൾ കൊണ്ടാവാം.

- തന്റെ വ്യക്തിസ്വാതന്ത്ര്യം നഷ്ടപ്പെടുമോ എന്ന ഭയം.
- വ്യത്യസ്ത കുടുംബപശ്ചാത്തലമാണെങ്കിൽ പൊരുത്തപ്പെട്ടു പോകാൻ കഴിയുമോ എന്ന ഭയം.
- അഭിപ്രായവ്യത്യാസങ്ങളും വഴക്കുമില്ലാതെ ദീർഘകാലം ഒത്തു പോകാനാവുമോ എന്ന ഭയം.
- തന്റെ സ്വകാര്യത മറ്റൊരു വ്യക്തിയുമായി (പ്രേമവിവാഹമാണെങ്കിൽപ്പോലും) പങ്കിടാൻ വിഷമം.
- താല്പര്യങ്ങളും മുൻഗണനകളും കൊണ്ട് ഉണ്ടാവാനിടയുള്ള വഴക്കുകളെക്കുറിച്ചുള്ള ഭയം. (ഉദാ: ജോലിയുടെ ഭാഗമായി ദൂരയാത്ര ചെയ്യേണ്ടി വരുന്ന ഭാര്യയോട് ജോലി രാജിവെച്ചു വീട്ടിലിരിക്കാൻ പറയുന്ന ഭർത്താവും തന്റെ ജോലിയും പ്രമോഷനും വേണ്ടെന്നു വെക്കാൻ തയ്യാറില്ലാത്ത ഭാര്യയും തമ്മിൽ വഴക്കുണ്ടാവാം. കലാകാരിയായ ഭാര്യയുടെ കലയുമായി ബന്ധപ്പെട്ട താല്പര്യങ്ങളുമായി യോജിച്ചു പോവാനും ഒത്തുതീർപ്പുകൾ സ്വീകരിക്കാനും ഭർത്താവ് തയ്യാറില്ലെങ്കിൽ കലഹമുണ്ടാവാം.)
- സാമ്പത്തിക പ്രശ്നങ്ങളെക്കുറിച്ചുള്ള ഭയം.
  ജോലി ചെയ്യുന്ന ഭാര്യാഭർത്താക്കന്മാരാണെങ്കിൽ കുടുംബത്തിന്റെ സാമ്പത്തിക ഭദ്രതയെക്കുറിച്ചും അവരവരുടെ അച്ഛനമ്മമാർക്കു നല്കാനാഗ്രഹിക്കുന്ന സാമ്പത്തിക സഹായത്തെക്കുറിച്ചുമെല്ലാം വ്യക്തമായ ധാരണയില്ലെങ്കിൽ പിന്നീട് പ്രശ്നമുണ്ടാവും.
- ലൈംഗികപ്രശ്നങ്ങൾ
  ലൈംഗികബന്ധത്തെക്കുറിച്ചുള്ള അറിവില്ലായ്മയും ഭയവും തെറ്റായ ധാരണയും. ലൈംഗികശേഷിക്കുറവ്, സമലൈംഗികബന്ധത്തിനോട് താല്പര്യം തുടങ്ങിയ പ്രശ്നങ്ങൾ ദാമ്പത്യജീവിത

ത്തിൽ വഴക്കുണ്ടാക്കാനിടയുണ്ട്.

- ജീവിതത്തിന്റെ ബാദ്ധ്യതകൾ (ഗർഭധാരണം, പ്രസവം, കുട്ടികളെ വളർത്തൽ, അവരുടെ വിദ്യാഭ്യാസം തുടങ്ങിയവ) ഏറ്റെടുത്തു നടത്താൻ കഴിയുമോ എന്ന ഭയം.

ഇത്തരം ആശങ്കകളും പ്രശ്നങ്ങളും ചർച്ച ചെയ്യാനും, വധൂവരന്മാർക്കാവശ്യമായ ഉപദേശവും നിർദ്ദേശങ്ങളും നല്കാനും കൗൺസലിങ് സഹായിക്കും. ജീവിതം പോലെത്തന്നെ ദാമ്പത്യബന്ധവും പ്രവചിക്കാനാവാത്തതാണ്. എങ്കിലും പരസ്പരസ്നേഹവും വിശ്വാസവുമാണ് വിജയകരമായ ദാമ്പത്യജീവിതത്തിന്റെ അടിത്തറയെന്ന് യുവതീയുവാക്കൾക്ക് പറഞ്ഞ് മനസ്സിലാക്കാൻ കൗൺസലിങ് ഉപകാരപ്രദമാണ്. ഒരു പരിധിവരെ വിവാഹമോചനം തടയാനും കൗൺസലിങ്ങിനു കഴിയും.

5

വിവാഹത്തിനു മുമ്പ് ആരോഗ്യപരിശോധനകൾ

മനുഷ്യജീവിതത്തിലെ മംഗളകരവും സുപ്രധാനവുമായ ഒരു സംഭവമാണല്ലോ വിവാഹം. മകളോ മകനോ വിവാഹപ്രായമെത്തിയാൽ അച്ഛനമ്മമാർ കല്യാണാലോചനകൾ തുടങ്ങുകയായി. വരന്റെയും വധുവിന്റെയും കുടുംബപരിതഃസ്ഥിതി, മതം, ജോലി, സ്വഭാവം, വ്യക്തിത്വം, സാമ്പത്തികനില, രണ്ടു കുടുംബങ്ങളും തമ്മിലുള്ള ചേർച്ച എന്നിങ്ങനെ ഒട്ടേറെ വസ്തുതകളും ചിലപ്പോൾ ജാതകപ്പൊരുത്തവും കണക്കിലെടുത്തുകൊണ്ടാണ് നാം വിവാഹബന്ധങ്ങൾ ഉറപ്പിക്കുന്നത്. പക്ഷേ, വധൂവരന്മാരുടെ മാനസികവും ശാരീരികവുമായ ആരോഗ്യപ്പൊരുത്തം കൂടി നോക്കേണ്ടത് വളരെ ആവശ്യമാണ്.

ഇന്നത്തെ കാലത്ത് കല്യാണം കഴിക്കാതെ യുവതീയുവാക്കൾ ഒന്നിച്ചുതാമസിക്കുക (Live-in-relationship), വിവാഹത്തിനു മുമ്പുള്ള ലൈംഗികബന്ധം (Premarital sex), മദ്യപാനവും പുകവലിയും ലഹരി പദാർത്ഥസേവനവും പോലുള്ള ദുശ്ശീലങ്ങൾ എന്നിവ ആധുനിക ജീവിതശൈലിയുടെ ഒരു ഭാഗമായിത്തീർന്നിരിക്കുകയാണല്ലോ. ഇത്തരം ജീവിതശൈലികൊണ്ട് വിവിധ രോഗങ്ങൾ ഉണ്ടാവുകയും (എയ്ഡ്സ്, ലൈംഗികരോഗങ്ങൾ തുടങ്ങിയവ) അവ ഭാവിജീവിത പങ്കാളിയിൽനിന്നു മറച്ചുപിടിക്കുകയും ചെയ്താൽ പിന്നീട് ദാമ്പത്യജീവിതത്തിൽ പ്രശ്നങ്ങളുണ്ടാവാം. ഹൃദ്രോഗവും എയ്ഡ്സ് പോലുള്ള രോഗങ്ങളും മരണത്തിനിടയാക്കാം. ചിലതരം ജനിതകരോഗങ്ങളും കുടുംബപാരമ്പര്യമായി ലഭിക്കുന്ന രോഗങ്ങളും കുട്ടികളിലും ഉണ്ടാവാനിടയുണ്ട്. അതുകൊണ്ട് വിവാഹത്തിനു തയ്യാറെടുക്കുന്നതിനുമുമ്പ് വധൂവരന്മാരുടെ ആരോഗ്യപരിശോധന നടത്തുന്നത് നന്നായിരിക്കും.

എന്താണ് വിവാഹത്തിനു മുമ്പുള്ള ആരോഗ്യപരിശോധന (Premarital screening)

ജനിതകമായി ലഭിക്കുന്ന രോഗങ്ങൾ (Genetic diseases) കുടുംബത്തിൽ നിന്നു പാരമ്പര്യമായി ലഭിക്കുന്ന രോഗങ്ങൾ (Hereditary diseases), പങ്കാളിയിലേക്ക് പകരാനിടയുള്ള ലൈംഗികരോഗങ്ങൾ (STD, AIDS തുടങ്ങിയവ), രക്തഗ്രൂപ്പുകളുടെ പൊരുത്തക്കേട് (Rh incompatibility), പ്രമേഹം, വൃക്കയുടെ രോഗങ്ങൾ, വന്ധ്യത (Infertility), ലൈംഗികശേഷിക്കുറവ് (Impotence), മന്ദബുദ്ധി (Mental Retardation), അപസ്മാരം (Epilepsy), മാനസികരോഗങ്ങൾ എന്നിങ്ങനെ ഒട്ടേറെ രോഗങ്ങളും പ്രശ്നങ്ങളും ഭാവിയിൽ ദാമ്പത്യജീവിതത്തിനെ ബാധിക്കാനും ഒരുപക്ഷേ, വിവാഹമോചനം വരെയെത്താനുമിടയുണ്ട്. വരനോ വധുവിനോ ഇത്തരം രോഗങ്ങളുണ്ടോ എന്നു മുൻകൂട്ടി കണ്ടുപിടിക്കാനാണ് ആരോഗ്യപരിശോധന നടത്തുന്നത്. ഇതിനെപ്പറ്റി വിഷമിക്കേണ്ട കാര്യമില്ല. ഇൻഷുറൻസിൽ ചേരുന്നതിനുമുമ്പും വിദേശയാത്രയ്ക്കു മുമ്പും ചില ജോലികളിൽ ചേരുന്നതിനുമുമ്പും പൊലീസിലോ സൈന്യത്തിലോ ചേരുന്നതിനുമുമ്പും മെഡിക്കൽ ചെക്കപ്പ് നടത്തുന്നത് സാധാരണയാണല്ലോ. അതുപോലെ വിജയകരമായ ദാമ്പത്യബന്ധം നിലനില്ക്കാൻ വിവാഹപൂർവ്വമായ ആരോഗ്യപരിശോധന ഉപകാരപ്രദമാണ്.

എപ്പോഴാണ് പരിശോധന നടത്തേണ്ടത്?

പ്രായപൂർത്തിയെത്തിയ സ്ത്രീപുരുഷന്മാർക്ക് ഏതുസമയത്തും ആരോഗ്യപരിശോധനകൾ നടത്താവുന്നതാണ്. കല്യാണത്തിന് 6 മാസം മുൻപ് നടത്തുന്നതാണു നല്ലത്. പരിശോധനയിൽ എന്തെങ്കിലും ആരോഗ്യപ്രശ്നമോ രോഗമോ കണ്ടുപിടിക്കപ്പെട്ടാൽ അവയിൽ നിസ്സാരമായവ ശസ്ത്രക്രിയയോ മരുന്നോ മനശ്ശാസ്ത്രപരമായ കൗൺസലിങ്ങോ കൊണ്ട് ഭേദമാക്കാവുന്നവയാണ്. (ഉദാ: ലൈംഗികശേഷിക്കുറവ്, ഹെർണിയ, അടഞ്ഞുനില്ക്കുന്ന കന്യാചർമ്മം (Imperforate Hymen) തുടങ്ങിയവ ഗൗരവമേറിയ പ്രശ്നങ്ങളാണെങ്കിൽ ആ വിവാഹം വേണ്ടെന്നു വയ്ക്കുകയും ചെയ്യാം.

പരിശോധനകൾ

പൊതുവെ, താഴെപ്പറയുന്ന പരിശോധനകളാണു നടത്തുന്നത്.

പുരുഷന്മാർക്ക്

പൂർണ്ണമായ രക്തപരിശോധന (Complete Haemogram), രക്തഗ്രൂപ്പുകളും ആർ എച്ച് ഘടകവും (Blood grouping & Rh Typing), രക്തത്തിലെ പഞ്ചസാര അളക്കാനുള്ള പരിശോധനകൾ (Blood sugar (RBS)Hb AIC), ലൈംഗികമായി പകരാനിടയുള്ള രോഗങ്ങളെ തിരിച്ച

റിയാൻ പരിശോധനകൾ (VDRL, HIV, Hbs Ag), മൂത്രപരിശോധന (Urine Routine exam -വൃക്കരോഗങ്ങളും മൂത്രനാളി മൂത്രസഞ്ചി എന്നിവയിലെ രോഗങ്ങളും മനസ്സിലാക്കാൻ), ശുക്ലപരിശോധന (Semen Analysis) യൂറോളജിസ്റ്റ് നടത്തുന്ന പരിശോധന.

സ്ത്രീകൾക്ക്

പൂർണ്ണ രക്തപരിശോധന (Complete Haemogram), രക്തഗ്രൂപ്പുകളും ആർ എച്ച് ഘടകവും (Blood grouping & Rh typing), രക്തത്തിലെ പഞ്ചസാര അളക്കുന്ന പരിശോധനകൾ (Blood Sugar, Hb AIC) ലൈംഗിക രോഗങ്ങൾ തിരിച്ചറിയാൻ പരിശോധനകൾ (VDRL, HIV, HbsAg), പെൽവിക് അൾട്രാസൗണ്ട് പരിശോധന (Pelvic Ultra Sound) പാപ്പ്സ്മിയർ (Pap smear), ഗൈനക്കോളജിസ്റ്റ് നടത്തുന്ന പരിശോധന.

ഇതിനു പുറമേ ചിലപ്പോൾ TORCH test എന്ന പരിശോധനയും നടത്താറുണ്ട് (Toxoplasma parasite, Rubella Virus, cytomegalos virus, Herpes Virus) എന്നീ രോഗാണുക്കൾ ശരീരത്തെ ബാധിച്ചിട്ടുണ്ടോ എന്നറിയാൻ. കാരണം ഇത്തരം രോഗങ്ങൾ ഗർഭസ്ഥശിശുവിനു വൈകല്യങ്ങൾ, മാസം തികയാതെയുള്ള പ്രസവം എന്നീ പ്രശ്നങ്ങളുണ്ടാക്കാം.

പരിശോധനകൾക്കു മുമ്പ് കുടുംബത്തിൽ എന്തെങ്കിലും പാരമ്പര്യരോഗങ്ങളുടെ ചരിത്രമുണ്ടോ എന്നും പ്രമേഹം, വന്ധ്യത, വൃക്കരോഗങ്ങൾ, ലൈംഗികശേഷിക്കുറവ്, വൃക്കരോഗത്തിന് വൃക്ക മാറ്റിവെച്ചിട്ടുണ്ടോ എന്നീ കാര്യങ്ങളും ഡോക്ടറോടു പറയണം. അതുപോലെ സ്ത്രീപുരുഷന്മാർ മുമ്പ് ലൈംഗിക ബന്ധത്തിലേർപ്പെട്ടിട്ടുണ്ടോ ഗർഭഛിദ്രം നടത്തിയിട്ടുണ്ടോ എന്നീ വസ്തുതകൾ ഡോക്ടറോടു തുറന്നു പറയണം. ഹൃദ്രോഗം, അപസ്മാരം, മന്ദബുദ്ധി, തൈറോയ്ഡ് രോഗങ്ങൾ, മാനസികരോഗങ്ങൾ എന്നിവയും മറച്ചുവയ്ക്കരുത്.

അപ്പോളോ ഹോസ്പിറ്റൽ പോലുള്ള പല വൻകിട ആശുപത്രികളും ഇപ്പോൾ സ്ത്രീപുരുഷന്മാരുടെ വിവാഹപൂർവ്വമായ ആരോഗ്യപരിശോധനകൾ നടത്തുന്നുണ്ട്.

വന്ധ്യത കണ്ടുപിടിക്കാനുള്ള പരിശോധന (Screening of infertility)

ദാമ്പത്യജീവിതത്തിന്റെ അവിഭാജ്യഘടകമാണ് കുട്ടികൾ. സ്ത്രീയുടെയോ പുരുഷന്റെയോ തകരാറുകൾ വന്ധ്യതയ്ക്കു കാരണമാവാം. സ്ത്രീകളുടെ ഗർഭപാത്രം, അണ്ഡാശയം, അണ്ഡവാഹിനിക്കുഴലുകൾ എന്നിവയിലുണ്ടാവുന്ന പ്രശ്നങ്ങളും രോഗങ്ങളും ഗർഭധാരണത്തെ ബാധിക്കുന്നു. പുരുഷശുക്ലത്തിൽ വേണ്ടത്ര ബീജങ്ങളില്ലെങ്കിലും ബീജങ്ങളുടെ ശക്തിയും വേഗതയും കുറവാണെങ്കിലും വന്ധ്യത ഉണ്ടാവാം.

വന്ധ്യത കണ്ടുപിടിക്കപ്പെട്ടാൽ അതിനു വിശദമായ പരിശോധനകൾ നടത്തി ചികിത്സ തുടങ്ങാം. സ്ത്രീപുരുഷന്മാരുടെ ഹോർമോൺ പരിശോധനയും നടത്താറുണ്ട്.

പകരുന്ന രോഗങ്ങൾ കണ്ടുപിടിക്കാനുള്ള പരിശോധന (Screening for communicable diseases)

ലൈംഗികബന്ധം വഴിയോ അല്ലാതെയോ പങ്കാളിയിലേക്കു പകരാനിടയുള്ള പല രോഗങ്ങളും കണ്ടുപിടിച്ചാൽ നേരത്തേ ചികിത്സ തുടങ്ങാം. എയ്ഡ്സ്, ഹെപ്പറ്റൈറ്റിസ് ബി, സിഫിലിസ് തുടങ്ങിയ പല രോഗങ്ങളും രക്തപരിശോധന വഴി കണ്ടുപിടിക്കാം.

ജനിതകരോഗങ്ങളും (Genetic disease) കുടുംബപാരമ്പര്യമായി ലഭിക്കുന്ന രോഗങ്ങളും (Inherited disease) കണ്ടുപിടിക്കാനുള്ള പരിശോധന

കുട്ടികൾക്ക് ജനിതകരോഗങ്ങളും കുടുംബ പാരമ്പര്യമായി കൈമാറ്റപ്പെടുന്ന രോഗങ്ങളും ലഭിക്കാനിടയുണ്ട്. [ഉദാ: വർണ്ണാന്ധത (Color Blindness), മംഗോളിസം (Down's syndrome), ഹീമോഫീലിയ (Haemophilia), താലസ്സീമിയ (Thalassemia), സിക്കിൾ സെൽ അനീമിയ (sickle cell anaemia), സ്കിസോഫ്രീനിയ (Schizophrenia) തുടങ്ങിയവ]. ചില രോഗങ്ങൾ പുറമേ കാണാൻ കഴിയുമെങ്കിലും ചിലത് ലക്ഷണമില്ലാത്തവയായിരിക്കും. ഇത്തരം അസുഖങ്ങൾ കണ്ടുപിടിക്കാൻ പരിശോധനകൾ നടത്തുന്നത് നല്ലതാണ്. രക്താർബ്ബുദം, രക്തത്തിനെ ബാധിക്കുന്ന ചില രോഗങ്ങൾ, കുട്ടികളുടെ പ്രമേഹം (Juvenile Diabetes) എന്നിവയും കണ്ടുപിടിച്ചു ചികിത്സ തുടങ്ങാൻ കഴിയും.

പാരമ്പര്യമായി കിട്ടുന്ന ചിലതരം രോഗങ്ങൾ (Hereditary Diseases) പെൺകുട്ടികൾക്ക് ലക്ഷണമൊന്നും ഉണ്ടാക്കാറില്ലെങ്കിലും അവർ രോഗകാരണമായ ജീനുകൾ ശരീരത്തിൽ വഹിക്കുന്നുണ്ടാവും. (Silent carrier). അങ്ങനെയുള്ള പെൺകുട്ടി വിവാഹശേഷം ഒരാൺകുഞ്ഞിന് ജന്മം കൊടുത്താൽ ആ ആൺകുട്ടിക്ക് രോഗലക്ഷണങ്ങൾ പ്രത്യക്ഷപ്പെടാറുണ്ട്. ഇവയെ x-linked രോഗങ്ങൾ എന്നു പറയുന്നു.

മറ്റു ചില രോഗങ്ങൾ രക്തത്തിനെ ബാധിക്കുന്നവയാണെങ്കിലും ചില പ്രത്യേകതരം ജനവിഭാഗത്തിൽ കൂടുതലായി കാണപ്പെടാറുണ്ട്. ഉദാഹരണമായി സിക്കിൾ സെൽ അനീമിയ ആഫ്രിക്കൻ ജനതയിൽ കാണപ്പെടുന്നു. താലസ്സീമിയ എന്ന രോഗം പൊതുവേ ഭാരതത്തിന്റെ വടക്കുപടിഞ്ഞാറു ഭാഗങ്ങളിൽ ജനിച്ചവരിലും സിന്ധികളിലും കൂടുതൽ കാണപ്പെടുന്നു.

ഇത്തരം രോഗങ്ങൾ രക്തപരിശോധന വഴി കണ്ടുപിടിക്കുകയും ആവശ്യമെങ്കിൽ വിവാഹം തടയുകയും ചെയ്യാവുന്നതാണ്.

രക്തഗ്രൂപ്പുകളുടെ പൊരുത്തക്കേട് കണ്ടെത്താനുള്ള പരിശോധന

രക്തത്തിൽ A, B, AB, O എന്നീ വിവിധ ഗ്രൂപ്പുകൾക്കു പുറമേ റീസസ്സ് ഘടകവും (Rh factor) പ്രാധാന്യമർഹിക്കുന്നു. ആർ എച്ച് ഘടകം എല്ലാ മനുഷ്യരിലും കാണാറില്ല. ഇതുള്ളവരെ RH +ive എന്നും ഇല്ലാത്തവരെ Rh -ve എന്നും പറയുന്നു. ഇന്ത്യയിലെ ജനസംഖ്യയുടെ ഏകദേശം 80% Rh+ve ആണ്.

ആർ എച്ച് ഗ്രൂപ്പുകളുടെ പൊരുത്തം ദാമ്പത്യജീവിതത്തിൽ പ്രധാനമാണ്. Rh+ve ആയ പുരുഷൻ Rh+ve ആയ സ്ത്രീയെ കല്യാണം കഴിച്ചാൽ പ്രശ്നമില്ല. എന്നാൽ Rh-ve ആയ സ്ത്രീയെ ആണ് കല്യാണം കഴിച്ചതെങ്കിൽ അവർക്കുണ്ടാവുന്ന കുട്ടികൾക്ക് ഉണ്ടാവാനിടയുള്ള പ്രശ്നങ്ങളെയാണ് ആർ എച്ച് പൊരുത്തക്കേട് (Rh imcompatibility) എന്നു വിളിക്കുന്നത്. Rh +ve അച്ഛനും Rh -ve അമ്മയ്ക്കും ജനിക്കുന്ന ആദ്യശിശു Rh-ve ആണെങ്കിൽ പ്രശ്നമില്ല. പക്ഷേ, കുട്ടി Rh+ve ആണെങ്കിൽ അമ്മയുടെ രക്തവുമായി ഗർഭകാലത്ത് പൊരുത്തക്കേട് ഉണ്ടാകുന്നു. ആദ്യശിശു കുഴപ്പമൊന്നും കൂടാതെ ജനിക്കുന്നു. പക്ഷേ, പൊരുത്തക്കേട് കൊണ്ട് അമ്മയുടെ ശരീരത്തിൽ മാറ്റങ്ങൾ ഉണ്ടാവുന്നതിനാൽ രണ്ടാമത്തെ കുട്ടിക്ക് ആരോഗ്യപ്രശ്നങ്ങൾ (വിളർച്ച, മഞ്ഞപ്പിത്തം, നീര് എന്നിവയുമായി കുട്ടി മരിച്ചുപോവാനുമിടയുണ്ട്) ഉണ്ടാവാം. അതു തടയാനായി ഇപ്പോൾ ആദ്യ പ്രസവശേഷം ഉടനെ അമ്മയ്ക്ക് പ്രതിരോധ കുത്തിവെപ്പ് നല്കാറുണ്ട്.

ഇത്തരം പ്രശ്നങ്ങൾ ഒഴിവാക്കാൻ രക്തപരിശോധന സഹായിക്കുന്നു.

മനശ്ശാസ്ത്രപരമായ കൗൺസലിങ്

വധൂവരന്മാർ വിവാഹത്തിനായി പൂർണ്ണമായി തയ്യാറെടുക്കണമെങ്കിൽ അവർക്ക് മാനസികമായ പിന്തുണയും ഉപദേശവും ആവശ്യമുണ്ട്. ലൈംഗികബന്ധത്തെക്കുറിച്ചുള്ള അജ്ഞത, തെറ്റിദ്ധാരണകൾ, സ്വയംഭോഗത്തെക്കുറിച്ച് കുറ്റബോധം, അപകർഷതാബോധം, അന്ധവിശ്വാസം എന്നിവയെല്ലാം ദാമ്പത്യപ്രശ്നങ്ങൾക്കും ചിലപ്പോൾ വിവാഹമോചനത്തിനുമിടയാക്കാം. ലൈംഗികമായ അപര്യാപ്തതയും വൈകാരികമായ അപക്വതയും മാനസികപ്രശ്നങ്ങളുണ്ടാക്കാറുണ്ട്. അതുകൊണ്ട് വിവാഹത്തിനുമുമ്പ് ഒരു കൗൺസലിങ് (മനശ്ശാസ്ത്രപരമായി) നല്കുന്നത് ദാമ്പത്യപ്പൊരുത്തക്കേടുകൾ തടയാൻ സഹായിക്കും.

ഇങ്ങനെ ജാതകപ്പൊരുത്തം നോക്കുന്നതുപോലെത്തന്നെ പ്രാധാന്യമുള്ളതാണ് വിവാഹത്തിനുമുമ്പ് വധൂവരന്മാർ നടത്തേണ്ട ആരോഗ്യപരിശോധനകൾ. വരനും വധുവും തമ്മിൽ ചേരുമോ എന്നു കുടുംബങ്ങൾക്ക് തീരുമാനിക്കാൻ ഇത്തരം പരിശോധനകൾ ആവശ്യം തന്നെ.

6

സൗന്ദര്യസംരക്ഷണം

സുന്ദരിയായി കാണപ്പെടാൻ ആഗ്രഹിക്കാത്ത സ്ത്രീകൾ കുറവായിരിക്കും. സ്ത്രീ സൗന്ദര്യത്തിനു മാറ്റു കൂട്ടുന്നത് സുന്ദരമായ മുഖവും നല്ല ചർമ്മവും ആരോഗ്യമുള്ള മുടിയുമാണെന്നു നമുക്കറിയാം. സൗന്ദര്യം നിലനിർത്താൻ ശ്രദ്ധിക്കുമ്പോൾ പലപ്പോഴും അശ്രദ്ധയോ അറിവില്ലായ്മയോ കൊണ്ട് വരുത്തുന്ന തെറ്റുകൾ മൂലം വൈരൂപ്യം ഉണ്ടാവാനിടയുണ്ട്. പരസ്യങ്ങളിൽ കാണിക്കുന്ന സൗന്ദര്യവർദ്ധകവസ്തുക്കൾക്കു പുറകേ പോകുന്നതിനുമുമ്പ് നിങ്ങൾ സൗന്ദര്യസംരക്ഷണത്തിന്റെ കാര്യത്തിൽ എന്തെങ്കിലും തെറ്റുവരുത്തുന്നുണ്ടോ എന്നു ശ്രദ്ധിക്കുന്നത് നല്ലതാണ്.

കേശസംരക്ഷണം

1. മുടി ചീകുന്ന ചീർപ്പും ബ്രഷും വൃത്തിയില്ലാതിരിക്കുക

മുടി വൃത്തിയാക്കിവയ്ക്കാൻ ശ്രദ്ധിക്കുന്നതിനിടയിൽ മുടിചീകാനുപയോഗിക്കുന്ന ചീർപ്പും ബ്രഷും ഇടയ്ക്കിടെ കഴുകി വൃത്തിയാക്കാൻ പലരും മറന്നുപോകുന്നു. ചീർപ്പ് സോപ്പുവെള്ളത്തിൽ മുക്കി കഴുകിവൃത്തിയാക്കാം. ബ്രഷ് വൃത്തിയാക്കാൻ ഷാമ്പു നല്ലതാണ്. ആഴ്ചയിലൊരിക്കലെങ്കിലും ചീർപ്പും ബ്രഷും വൃത്തിയാക്കാൻ ശ്രദ്ധിക്കുക.

2. മുടിയിൽ കണ്ടീഷണർ കൂടുതലുപയോഗിക്കരുത്

ഷാമ്പൂ ചെയ്തതിനുശേഷം മുടിയിൽ കണ്ടീഷണർ ഉപയോഗിക്കേണ്ട ആവശ്യമുള്ളത് വളരെയധികം വരണ്ടതും പരുപരുത്തതും ചുരുണ്ടതുമായ മുടിക്കാണ്. അനാവശ്യമായി കണ്ടീഷണർ ഉപയോഗിക്കുന്നത് മുടിക്ക് നല്ലതല്ല. ചില കമ്പനിക്കാർ പലതരത്തിലുള്ള മുടികൾക്ക്

(വരണ്ടത്, സാധാരണ, എണ്ണമയമുള്ളത്) യോജിക്കുന്ന വ്യത്യസ്തതരത്തിലുള്ള കണ്ടീഷണറുകൾ ഉണ്ടാക്കുന്നുണ്ട്. നിങ്ങളുടെ മുടിക്ക് അനുയോജ്യമായ കണ്ടീഷണർ ഉപയോഗിക്കുക. അതുപോലെ കണ്ടീഷണർ മുടിയിഴകളിൽ മാത്രമാണു പുരട്ടേണ്ടത്, തലയോട്ടിയിൽ പുരട്ടരുത് എന്നോർമ്മിക്കുക.

3. അറ്റം പിളർന്ന മുടി

ഇതിനുകാരണം കേശസംരക്ഷണത്തിലുള്ള അശ്രദ്ധയും അറിവില്ലായ്മയുമാവാം. മുടിയുടെ അറ്റം പിളർന്നതായി കാണുകയാണെങ്കിൽ 4–5 ആഴ്ചയിലൊരിക്കൽ മുടിയുടെ അറ്റം മുറിക്കണം. നീണ്ട മുടിയുള്ളവർ മുടി നന്നായി കഴുകി വൃത്തിയാക്കി ഉണങ്ങിയശേഷം മാത്രം ചീർപ്പു കൊണ്ടോ ബ്രഷു കൊണ്ടോ മുടി ചീകാൻ ശ്രദ്ധിക്കുക.

4. ഹെയർഡ്രയർ ഉപയോഗിക്കുന്നത്

മുടിയുടെ ആരോഗ്യത്തിന് ഹെയർഡ്രയറിന്റെ ഉപയോഗം നല്ലതല്ല. അഥവാ ഉപയോഗിക്കുന്നുണ്ടെങ്കിൽ മുടിയിൽ നിന്നും 20–25 സെ മീ ദൂരെയായി പിടിക്കുക. നനഞ്ഞമുടി ഉണങ്ങിയശേഷം മാത്രം മുടി ചീകുകയോ ചുരുട്ടുകയോ (റോളേഴ്സ് ഉപയോഗിക്കുന്നത്) ചെയ്യാൻ ശ്രദ്ധിക്കണം. നനഞ്ഞമുടി വേഗം പൊട്ടാനിടയുണ്ട്.

മുഖവും മേക്കപ്പും

1. മുഖത്ത് ശക്തിയിൽ ഉരയ്ക്കുന്നത്

ഇപ്പോൾ മാർക്കറ്റിൽ സുലഭമായി കിട്ടുന്ന ഒരു സൗന്ദര്യവർദ്ധകവസ്തുവാണല്ലോ ഫേഷ്യൽ സ്ക്രബ്ബ് (Facial Scrub). ഇതുപയോഗിച്ച് മുഖം കഴുകി വൃത്തിയാക്കുമ്പോൾ ശക്തിയിലുരച്ചാൽ ചർമ്മം മുറിയാനും മുറിപ്പാടുകളുണ്ടാവാനും സാദ്ധ്യതയുണ്ട്. അതുകൊണ്ട് വളരെ മൃദുവായി ഉരച്ചുകഴുകുക. ആഴ്ചയിലൊരിക്കൽ മാത്രം സ്ക്രബ്ബ് ഉപയോഗിച്ചാൽ മതിയാവും. മുഖം ടൗവ്വൽ കൊണ്ട് തുടയ്ക്കുമ്പോഴും കൂടുതൽ അമർത്തി തുടയ്ക്കാതിരിക്കുക.

2. മുഖക്കുരു പൊട്ടിക്കുന്നത്

മുഖക്കുരുവും കറുത്തനിറമുള്ള ചെറിയ കുരുക്കളും (Black heads) മുഖത്ത് പ്രത്യക്ഷപ്പെട്ടാൽ ഒരിക്കലും അവയെ കുത്തിപ്പൊട്ടിക്കാതിരിക്കുക. ചർമ്മരോഗവിദഗ്ദ്ധന്റെ ഉപദേശപ്രകാരം മരുന്നുകൾ പുരട്ടുക.

3. മുഖത്ത് അഴുക്കു പറ്റുന്നത്

മുഖം ഇടയ്ക്കിടെ കൈവിരലുകൾകൊണ്ട് തൊടാതിരിക്കുക. മുഖത്ത് മേക്കപ്പുണ്ടെങ്കിലത് മോശമാവുമെന്നു മാത്രമല്ല, നിങ്ങളുടെ

കൈവിരലുകളിലെ പൊടിയും എണ്ണമെഴുക്കും മറ്റും മുഖത്തേക്ക് പടരാനുമിടയുണ്ട്. തലയിൽ താരനോ മറ്റു ചർമ്മരോഗങ്ങളോ ഉണ്ടെങ്കിൽ മുഖത്തേക്കും അവ വ്യാപിക്കാം. അധികം വിയർപ്പുണ്ടെങ്കിൽ മുടി മുഖത്തുവീഴാതെ ശ്രദ്ധിക്കുക. മൊബൈൽ ഫോൺ, കണ്ണട ഫ്രെയിം എന്നിവ മുഖത്ത് വയ്ക്കുന്നതിനു മുമ്പ് ഇടയ്ക്കിടെ തുടച്ചുവൃത്തിയാക്കുക.

4.തെറ്റായ രീതിയിലുള്ള മേക്കപ്പ്

കാലാവസ്ഥയ്ക്കനുസരിച്ചുള്ള മേക്കപ്പിടാൻ ശ്രദ്ധിക്കണം. കടുത്ത ചൂടും വിയർപ്പുമുള്ളപ്പോൾ കട്ടികുറഞ്ഞതും ഈർപ്പം നിലനിർത്തുന്നതുമായ (മോയ്സ്ച്ചറൈസർ അടങ്ങിയത്) മേക്കപ്പിടാം. തണുപ്പുകാലത്ത് ചർമ്മം വരണ്ടുപോകുന്നതിനാൽ കട്ടി കൂടിയതും ക്രീം പോലെയുള്ളതുമായ മേക്കപ്പിടുന്നത് നന്നായിരിക്കും.

5. മേക്കപ്പിടുന്നതിൽ ശ്രദ്ധിക്കേണ്ടത്

വിരൽകൊണ്ട് ഒരിക്കലും മേക്കപ്പിടാതിരിക്കുക. ഫൗണ്ടേഷനിടാൻ സ്പോഞ്ച് ഉപയോഗിക്കാം. കൺസീലറിടാൻ പഞ്ഞിയോ മൃദുവായ ബ്രഷോ ഉപയോഗിക്കുക. ഐ ഷാഡോ ഇടാൻ അതിനു പറ്റിയ ചെറിയ ബ്രഷുപയോഗിക്കാം.

6. മേക്കപ്പ് സാധനങ്ങൾ വൃത്തിയായി വയ്ക്കുക

സ്പോഞ്ച് ഇടയ്ക്കിടെ മാറ്റണം. ബ്രഷുകൾ കഴുകി വൃത്തിയാക്കി ഉണക്കുക. പൗഡറിടാനുള്ള പഫുകൾ (Puff) ഇടയ്ക്കിടെ കഴുകി ഉണക്കിയശേഷം മാത്രം ഉപയോഗിക്കുക.

7. മറ്റുള്ളവരുടെ മേക്കപ്പ് സാധനങ്ങൾ ഉപയോഗിക്കരുത്

കൂട്ടുകാരികളുമായോ ബന്ധുക്കളുമായോ നിങ്ങളുടെ മേക്കപ്പ് സാധനങ്ങളും സൗന്ദര്യവർദ്ധകവസ്തുക്കളും പങ്കുവയ്ക്കാതിരിക്കുക. ചർമ്മരോഗങ്ങൾ, മുഖക്കുരു, പഴുപ്പുള്ള കുരു, വ്രണങ്ങൾ, കണ്ണിൽ പഴുപ്പുണ്ടാക്കുന്ന രോഗങ്ങൾ തുടങ്ങിയവ പകരാനിടയുണ്ട്. കടയിൽ നിന്നു മേക്കപ്പ് സാധനങ്ങൾ വാങ്ങുമ്പോൾ ഒരിക്കലും മുഖത്ത് നേരിട്ട് തേച്ചു നോക്കരുത് (കൈയിൽ പുരട്ടി നോക്കാം), പെട്ടെന്ന് അലർജി ഉണ്ടാവുകയാണെങ്കിൽ മുഖം നീരു വന്നു വീർക്കുകയും ശ്വാസതടസ്സമുണ്ടാവുകയും ചെയ്യും.

8. മേക്കപ്പിട്ടുകൊണ്ട് ഉറങ്ങുന്നത്

എത്ര ക്ഷീണമുണ്ടെങ്കിലും രാത്രിയിൽ മേക്കപ്പ് കഴുകിക്കളയാതെ ഉറങ്ങാൻ കിടക്കരുത്. മേക്കപ്പ് മുഖത്തുതന്നെ വെച്ചുകൊണ്ട് ഉറങ്ങി

യാൽ, അഴുക്കും രോഗാണുക്കളും മുഖത്ത് കുരുക്കളും ചർമ്മരോഗങ്ങളും മുഖക്കുരുവും ഉണ്ടാകാൻ കാരണമാവും.

9. പഴയ മേക്കപ്പിനു മുകളിൽ പുതിയ മേക്കപ്പ്

ഓഫീസിലെ തിരക്കിനിടയിൽ പെട്ടെന്ന് ഒരു പാർട്ടിക്കു പോകേണ്ടിവന്നാൽ, രാവിലെ മുഖത്തിട്ട മേക്കപ്പിനു മുകളിൽ പുതിയ മേക്കപ്പിടുന്നതു ശരിയല്ല. അഴുക്കു കാരണം മുഖത്ത് കുരുക്കളുണ്ടാവാം. പഴയ മേക്കപ്പ് കഴുകിമാറ്റിയശേഷം പുതിയ മേക്കപ്പിടുന്നതാണു നല്ലത്.

10. സൺസ്ക്രീൻ ഉപയോഗിക്കാതെ വെയിലത്തു പുറത്തു പോകുന്നത്

കടുത്ത ചൂടുള്ള വേനല്ക്കാലത്ത് പുറത്തിറങ്ങുന്നതിനുമുമ്പായി മുഖത്തും കൈകളിലും സൺസ്ക്രീൻ ലോഷൻ പുരട്ടാൻ ശ്രദ്ധിക്കണം. ഇല്ലെങ്കിലും സൂര്യതാപം കൊണ്ട് ചർമ്മത്തിൽ തിണർപ്പും നീർക്കെട്ടും ഉണ്ടാവാനും ചർമ്മം കറുത്തു പോകാനും സാദ്ധ്യതയുണ്ട്.

11. കൈകളും കഴുത്തും സംരക്ഷിക്കുന്നത്

മുഖത്തുമാത്രം സൗന്ദര്യവർദ്ധക വസ്തുക്കളും സൺസ്ക്രീൻ ലോഷനും പുരട്ടിയതുകൊണ്ട് കാര്യമില്ല. കഴുത്തിലെയും കൈകളിലെയും ചർമ്മത്തിന് സംരക്ഷണമാവശ്യമുണ്ട്. മുഖത്ത് ക്രീമും മോയ്സ്ച്ചറൈസറും സൺസ്ക്രീൻ ലോഷനും മറ്റും പുരട്ടുമ്പോൾ അവ കഴുത്തിലും കൈകളിലും പുരട്ടാൻ ശ്രദ്ധിക്കുക.

സൗന്ദര്യസംരക്ഷണകാര്യത്തിൽ ശ്രദ്ധിക്കുന്നതോടൊപ്പം മേല്പറഞ്ഞ കാര്യങ്ങളും ഓർമ്മിക്കുന്നത് നന്നായിരിക്കും. അശ്രദ്ധയും അറിവില്ലായ്മയും കൊണ്ട് പലപ്പോഴും സൗന്ദര്യം നഷ്ടപ്പെടാനിടയുണ്ട് എന്ന് ഓർക്കുക.

7

മുഖസൗന്ദര്യം കാത്തുസൂക്ഷിക്കാൻ

മുഖസൗന്ദര്യം കാത്തുസൂക്ഷിക്കാൻ മോയ്സ്ച്ചറൈസർ (Moisturisar) ഉപയോഗിക്കണമെന്ന് പലരും ഉപദേശിക്കാറുണ്ടല്ലോ. സൗന്ദര്യസംരക്ഷണത്തിൽ വളരെ പ്രധാനമാണ് മോയ്സ്ച്ചറൈസിങ് അഥവാ ചർമ്മത്തിന്റെ ഈർപ്പം നിലനിർത്തുകയെന്നത്. എന്താണ് മോയ്സ്ച്ചറൈസർ? അതുപയോഗിക്കേണ്ട വിധമെന്താണ്? എന്നിങ്ങനെയുള്ള സംശയങ്ങൾ തീർക്കാൻ മോയ്സ്ച്ചറൈസറുകളെപ്പറ്റി കൂടുതലറിയാൻ ശ്രമിക്കാം.

ചർമ്മത്തിലെ ജലാംശം അഥവാ ഈർപ്പം ചർമ്മത്തിന്റെ മിനുമിനുപ്പും ഇലാസ്തികതയും നിലനിർത്താൻ സഹായിക്കുകയും ചർമ്മം യുവത്വമുള്ളതായി തോന്നിക്കുകയും ചെയ്യുന്നു. സാധാരണയായി ചർമ്മത്തിലെ വിവിധ പാളികളിലൂടെ ജലം പുറത്തേക്കുവന്ന് ബാഷ്പീകരിച്ചുപോകുന്നു. പക്ഷേ, മൃതകോശങ്ങൾ നിറഞ്ഞ ചർമ്മത്തിന്റെ ഏറ്റവും പുറത്തുള്ള ഭാഗവും ചർമ്മത്തിലെ സ്നേഹഗ്രന്ഥികളിൽ (Sebaceous glands) നിന്നുവരുന്ന എണ്ണയും ജലം ശരീരത്തിൽ നിന്നും നഷ്ടപ്പെടുന്നതു തടയുന്നു. ചർമ്മത്തിലെ എണ്ണമയം കൂടുന്നതും കുറയുന്നതുമനുസരിച്ച് ചർമ്മത്തെ സാധാരണചർമ്മം, വരണ്ടചർമ്മം, എണ്ണമയമുള്ള ചർമ്മം എന്നിങ്ങനെ വേർതിരിക്കാറുണ്ട്. ഈ മൂന്നു വിഭാഗങ്ങളുടെയും മിശ്രിതമായിട്ടുള്ള ചർമ്മവും കാണപ്പെടുന്നു.

ചർമ്മത്തിലെ ജലാംശം കൂടുതലായി നഷ്ടപ്പെടുന്നതെപ്പോൾ?

മഞ്ഞുകാലത്തും തണുത്തകാറ്റുള്ളപ്പോഴും എയർ കണ്ടീഷണർ ഉപയോഗിക്കുന്ന മുറിയിലിരിക്കുമ്പോഴുമാണ് ചർമ്മത്തിലെ ജലാംശം കൂടുതൽ നഷ്ടപ്പെടുന്നത്. അധികം സൂര്യപ്രകാശമേല്ക്കുമ്പോഴും ജലാംശം നഷ്ടപ്പെടാം. വീര്യം കൂടിയ സോപ്പും ഡിറ്റർജന്റ് പൗഡറും

ഉപയോഗിക്കുമ്പോഴും ചർമ്മത്തിലെ ഈർപ്പം നഷ്ടപ്പെട്ട് ചർമ്മം വരണ്ട തായിത്തീരുന്നു.

എന്താണീ മോയ്സ്ച്ചറൈസർ?

മേല്പറഞ്ഞ ജലാംശനഷ്ടം തടയാനായി ഉപയോഗിക്കുന്ന വസ്തുവാണ് മോയ്സ്ച്ചറൈസർ. ഇത് ക്രീം രൂപത്തിലും ലോഷൻ രൂപത്തിലും ലഭിക്കാറുണ്ട്. വെള്ളമോ എണ്ണയോ ത്വക്കിനുപുറമേ പുരട്ടിയതുകൊണ്ട് ജലാംശ നഷ്ടം തടയാനാവില്ല. പക്ഷേ, മോയ്സ്ച്ചറൈസർ ഉപയോഗിക്കുമ്പോൾ ചർമ്മത്തിലെ ജലാംശം ബാഷ്പീകരിക്കുന്നതു തടയുകയും ഈർപ്പം നിലനിർത്തുകയും ചെയ്യുന്നു.

ഏതുതരം മോയ്സ്ച്ചറൈസർ ഉപയോഗിക്കണം?

ചർമ്മത്തിന്റെ രീതിക്കനുയോജ്യമായ മോയ്സ്ച്ചറൈസറാണ് തെരഞ്ഞെടുക്കേണ്ടത്. സാധാരണ ചർമ്മമോ (Normal Skin) എണ്ണമയം കുറഞ്ഞ ചർമ്മമോ ഉള്ളവർ കൂടുതൽ ജലാംശവും കുറവ് എണ്ണയുമടങ്ങിയ മോയ്സ്ച്ചറൈസർ ഉപയോഗിക്കാം. പക്ഷേ, വരണ്ട ചർമ്മമുള്ളവർ (Dry Skin) കൂടുതൽ എണ്ണയടങ്ങിയ മോയ്സ്ച്ചറൈസറാണ് ഉപയോഗിക്കേണ്ടത്. എണ്ണമയമുള്ള (oily skin) ചർമ്മമുള്ളവർ മോയ്സ്ച്ചറൈസർ ഉപയോഗിക്കേണ്ട കാര്യമില്ല. എന്നു കരുതുന്നത് തെറ്റാണ്. എണ്ണമയമുള്ള ചർമ്മത്തിനും മോയ്സ്ച്ചറൈസർ ആവശ്യമാണ്.

എപ്പോഴാണ് ഉപയോഗിക്കേണ്ടത്?

മോയ്സ്ച്ചറൈസർ ദിവസേന രണ്ടുനേരം ഉപയോഗിക്കാം. രാവിലെയും രാത്രിയും. മുഖവും കഴുത്തും കഴുകി വൃത്തിയാക്കിയ ശേഷം മോയ്സ്ച്ചറൈസർ പുരട്ടാം. മേക്കപ്പ് ചെയ്യുന്നതിനുമുമ്പ് മോയ്സ്ച്ചറൈസർ പുരട്ടുന്നതു നല്ലതാണ്. മുഖം കഴുകിയശേഷം പുരട്ടുമ്പോൾ ചർമ്മത്തിൽ നേർത്ത ഈർപ്പമുള്ളതുകൊണ്ട് ജലാംശ നഷ്ടം തടയാൻ സഹായിക്കുന്നു.

മോയ്സ്ച്ചറൈസർ ഉപയോഗിക്കുന്നതുകൊണ്ടുള്ള ഗുണങ്ങൾ

1. പ്രതികൂലകാലാവസ്ഥയനുസരിച്ച് ജലാംശം കൂടുതൽ നഷ്ടപ്പെട്ട് ചർമ്മം വരണ്ടുപോകുന്നതു തടയുന്നു.
2. ചർമ്മം മിനുസമുള്ളതായിത്തീരുന്നു.
3. പ്രായം കൂടുമ്പോൾ ചർമ്മത്തിൽ ചുളിവുകളുണ്ടാകുന്നത് കുറയ്ക്കുന്നതുകൊണ്ട് ചർമ്മം കൂടുതൽ യുവത്വം തോന്നിക്കുന്നു.
4. മേക്കപ്പ് ഇടുന്നതിനുമുമ്പ് മോയ്സ്ച്ചറൈസർ ഉപയോഗിച്ചാൽ ചർമ്മം വലിയുന്നതു തടയുന്നു. മേക്കപ്പ് എളുപ്പത്തിൽ തുടച്ചു മാറ്റാനും കഴിയും.

എല്ലാവിധ ചർമ്മങ്ങൾക്കും മോയ്സ്ച്ചറൈസർ ആവശ്യം തന്നെ. കൃത്യമായി ഉപയോഗിക്കുകയാണെങ്കിൽ ചർമ്മസൗന്ദര്യം നിലനിർത്താൻ മോയ്സ്ച്ചറൈസർ സഹായിക്കുന്നു. തുണികളും പാത്രങ്ങളും കഴുകുമ്പോൾ വീര്യം കൂടിയ കെമിക്കലുകൾ (രാസവസ്തുക്കൾ) കലർന്ന സോപ്പും സോപ്പുപൊടിയും കൊണ്ട് കൈകളിലെ ചർമ്മത്തിലെ എണ്ണയുടെ അംശം നഷ്ടപ്പെടുന്നു. അതുകൊണ്ട് കൂടുതൽ എണ്ണമയമുള്ള മോയ്സ്ച്ചറൈസർ കൈകളിൽ പുരട്ടുന്നത് ചർമ്മത്തിന്റെ മൃദുത്വം നിലനിർത്താൻ നല്ലതാണ്.

8

സ്തനസംരക്ഷണത്തിനു പോംവഴികൾ

സ്തനങ്ങൾ മാതൃത്വത്തിന്റെയും സ്ത്രീസൗന്ദര്യത്തിന്റെയും ചിഹ്നമായിട്ടാണ് കണക്കാക്കപ്പെടുന്നത്. കുഞ്ഞുങ്ങൾ ജനിച്ചശേഷം അമ്മിഞ്ഞപ്പാലിലൂടെ അമ്മയുമായുള്ള വൈകാരികബന്ധം തുടങ്ങുന്നു. സ്തനങ്ങളുടെ പ്രധാന ധർമ്മം കുഞ്ഞുങ്ങൾക്ക് മുലപ്പാൽ നല്കുക എന്നതാണ്. എങ്കിലും സ്തനം ഒരു ലൈംഗികാവയവം കൂടിയാണ് എന്നു പറയാം.

സ്തനവുമായി ബന്ധപ്പെട്ടതായി നിരവധി ആരോഗ്യ പ്രശ്നങ്ങളും സൗന്ദര്യപ്രശ്നങ്ങളും കാണാറുണ്ട്. അതുകൊണ്ട് സ്തനപരിചരണവും സ്തനസംരക്ഷണവും സ്ത്രീകളുടെ ജീവിതത്തിൽ പ്രാധാന്യമർഹിക്കുന്നു.

സ്തനത്തിന്റെ ഘടന

മുലപ്പാലുണ്ടാക്കുന്ന കോശങ്ങൾ, കൊഴുപ്പടങ്ങിയ കോശങ്ങൾ ഇവയെ താങ്ങിനിർത്തുന്ന ലിഗമെന്റുകളും മാംസപേശികളും പാലൊഴുകുന്ന പാൽക്കുഴലുകൾ, കുഞ്ഞിനു പാൽകുടിക്കാനുള്ള മുലക്കണ്ണുകൾ ഇവയെല്ലാം ചേർന്നുണ്ടായതാണ് സ്തനം. ഘടനയിൽ ചില മാറ്റങ്ങൾ വന്ന വിയർപ്പുഗ്രന്ഥികളാണ് സ്തനങ്ങൾ. ഓരോ സ്തനത്തിലും മുന്തിരിക്കുലയുടെ ആകൃതിയിലുള്ള ചെറിയ അറകൾ (lobes) ഉണ്ടാവും. മുന്തിരിപ്പഴം പോലുള്ള വളരെ ചെറിയ അടരറകൾ (Alveola) കൊണ്ട് നിർമ്മിച്ചതാണ് ഈ ഓരോ അറകളും. കുഞ്ഞിന് പാലൂട്ടുന്ന അമ്മമാരുടെ സ്തനങ്ങളിലെ അടരറകളിൽ നിന്ന് പാൽ ഉല്പാദിപ്പിക്കപ്പെടുന്നു. മുലപ്പാൽ പാൽക്കുഴലുകളിലൂടെ ഒഴുകി മുലക്കണ്ണിനു താഴെയുള്ള സംഭരണികളിലെത്തും. മുലക്കണ്ണിൽനിന്നു പുറത്തേക്കു തുറ

ക്കുന്ന ചെറിയ സുഷിരങ്ങളിലൂടെ പാലൊഴുകുന്നു. കക്ഷത്തിലെ ലിംഫ്ഗ്രന്ഥികൾ സ്തനത്തിലെ ലിംഫ് ദ്രാവകം നീക്കം ചെയ്യാൻ സഹായിക്കുന്നു.

സ്തനവളർച്ച

കൗമാരപ്രായത്തിലേക്കു കടക്കുന്ന പെൺകുട്ടികളിൽ പൊതുവെ പതിനൊന്നു വയസ്സിനും പതിമൂന്നുവയസ്സിനുമിടയ്ക്കാണ് സ്തനങ്ങളുടെ വളർച്ച തുടങ്ങുന്നത്. ഏകദേശം 18–20 വയസ്സാകുമ്പോഴേക്കും സ്തനവളർച്ച പൂർത്തിയാവും. ആർത്തവചക്രത്തോടനുബന്ധിച്ച് ശരീരത്തിലുണ്ടാവുന്ന ഹോർമോണുകളുടെ പ്രവർത്തനഫലമാണ് സ്തനവളർച്ച.

ശരീരത്തിലെ വിവിധ ഹോർമോണുകളുടെ മാറ്റങ്ങൾ സ്തനത്തിനെയും ബാധിക്കാറുണ്ട്. സ്ത്രീകളിൽ ഗർഭാവസ്ഥ, ആർത്തവം, കുഞ്ഞിനു മുലയൂട്ടൽ, ആർത്തവവിരാമം എന്നീ വിവിധ ഘട്ടങ്ങളിൽ സ്തനങ്ങളുടെ ദൃഢതയും വലുപ്പവും ആകൃതിയും മാറിക്കൊണ്ടിരിക്കും. പാരമ്പര്യം, ശരീരപ്രകൃതി എന്നിവയനുസരിച്ച് സ്തനവളർച്ച തുടങ്ങുന്ന പ്രായം വ്യത്യസ്തമാവാം. സ്തനങ്ങൾ സ്ത്രീജനനേന്ദ്രിയവ്യവസ്ഥയുമായി ബന്ധപ്പെട്ടിരിക്കുന്നു.

സ്തനങ്ങളെ ബാധിക്കുന്ന പ്രശ്നങ്ങൾ

1. വലുപ്പവ്യത്യാസം

സ്തനത്തിന്റെ വലുപ്പം സ്തനത്തിലെ കൊഴുപ്പടങ്ങിയ കോശങ്ങളുടെ തോതനുസരിച്ചാണ്. (പാൽ ഉല്പാദിപ്പിക്കുന്ന ഗ്രന്ഥികളുമായി സ്തനവലുപ്പത്തിനു ബന്ധമില്ല എന്നർത്ഥം.)

ചില സ്ത്രീകളിൽ ഒരു സ്തനം മറ്റേതുമായി താരതമ്യപ്പെടുത്തുമ്പോൾ അല്പം വലുതായിക്കാണാം. മറ്റു പ്രശ്നങ്ങളൊന്നുമില്ലെങ്കിൽ ഇത് സാധാരണയാണെന്നു കണക്കാക്കാം. വളരെയധികം വലുപ്പവ്യത്യാസമുണ്ടെങ്കിൽ ശസ്ത്രക്രിയ (പ്ലാസ്റ്റിക് സർജറി) ചെയ്തു ശരിയാക്കാം.

2. അമിതവലുപ്പം

ചില സ്ത്രീകളുടെ സ്തനങ്ങൾക്ക് സാധാരണയിൽക്കവിഞ്ഞ വളർച്ചയുണ്ടാവാം. അതിന്റെ പേരിൽ പരിഹാസപാത്രമാവുകയാണെങ്കിൽ സ്ത്രീക്ക് വിഷാദവും അപകർഷതാബോധവും ഉണ്ടാവാം. സ്തനങ്ങളുടെ അമിതവലുപ്പം കൊണ്ട് നടുവേദന, തോളുകളിൽ വേദന, സന്ധിവേദന എന്നിവയും ചിലപ്പോൾ ഉണ്ടാവാറുണ്ട്. വലുപ്പം കൂടുതലാണെങ്കിൽ സ്തനങ്ങളുടെ വലുപ്പം ശസ്ത്രക്രിയ വഴി കുറയ്ക്കാൻ കഴിയും (Breast Reduction surgery).

3. വലുപ്പം കുറഞ്ഞ സ്തനങ്ങൾ

സ്തനങ്ങളുടെ വലുപ്പം കുറഞ്ഞ സ്ത്രീകൾക്ക് വലുപ്പം ശരിയാക്കാൻ ശസ്ത്രക്രിയ ചെയ്യാം (Breast Augmentation Surgery). സിലിക്കോൺ, സലൈൻ തുടങ്ങിയ ഇംപ്ലാന്റുകൾ സ്തനങ്ങൾക്കുള്ളിൽ പ്രവേശിച്ചു വലുപ്പമുണ്ടാക്കുകയാണ് ഇതിൽ ചെയ്യുന്നത്.

4. ഇടിഞ്ഞുതൂങ്ങുന്ന സ്തനങ്ങൾ

അമിതവലുപ്പം കൊണ്ടും പ്രായക്കൂടുതൽ കൊണ്ടും സ്തനങ്ങൾ ഇടിഞ്ഞുതൂങ്ങാനിടയുണ്ട്. പ്രസവം, മുലയൂട്ടൽ എന്നിവ കഴിയുന്നതോടെ മിക്ക സ്ത്രീകളുടെയും സ്തനങ്ങളുടെ ദൃഢത നഷ്ടപ്പെടാറുണ്ട്. ശരീരത്തിൽ കൊഴുപ്പു കുറഞ്ഞാലും സ്തനങ്ങൾ അയഞ്ഞുതൂങ്ങാം. (പെട്ടെന്നു വണ്ണം കുറയ്ക്കുകയാണെങ്കിൽ) ഇത്തരം പ്രശ്നങ്ങൾ ശസ്ത്രക്രിയ കൊണ്ട് ശരിയാക്കാം.

5. ഉള്ളിലേക്കു വലിഞ്ഞു നില്ക്കുന്ന മുലക്കണ്ണുകൾ

ചില സ്ത്രീകളിൽ പൂർണ്ണമായോ ഭാഗികമായോ മുലക്കണ്ണുകൾ ഉള്ളിലേക്കു വലിഞ്ഞു നില്ക്കുന്നതായിക്കാണാം. മുലയൂട്ടുന്ന സമയത്ത് ഇത് പ്രശ്നമായിത്തീരാം. സ്തനങ്ങളുടെ മദ്ധ്യത്തിൽനിന്നു മുലക്കണ്ണിന്റെ ഭാഗത്തേക്ക് മെല്ലെ തടവിയാൽ ഉള്ളിലേക്കു വലിഞ്ഞു മുലക്കണ്ണുകൾ പുറത്തേക്കു കൊണ്ടുവരാം. തടവൽ കൊണ്ട് ശരിയാവുന്നില്ലെങ്കിൽ ശസ്ത്രക്രിയ വേണ്ടിവരും.

അപൂർവ്വമായി മുലക്കണ്ണുകൾ തീരെ ഇല്ലാതിരിക്കുക, ഒന്നിലധികം മുലക്കണ്ണുകൾ, സ്തനങ്ങൾ തന്നെ ഇല്ലാതിരിക്കുക എന്നീ പ്രശ്നങ്ങളുണ്ടാവാം. ഇവയും പ്ലാസ്റ്റിക് സർജറി ചെയ്തു ശരിയാക്കാവുന്നതാണ്.

സ്തനങ്ങളെ ബാധിക്കുന്ന രോഗങ്ങൾ

സ്തനങ്ങളിൽ വേദന, തടിപ്പ്, മുഴകൾ, കല്ലിപ്പ്, ചുവപ്പുനിറം, മുലക്കണ്ണിനു ചുറ്റുമുള്ള ചർമ്മത്തിൽ മാറ്റങ്ങളുണ്ടാവുക, മുലക്കണ്ണ് ഉള്ളിലേക്കു വലിയുക, മുലക്കണ്ണിൽ നിന്നു ദ്രാവകമോ രക്തമോ വരിക എന്നിങ്ങനെ പലതരം രോഗലക്ഷണങ്ങൾ കാണാം. നിസ്സാരമായ മുഴകളോ സ്തനാർബ്ബുദമോ ആയിരിക്കാം ഇതിനു കാരണം. അതുകൊണ്ട് ഇത്തരം ലക്ഷണങ്ങൾ കണ്ടാൽ ഡോക്ടറെ കാണിച്ചു രോഗനിർണ്ണയം ചെയ്തു ചികിത്സ തുടങ്ങുന്നതാണു നല്ലത്. മുലയൂട്ടുന്ന അമ്മമാരുടെ സ്തനങ്ങളിൽ പാൽ കെട്ടിക്കിടന്നാൽ പഴുപ്പുണ്ടാവാൻ സാദ്ധ്യതയുണ്ട്. അതിനു പുറമേ ശരീരത്തിലെ മറ്റുഭാഗങ്ങളെ ബാധിക്കുന്ന ചർമ്മരോഗങ്ങൾ സ്തനചർമ്മത്തെയും ബാധിക്കാനിടയുണ്ട്. ഇവയെല്ലാം ഡോക്ടറെ കാണിച്ച് ചികിത്സ തുടങ്ങുന്നത് നന്നായിരിക്കും.

സ്തനസംരക്ഷണവും സ്തനപരിചരണവും

സ്തനസൗന്ദര്യവും സ്തനങ്ങളുടെ ആരോഗ്യവും നിലനിർത്തണമെങ്കിൽ സ്തനങ്ങൾക്ക് സംരക്ഷണവും പരിചരണവും നല്കേണ്ടതാവശ്യമാണ്.

തടവൽ (മസാജിങ്)

സ്തനചർമ്മത്തിന്റെ ആരോഗ്യം നിലനിർത്താൻ എണ്ണയോ ക്രീമോ ഉപയോഗിച്ചു തടവുന്നത് ഗുണപ്രദമാണെന്നു പറയപ്പെടുന്നു. പക്ഷേ, മരുന്നുകളോ ക്രീമുകളോ പുരട്ടി സ്തനങ്ങളുടെ വലുപ്പത്തിൽ മാറ്റം വരുത്താൻ കഴിയില്ല. മസാജിനുപയോഗിക്കുന്ന എണ്ണയുടെ ഉള്ളടക്കം നന്നായി വായിച്ചു മനസ്സിലാക്കിയ ശേഷം മാത്രം വാങ്ങുക. മസാജ് ചെയ്യാൻ തേങ്ങാപ്പാൽ, വെന്ത വെളിച്ചെണ്ണ, വിർജിൻ കോക്കനെട്ട് ഓയിൽ, കറ്റാർ വാഴയുടെ (Aloe Vera) ഉള്ളിലെ ഭാഗം, വിറ്റാമിൻ 'ഇ' കലർന്ന എണ്ണ, കൊക്കോബട്ടർ തുടങ്ങിയവ സാധാരണയായി ഉപയോഗിക്കാറുണ്ട്. മസാജ് ചെയ്യുന്നതുവഴി സ്തനങ്ങളിലേക്കുള്ള രക്തപ്രവാഹം മെച്ചപ്പെടുത്തുവാനും സ്തനചർമ്മത്തിലെ ചുളിവുകൾ കുറയ്ക്കാനും സഹായിക്കും. അതിനു പുറമേ സ്തനത്തിലെ മുഴകളും കല്ലിപ്പുകളും നേരത്തെ കണ്ടുപിടിക്കാനും കഴിയും.

മുലക്കണ്ണുകൾ വരണ്ടുപോവുകയോ വിണ്ടുകീറുകയോ ചെയ്യുകയാണെങ്കിൽ മോയ്സ്ച്ചറൈസിങ് ക്രീം പുരട്ടാം. പക്ഷേ, സ്തനങ്ങളിലെ രോമം എടുത്തുകളയാനായി രോമം നീക്കം ചെയ്യുന്ന ക്രീമുകൾ (Hair removing creams) ഉപയോഗിക്കാൻ പാടില്ല.

കുളി കഴിഞ്ഞാൽ ടവ്വൽ കൊണ്ട് സ്തനങ്ങൾ അമർത്തിത്തിരുമ്മാൻ പാടില്ല. സ്തനചർമ്മവും മുലക്കണ്ണുകളും വളരെ മൃദുലമായതിനാൽ വിണ്ടുകീറാനിടയാവും.

വ്യായാമം

സ്തനസൗന്ദര്യവും ആകൃതിയും നിലനിർത്താനായി പലതരം വ്യായാമങ്ങൾ നിർദ്ദേശിക്കാറുണ്ട്. ലഘുവ്യായാമങ്ങൾ, ബെല്ലിഡാൻസ്, മലർന്നു കിടന്നു കൊണ്ടോ സ്വിസ് ബോളിൽ കിടന്നുകൊണ്ടോ ചെയ്യുന്ന വ്യായാമങ്ങൾ, ഡംബ് ബെൽസ് ഇരുകൈകളിലും പിടിച്ചുകൊണ്ടുള്ള വ്യായാമങ്ങൾ തുടങ്ങിയവ. സ്ത്രീകൾ പ്രായത്തിനും ആരോഗ്യത്തിനുമനുസരിച്ച് ഒരു വ്യായാമ പരിശീലകന്റെ നിർദ്ദേശപ്രകാരം വ്യായാമങ്ങൾ ചെയ്യാവുന്നതാണ്. വ്യായാമം ചെയ്യുമ്പോൾ ബ്രാ അയച്ചിടുകയോ അഴിച്ചിടുകയോ ചെയ്യണം. ഇറുക്കമുള്ള ബ്രാ ധരിച്ചുകൊണ്ട് വ്യായാമം ചെയ്യരുത്.

ഭക്ഷണം

സ്തനസൗന്ദര്യം നിലനിർത്താൻ ഭക്ഷണകാര്യത്തിലും പ്രത്യേകം ശ്രദ്ധിക്കുന്നത് നന്നായിരിക്കും. സ്തനങ്ങളിൽ കൊഴുപ്പടിഞ്ഞുകൂടിയാൽ വലുപ്പം കൂടുന്നു. അതുകൊണ്ട് അമിതവണ്ണം ഉണ്ടാവാതെ നോക്കണം. അതുപോലെ പെട്ടെന്ന് വണ്ണം കുറച്ചാൽ സ്തനങ്ങളുടെ വലുപ്പം കുറയുന്നതിനാൽ സ്തനചർമ്മം വലിയാനും സ്തനങ്ങൾ തൂങ്ങാനുമിടയുണ്ട്. കൊഴുപ്പ് കൂടുതലുള്ളതും എണ്ണയിൽ വറുത്തുപൊരിച്ചതുമായ ഭക്ഷണപദാർത്ഥങ്ങൾ ഒഴിവാക്കുക. ഭക്ഷണത്തിൽ ഇലക്കറികൾ, പച്ചക്കറികൾ, പഴങ്ങൾ, പാൽ, പാലുല്പന്നങ്ങൾ, സോയാബീൻ, നാരടങ്ങിയ ഭക്ഷ്യവസ്തുക്കൾ എന്നിവ ഉൾപ്പെടുത്തുക. മൈദ, നെയ്യ്, വെണ്ണ, ബേക്കറിസാധനങ്ങൾ ഫാസ്റ്റ്ഫുഡ് എന്നിവ ഒഴിവാക്കുക. സമീകൃതാഹാരം കഴിക്കുക. അധികം ഉപ്പും പഞ്ചസാരയും ഒഴിവാക്കുക. ആർത്തവവിരാമത്തിനു ശേഷം അമിതവണ്ണമുണ്ടായാൽ സ്തനാർബ്ബുദം വരാൻ സാദ്ധ്യത കൂടുന്നു എന്നോർമ്മിക്കുക.

ബ്രേസിയർ വാങ്ങുമ്പോഴും ഉപയോഗിക്കുമ്പോഴും ശ്രദ്ധിക്കേണ്ട കാര്യങ്ങൾ

സ്തനങ്ങളുടെ ആരോഗ്യവും സൗന്ദര്യവും സംരക്ഷിക്കാൻ ഏറ്റവും പ്രധാനം ശരിയായ അളവിലും വലുപ്പത്തിലുമുള്ള മുലക്കച്ച (ബ്രേസിയർ അഥവാ ബ്രാ) ധരിക്കുക എന്നതാണ്.

സ്തനവളർച്ച തുടങ്ങുന്ന കൗമാരഘട്ടത്തിൽത്തന്നെ പെൺകുട്ടികൾ ബ്രാ ധരിക്കുന്ന കാര്യത്തിൽ അമ്മമാർ ശ്രദ്ധിക്കേണ്ടതാണ്. പെൺകുട്ടി വളരുന്നതിനനുസരിച്ച് ബ്രായുടെ സൈസും മാറ്റണം.

ഗർഭിണിയാവുമ്പോഴും പ്രസവത്തിനുശേഷം കുഞ്ഞിനു മുലയൂട്ടുമ്പോഴും സ്തനത്തിന്റെ വലുപ്പം കൂടുന്നതിനാൽ അതിനനുസരിച്ചുള്ള ബ്രാ ഉപയോഗിക്കണം. സ്തനസൗന്ദര്യം നഷ്ടപ്പെടുമെന്നു കരുതി മുലയൂട്ടാതിരിക്കരുത്. മുലയൂട്ടൽ സ്തനാർബ്ബുദം വരുന്നത് തടയാൻ സഹായിക്കും. ഗർഭകാലത്തും മുലയൂട്ടുമ്പോഴും സ്തനങ്ങൾക്കു താങ്ങു നല്കുന്ന ബ്രാ ധരിച്ചാൽ പിന്നീട് സ്തനങ്ങൾ ഇടിഞ്ഞുതൂങ്ങുന്നത് തടയാൻ കഴിയും.

ബ്രാ ധരിക്കുമ്പോൾ ശ്രദ്ധിക്കേണ്ട കാര്യങ്ങൾ

– സ്തനങ്ങൾക്കു യോജിച്ച വലുപ്പമുള്ള ബ്രാ തെരഞ്ഞെടുക്കാൻ ശ്രദ്ധിക്കുക. അധികം ഇറുക്കമുള്ളതോ തോളിൽ അയഞ്ഞുതൂങ്ങുന്ന സ്ട്രാപ്പുകളുള്ളതോ ആയ ബ്രാകൾ ധരിക്കരുത്. സ്തനങ്ങൾക്കാവശ്യമുള്ള താങ്ങു നല്കുന്ന ബ്രാ ധരിക്കുക. വേണ്ടത്ര താങ്ങില്ലെങ്കിൽ സ്തനങ്ങളെ നെഞ്ചുമായി ചേർത്തുപിടിക്കുന്ന ലിഗമെന്റുകൾ വലിയാനും അതിന്റെ ഫലമായി സ്തനങ്ങൾ തൂങ്ങാനുമിടയുണ്ട്. വലിയ സ്തനങ്ങ

ളാണെങ്കിൽ തീർച്ചയായും താങ്ങു കൊടുക്കണം. ഇറുക്കമുള്ള ബ്രാ ധരിച്ചാൽ പുറംവേദന, കഴുത്തുവേദന, തോൾ സന്ധിയിൽ വേദന എന്നിവയുണ്ടാവാം.

– രാത്രിയിൽ ഇറുക്കമുള്ള ബ്രാ ധരിച്ചുകൊണ്ട് കിടക്കാൻ പാടില്ല. ബ്രാ അയച്ചുകിടക്കുകയോ അഴിച്ചിടുകയോ ചെയ്യുക.

– കോട്ടൺ കൊണ്ടുള്ള ബ്രായാണു നല്ലത്. വിയർപ്പു വലിച്ചെടുക്കാൻ ഉപകാരമാവും. അതുമാത്രമല്ല നൈലോൺ പോലെ സിന്തറ്റിക് തുണികൊണ്ടുള്ള ബ്രാ ഉപയോഗിച്ചാൽ അലർജി ഉണ്ടാവാനും സാദ്ധ്യതയുണ്ട്.

– ഇളം നിറങ്ങളുള്ള ബ്രാ വാങ്ങുക. കറുത്തനിറം ഒഴിവാക്കുക.

– പാഡ് വെച്ച ബ്രാ, സ്പോർട്ട്സ് ബ്രാ, കമ്പികൾ ഘടിപ്പിച്ച ബ്രാ എന്നിവ കൂടുതൽ നേരം ധരിക്കരുത്.

ബ്രായുടെ വലുപ്പം

സ്ത്രീകൾ പലപ്പോഴും തങ്ങളുടെ യഥാർത്ഥ അളവിലുള്ള ബ്രാ ആയിരിക്കില്ല ധരിക്കുന്നത്. ഏകദേശം ഒരു സൈസ് നോക്കി വാങ്ങുകയും അതുതന്നെ വർഷങ്ങളോളം തുടരുകയും ചെയ്യാറുണ്ട്. അതിനിടയിൽ വണ്ണം കൂടാനും കുറയാനും സാദ്ധ്യതയുണ്ട്. അതുകൊണ്ട് ബ്രാ വാങ്ങാൻ പോകുന്നതിനുമുമ്പ് സ്തനങ്ങളുടെ അളവ് അളന്നു തീരുമാനിച്ചശേഷം പോയി ബ്രാ തെരഞ്ഞെടുക്കുന്നതാണു നല്ലത്. സ്തനങ്ങളുടെ അളവു മാത്രമല്ല ബ്രായുടെ കപ്പ്സൈസും വ്യത്യസ്തമായിരിക്കും. വളരെ ഇറുക്കമുള്ളതോ അയഞ്ഞതോ ആയ ബ്രാ ധരിക്കുന്നത് സ്തനങ്ങളെ പ്രതികൂലമായി ബാധിക്കും.

ബ്രായുടെ സൈസ് അളക്കുന്നതെങ്ങനെ?

സ്തനങ്ങളുടെ താഴെ നെഞ്ചിൻകൂടിന്റെ ചുറ്റളവ് ഒരു ടേപ്പുകൊണ്ടളക്കുക. എത്ര ഇഞ്ച് എന്നു നോക്കി അതു പൂർണ്ണസംഖ്യയാക്കുക. ഒറ്റസംഖ്യയാണെങ്കിൽ അതിനോട് 5 കൂട്ടുകയും ഇരട്ട സംഖ്യയാണെങ്കിൽ അതിനോട് 4 കൂട്ടുകയും ചെയ്യുക. അപ്പോൾ കിട്ടുന്നതാണ് ബ്രായുടെ സൈസ് (ഉദാഹരണമായി 25.2 ആണെങ്കിൽ 25 എന്നുകൂട്ടി അതിനോട് 5 കൂട്ടിയാൽ 30 കിട്ടുന്നു. അതുപോലെ 28 ആണെങ്കിൽ അതിനോട് 4 കൂട്ടിയാൽ 32 എന്നു കിട്ടും)

കപ്പുകളുടെ സൈസ് അളക്കുന്നതെങ്ങനെ?

സ്തനങ്ങളുടെ തൊട്ടുമുകളിൽ (മുലക്കണ്ണുകളുടെ മുകളിൽ) ടേപ്പുകൊണ്ട് മാറിടം അളക്കുക. ടേപ്പ് വലിച്ചുമുറുക്കരുത്. ഈ സൈസും മേല്പറഞ്ഞ ബ്രാ സൈസും തമ്മിലുള്ള വ്യത്യാസം കണക്കാക്കുക. അതിൽ നിന്ന് കപ്പ് സൈസ് മനസ്സിലാക്കാം.

വ്യത്യാസം അഞ്ചോ അതിൽ കുറവോ ആണെങ്കിൽ കപ്പ് സൈസ് എ ആയിരിക്കും. 6 ആണെങ്കിൽ സൈസ് ബി, ഏഴ് ആണെങ്കിൽ സി, എട്ടാണെങ്കിൽ സൈസ് ഡി എന്നു കണക്കാക്കാം.

ഇങ്ങനെ ബ്രായുടെയും കപ്പിന്റെയും സൈസ് അളന്നു കണക്കാക്കിയാൽ കിട്ടുന്ന നമ്പർ പ്രകാരം (ഉദാ: 32 ബി) ബ്രാ വാങ്ങുന്നതാണ് നല്ലത്. പക്ഷേ, ഓരോ കമ്പനികളുടെയും അളവ് വ്യത്യസ്തമായിരിക്കും എന്നോർമ്മിക്കണം.

മേല്പറഞ്ഞതുപോലെ സ്തനസംരക്ഷണത്തിന്റെയും സ്തനപരിചരണത്തിന്റെയും കാര്യത്തിൽ സ്ത്രീകൾ ശ്രദ്ധ നല്കുകയാണെങ്കിൽ സ്തനങ്ങളുടെ സൗന്ദര്യവും ആരോഗ്യവും കാത്തുരക്ഷിക്കാൻ ഒരു പരിധിവരെ കഴിയുമെന്നതിനു സംശയമില്ല.

9

അഴകും ആരോഗ്യവുമുള്ള മുടിയും സംരക്ഷണമാർഗ്ഗങ്ങളും

ഏതൊരു സ്ത്രീയുടെയും സ്വപ്നമാണ് ഭംഗിയുള്ള മുടിയുണ്ടാവുക എന്നത്. നമ്മുടെ വ്യക്തിത്വത്തിനു മാറ്റുകൂട്ടുന്ന ഒരു ഘടകമാണ് അഴകും ആരോഗ്യവുമുള്ള മുടി. മുടിയുടെ സൗന്ദര്യവും ആരോഗ്യവും നിലനിർത്തണമെങ്കിൽ മുടിക്ക് ശരിയായ സംരക്ഷണവും പരിചരണവും ആവശ്യമാണ്. മുടിയുടെ സ്വഭാവം, നിറം, വളർച്ച എന്നിവയെല്ലാം തീരുമാനിക്കപ്പെടുന്നത് പാരമ്പര്യമായി ലഭിക്കുന്ന ജീനുകളിലൂടെയാണ്. എങ്കിലും ശരിയായ കേശസംരക്ഷണവും സമീകൃതാഹാരവും കൊണ്ട് ആരോഗ്യമുള്ള മുടി സ്വന്തമാക്കാൻ കഴിയും.

മുടി പലതരത്തിലുണ്ട്. നിങ്ങളുടെ മുടി ഏതുതരത്തിൽപ്പെട്ടതാണ് എന്നു മനസ്സിലാക്കുന്നത് കേശപരിചരണത്തിന് ആവശ്യമാണ്. ഏതു തരത്തിലുള്ള മുടിയാണ് എന്നറിയാൻ മുടി ചീകിനോക്കുക. വേഗം പൊട്ടുന്നുണ്ടെങ്കിൽ വരണ്ടതും ആരോഗ്യം കുറഞ്ഞതുമായ മുടിയാണ്. മുടിയിലൂടെ വിരലോടിക്കുക. നടുവിൽ പകുത്തശേഷം താഴെവരെ വിരലോടിക്കുക. എണ്ണമയം കൂടുതലാണെങ്കിൽ മുടി എണ്ണമയമുള്ളതരത്തിൽപ്പെട്ടതാണ്. തലയോട്ടിൽ താരനുണ്ടെങ്കിൽ വെളുത്തപൊടിയും പൊറ്റയും ഉണ്ടാവും. മുടി പൊതുവേ 4 തരത്തിലാണുള്ളത്.

1. എണ്ണമയമുള്ള മുടി (Oily Hair)

ഇതിനു കാരണം മുടിയുടെ വേരിനടുത്തുള്ള എണ്ണഗ്രന്ഥികളിൽ നിന്ന് കൂടുതൽ എണ്ണ (sebum) ഉല്പാദിപ്പിക്കപ്പെടുന്നതാണ്. ഇത് പാരമ്പര്യമായി ഉണ്ടാവാം. ഇത്തരം മുടിക്ക് ഏറ്റവും വീര്യം കുറഞ്ഞ ഷാമ്പു ആണ് നല്ലത്. ഷാമ്പു ഉപയോഗിച്ചാൽ മുടി മൃദുമായി കഴുകണം. ഇടയ്ക്കിടെ ഷാമ്പൂ ചെയ്യുന്നതും തലമുടി അമർത്തിത്തിരുമ്മുന്നതും ഒഴിവാക്കുക. ഷാമ്പു ചെയ്തശേഷം ധാരാളം വെള്ളമൊഴിച്ച് കഴുകി വൃത്തി

യാക്കുക. കണ്ടീഷണർ പുരട്ടുമ്പോൾ മുടിയുടെ നടുവിലും അറ്റത്തും മാത്രം പുരട്ടിയശേഷം നന്നായി കഴുകുക. എണ്ണമയമുള്ള ഭക്ഷണപദാർത്ഥങ്ങൾ ഒഴിവാക്കുകയോ കുറയ്ക്കുകയോ ചെയ്യണം.

2 വരണ്ടമുടി (Dry Hair)

മുടിയുടെ എണ്ണഗ്രന്ഥികളിൽ നിന്ന് എണ്ണയുടെ ഉല്പാദനം കുറയുക, കൂടുതലായി ഷാമ്പൂ ഉപയോഗിക്കുക. സൂര്യതാപം, ശക്തിയേറിയ കാറ്റ്, ചൂടേറിയ കാലാവസ്ഥ, അധികം ക്ലോറിനും ഉപ്പുംകലർന്ന വെള്ളം എന്നിവയെല്ലാം വരണ്ട മുടിക്കു കാരണമാവാം. ഇത്തരം മുടിക്കു മോയ്സ്ച്ചറൈസർ അടങ്ങിയ വീര്യം കുറഞ്ഞ ഷാമ്പൂ ആണ് നല്ലത്. ഷാമ്പൂ ചെയ്ത് മുടി നന്നായി വൃത്തിയാക്കി കണ്ടീഷണർ ഉപയോഗിച്ച ശേഷം നന്നായി കഴുകണം. ഷാമ്പൂ ചെയ്യുമ്പോൾ മുടി വലിക്കുകയോ അമർത്തി ഉരസുകയോ ചെയ്യരുത്. മുടി വേഗം പൊട്ടാനിടയുണ്ട്. എണ്ണ പുരട്ടിയ ശേഷം ചൂടുവെള്ളത്തിൽ മുക്കിപ്പിഴിഞ്ഞ തുണി തലയിൽ കെട്ടിവെക്കുന്നും നല്ലതാണ്. ഹെയർ സ്പാ, പ്രോട്ടീൻ ട്രീറ്റ്മെന്റ് എന്നിവയും ഹെയർ സലോണുകളിൽ നടത്താറുണ്ട്.

3. സാധാരണ മുടി (Normal Hair)

ഇത്തരം തലമുടിയാണ് ഏറ്റവും നല്ലത്. എണ്ണമയം കൂടുതലോ കുറവോ ഇല്ലാതെ ശക്തിയുള്ള ഇത്തരം മുടിക്ക് വീര്യം കുറഞ്ഞ ഷാമ്പൂ ഉപയോഗിക്കാം. സന്തുലിതാഹാരം കഴിക്കുകയും വ്യായാമം ചെയ്യുകയും ചെയ്യുന്ന ആരോഗ്യമുള്ള വ്യക്തികൾക്ക് സാധാരണമുടിയായിരിക്കും.

5. ഒരേസമയം എണ്ണമയമുള്ളതും വരണ്ടതുമായ മുടി (Mixed Hair)

ഇത്തരം മുടിയുള്ളവരുടെ തലയോട്ടിന്റെ ചർമ്മം വരണ്ടതും താരനുള്ളതുമാവാം. താരൻകൊണ്ട് രോമകൂപങ്ങൾ അടഞ്ഞിരിക്കുന്നതിനാൽ എണ്ണഗ്രന്ഥിയിൽനിന്നുള്ള എണ്ണ മുടിയിലേക്കു വ്യാപിക്കുന്നത് തടയപ്പെടുന്നു. ഇതിന് കൂടുതൽ കേശപരിചരണം വേണ്ടിവരും. എണ്ണമയം കൂടുതലാണെങ്കിൽ അതിനു പറ്റിയ ഷാമ്പൂ, വരണ്ടതാണെങ്കിൽ അതിനു യോജിച്ച ഷാമ്പൂ എന്നിങ്ങനെ മാറ്റി ഉപയോഗിക്കേണ്ടിവരും.

കേശസംരക്ഷണം

മുടിയുടെ സംരക്ഷണത്തിൽ ശ്രദ്ധിക്കേണ്ടത് പ്രധാനമായി നാലു കാര്യങ്ങളാണ് (Four 'C's of Hair Care).

1. ക്ലീനിങ് (Cleaning)ഷാമ്പൂ ഉപയോഗിക്കുക:

മുടിയുടെ തരത്തിന് പറ്റിയ ഷാമ്പുകൊണ്ട് മുടി കഴുകി വൃത്തിയാക്കണം. നനഞ്ഞ മുടി വലിക്കുകയോ ഉരസുകയോ ചെയ്താൽ വേഗം പൊട്ടാനിട

യുണ്ട്. വീര്യം കുറഞ്ഞ ഷാമ്പൂ മാത്രം ഉപയോഗിക്കുക. ഷാമ്പൂ ചെയ്ത ശേഷം മുടി ധാരാളം വെള്ളത്തിൽ കഴുകണം. രാസവസ്തുവായ ഷാമ്പൂവിന്റെ അംശം മുടിയിൽ ബാക്കിനിന്നാൽ മുടിക്ക് ദോഷം ചെയ്യും. മുടി തണുത്തവെള്ളത്തിൽ കഴുകുന്നതാണ് നല്ലത്. ചൂടുവെള്ളം മുടിക്ക് നന്നല്ല.

2. കണ്ടീഷണിങ് (Conditioning)

വരണ്ട മുടി വേഗം പൊട്ടുന്നതു തടയാൻ ഷാമ്പൂ ചെയ്ത ശേഷം മുടിയിൽ കണ്ടീഷണർ പുരട്ടുന്നത് നല്ലതാണ്. നഷ്ടപ്പെടുന്ന എണ്ണമയത്തിനു പകരം കണ്ടീഷണർ മുടിക്ക് എണ്ണമയവും തിളക്കവും നല്കുന്നു. തലമുടിക്ക് ഏറ്റവും നല്ല കണ്ടീഷണർ എണ്ണയാണെന്നു പറയാം. വെളിച്ചെണ്ണയും ബദാം എണ്ണയും ചെമ്പരത്തി പൂവിട്ടു കാച്ചിയ വെളിച്ചെണ്ണയുമെല്ലാം മുടിക്ക് നല്ലതുതന്നെ.

3. കട്ടിങ് (Cutting)

മുടിയുടെ വളർച്ച ശരിയാവാനും അറ്റം പിളരുന്നതു തടയാനും ഇടയ്ക്കിടെ (4–6 ആഴ്ചകളിലൊരിക്കൽ) മുടിയുടെ അറ്റം മുറിക്കുന്നത് നന്നായിരിക്കും.

4. കൺട്രോളിങ് (Controlling)

മുടിയുണക്കാനും ഹെയർ സ്റ്റൈൽ ചെയ്യാനുമെല്ലാം നാം പലതരത്തിലുള്ള ഉപകരണങ്ങൾ ഉപയോഗിക്കാറുണ്ടല്ലോ. ഹെയർ ഡ്രൈയർ കൊണ്ട് മുടിയുണക്കുന്നത് കഴിയുന്നതും ഒഴിവാക്കണം. അഥവാ ചെയ്യുന്നുണ്ടെങ്കിൽ തലയുടെയും ഡ്രൈയറുടെയും ഇടയിൽ ചുരുങ്ങിയത് 6 ഇഞ്ചെങ്കിലും അകലം വേണം. വരണ്ടതും ആരോഗ്യം കുറഞ്ഞതുമായ മുടി ഡ്രയർ കൊണ്ട് ഉണക്കരുത്. ടവ്വൽ ഉപയോഗിച്ച് മുടി തോർത്തിയുണക്കുന്നതാണ് നല്ലത്. മുടി ചുരുട്ടാനും നേരെയാക്കാനുമുള്ള ഉപകരണങ്ങൾ (curler, Straightening iron എന്നിവ) നനഞ്ഞമുടിയിൽ ഉപയോഗിക്കരുത്. ഇവയുടെ ഉപയോഗം കുറയ്ക്കുന്നതാണ് നല്ലത്.

മുടിയെ ബാധിക്കുന്ന ആരോഗ്യപ്രശ്നങ്ങൾ

മുടിയെ ബാധിക്കുന്ന പല ആരോഗ്യപ്രശ്നങ്ങളും രോഗങ്ങളുമുണ്ട്. ഇവയിൽ ചിലതിനെപ്പറ്റി വിവരിക്കാം.

മുടിയുടെ അറ്റം പിളരുക (Split ends)

പല കാരണങ്ങൾ കൊണ്ട് മുടിയുടെ അറ്റം പിളർന്നു പോകാം. ഇടയ്ക്കിടെ മുടിക്ക് നിറം കൊടുക്കുക, ഹെയർ ഡ്രയർ ഉപയോഗിച്ച് മുടി കൂടുതൽ ഉണക്കുക, മുടി ചുരുട്ടുക എന്നിവയെല്ലാം കൊണ്ട് മുടി വളരെ നേർത്തതും വരണ്ടതുമായി അറ്റം പൊട്ടിപ്പോകാം. മുടിയിൽ കൂടുതൽ ഈർപ്പം തങ്ങിനില്ക്കുക. ശരീരത്തിലെ ഹോർമോൺ നിലയിലെ വ്യത്യാസങ്ങൾ എന്നിവകൊണ്ടും മുടിയുടെ അറ്റം പിളർന്നു പോകാം.

ശ്രദ്ധിക്കേണ്ട കാര്യങ്ങൾ

- നനഞ്ഞ മുടി ചീകാതിരിക്കുക. ഉണങ്ങിയശേഷം മാത്രം ചീകുക.
- ദിവസേന മുടി കഴുകി വൃത്തിയാക്കണം.
- മുടി ഷാമ്പു ചെയ്യുന്നതോടൊപ്പം കണ്ടീഷണറും ഉപയോഗിക്കാം.
- വീര്യം കുറഞ്ഞ ഷാമ്പു ഉപയോഗിക്കുക.
- ഷാമ്പു ചെയ്യുമ്പോൾ തലയോട്ടിയിലെ ചർമ്മത്തിൽ പതുക്കെ വിരലുകൾ കൊണ്ട് തിരുമ്മുക.
- ഇടയ്ക്കിടെ മുടിയുടെ അറ്റം മുറിക്കുക.
- പതിവായി മുടിയിൽ എണ്ണ പുരട്ടുക.
- എണ്ണതേക്കുമ്പോഴും കുളികഴിഞ്ഞ് ടവ്വൽ കൊണ്ട് തോർത്തുമ്പോഴും മുടി വല്ലാതെ അമർത്തിത്തിരുമ്മരുത്.
- മുടി ചീകാൻ പരുപരുത്തപല്ലുകളുള്ള ചീർപ്പുപയോഗിക്കരുത്. മൃദുവായതും ഉരുണ്ടതുമായ പല്ലുകളുള്ള ചീർപ്പാണു നല്ലത്.
- ഹെയർ ഡ്രയർ, റോളർ എന്നിവയുടെ ഉപയോഗം കുറയ്ക്കുക.

താരൻ (Dandruff)

വളരെ സാധാരണമായ ഒരു ആരോഗ്യപ്രശ്നമാണ് താരൻ. തലമുടി കൊഴിക്കുന്നതിന്റെ ഒരു പ്രധാനകാരണമാണിത്. തലയിലെ ചർമ്മത്തിൽ നേർത്തശല്ക്കങ്ങളും ചുവപ്പും ചൊറിച്ചിലും ഉണ്ടാവുകയും ചൊറിയുമ്പോൾ വെളുത്ത പൊടി താഴെ വീഴുകയും ചെയ്യുന്നു. രോമകൂപങ്ങളോടു ചേർന്നുള്ള ചില ഗ്രന്ഥികളുടെ പ്രവർത്തനത്തിൽ തകരാറുകൊണ്ടോ പൂപ്പൽ ബാധകൊണ്ടോ താരനുണ്ടാവാം. താരൻ അധികമായാൽ മുടി മുറിഞ്ഞുപോവുകയും കൊഴിയുകയും ചെയ്യും. ചൊറിച്ചിൽ കൂടുതലായാൽ തലയിലെ തൊലി പൊട്ടി അണുബാധയുണ്ടാവാം.

താരൻ ഇല്ലാതാക്കുന്ന മരുന്നടങ്ങിയ ഷാമ്പു ഉപയോഗിച്ച് ആഴ്ചയിൽ ഒന്നോ രണ്ടോ പ്രാവശ്യം മുടികഴുകിയാൽ താരൻ കുറയാനിടയുണ്ട്. കുറഞ്ഞു കഴിഞ്ഞാൽ ഇത്തരം ഷാമ്പൂവിന്റെ ഉപയോഗം മാസത്തിലൊരിക്കലായി കുറയ്ക്കേണ്ടതാണ്. താരനുള്ള വ്യക്തി ഉപയോഗിക്കുന്ന ചീർപ്പ്, തോർത്ത്, വസ്ത്രങ്ങൾ എന്നിവ മറ്റുവ്യക്തികൾ ഉപയോഗിക്കുന്നത് ഒഴിവാക്കണം.

മുടികൊഴിച്ചിൽ

സ്ത്രീകൾക്ക് വിഷമമുണ്ടാക്കുന്ന ഒരു പ്രധാന പ്രശ്നമാണ് മുടികൊഴിച്ചിൽ. ഒരു ദിവസം ഏകദേശം 50 മുതൽ 100 മുടിയോളം കൊഴിയുന്നത് സാധാരണയായി കണക്കാക്കപ്പെടുന്നു. അതിലധികം മുടി കൊഴിയുക, കഷണ്ടികയറുക, തലയിൽനിന്ന് വട്ടത്തിൽ മുടികൊഴിയുക (Alopecia Areata), തലയിൽ പുഴുക്കടികൊണ്ട് (Tinea capitis) മുടി കൊഴിയുക എന്നീ സാഹചര്യങ്ങൾക്ക് തീർച്ചയായും ചികിത്സ വേണ്ടിവരും.

കാരണങ്ങൾ

1. **പാരമ്പര്യം:** പാരമ്പര്യമായി കഷണ്ടിയും മുടികൊഴിച്ചിലും ഉണ്ടാവാം.
2. **പോഷകാഹാരക്കുറവ്:** സന്തുലിതാഹാരം കഴിക്കാത്തവരിലും മെലിയാനായി ഡയറ്റിങ് നടത്തുന്നവരിലും മുടികൊഴിച്ചിൽ ഉണ്ടാവാനിടയുണ്ട്. ഭക്ഷണത്തിൽ വിറ്റാമിനുകൾ, ധാതുക്കൾ, പ്രോട്ടീൻ, ഇരുമ്പിന്റെ അംശം എന്നിവ കുറഞ്ഞാൽ മുടികൊഴിച്ചിലുണ്ടാവുന്നു.
3. **ഹോർമോണുകൾ** ശരീരത്തിലെ ഹോർമോൺ വ്യവസ്ഥയിലുണ്ടാകുന്ന പല തകരാറുകളും മുടികൊഴിച്ചിലിനിടയാക്കാം. തൈറോയ്ഡ് ഗ്രന്ഥിയുടെ പ്രവർത്തനത്തിലുണ്ടാകുന്ന പ്രശ്നങ്ങൾ, പ്രസവത്തിനു ശേഷവും ആർത്തവവിരാമത്തിനുശേഷവും ഉണ്ടാകുന്ന മുടികൊഴിച്ചിൽ എന്നിവ ഉദാഹരണങ്ങളാണ്.
4. **രോഗങ്ങൾ:** തലയുടെ ചർമ്മത്തെ ബാധിക്കുന്ന ചില രോഗങ്ങൾ (ഉദാ: പുഴുക്കടി, സിഫിലിസ്, സോറിയാസിസ്, സെബോറിക് ഡർമറ്റൈറ്റിസ് തുടങ്ങിയവ) മുടി കൊഴിച്ചിലിനു കാരണമാവാം. രോഗപ്രതിരോധ വ്യവസ്ഥയെ ബാധിക്കുന്ന ചില അസുഖങ്ങൾക്കു പുറമേ കാൻസർ, ക്ഷയം, ടൈഫോയ്ഡ് തുടങ്ങിയ ദീർഘകാല രോഗങ്ങൾകൊണ്ടും മുടികൊഴിച്ചിലുണ്ടാവാം. കരളിന്റെയും വൃക്കയുടെയും പ്രവർത്തനം മന്ദഗതിയിലാവുമ്പോഴും (രോഗങ്ങൾ മൂലം) മുടി കൊഴിയാറുണ്ട്.
5. **മരുന്നുകൾ:** കാൻസറിനു നല്കുന്ന കീമോതെറാപ്പിക്കുശേഷം ഏകദേശം 90% മുടി നഷ്ടമാവാറുണ്ട്. കാൻസർ ചികിത്സയ്ക്കു നല്കുന്ന റേഡിയേഷനും മുടി കൊഴിച്ചിലുണ്ടാക്കാം. രക്താതിസമ്മർദ്ദം, ഉയർന്ന കൊളസ്ട്രോൾ, സന്ധിവാതം, വിഷാദരോഗം എന്നിവയ്ക്കു നല്കുന്ന മരുന്നുകൾ, ചിലതരം ആന്റിബയോട്ടിക്കുകൾ, ലിത്തിയം(Lithium), ഹെപ്പാരിൻ (Heparin), അമിതമായ തോതിൽ വിറ്റാമിൻ 'എ' മരുന്നു കഴിക്കുക എന്നിവകൊണ്ടെല്ലാം മുടികൊഴിച്ചിലുണ്ടാവാനിടയുണ്ട്.
6. **മറ്റുകാരണങ്ങൾ:** മാനസികസമ്മർദ്ദം, ഉറക്കക്കുറവ്, മാനസികപ്രശ്നങ്ങൾ, എല്ലുപൊട്ടൽ, കടുത്ത പനി, പ്രസവം, ശസ്ത്രക്രിയ എന്നിവ കൊണ്ട് മുടി കൊഴിച്ചിലുണ്ടാവാം. ക്ലോറിൻ കൂടുതലടങ്ങിയ വെള്ളം, കുഴൽക്കിണറ്റിലെ വെള്ളം എന്നിവകൊണ്ടും മുടി കൊഴിച്ചിലുണ്ടാവാം. മുടി വലിച്ചുമുറുക്കിക്കൊട്ടുന്നത്, ടവ്വൽകൊണ്ട് അമർത്തിത്തിരുമ്മുന്നത്, മുടി അമർത്തീച്ചീകുന്നത് എന്നിവകൊണ്ട് മുടി കൊഴിയാം. നനഞ്ഞ മുടി കെട്ടിവെച്ചാൽ മുടിയിൽ 'കായ കെട്ടുന്നത്' ഒരുതരം പൂപ്പൽ രോഗം കൊണ്ടാണ്. ഇതും മുടികൊഴിച്ചിലുണ്ടാക്കാനിടയുണ്ട്.
7. **ചികിത്സ:** മുടികൊഴിച്ചിലിന്റെ കാരണവും സ്വഭാവവുമനുസരിച്ച് ചികിത്സ തീരുമാനിക്കുന്നു. മിനോക്സിഡിൽ പോലുള്ള മരുന്നു

കൾ കഷണ്ടിക്ക് ഫലപ്രദമായേക്കാം.അതിനു പുറമേ മുടി നട്ടുപിടിപ്പിക്കുന്ന ശസ്ത്രക്രിയ (ഹെയർഗ്രാഫ്റ്റിങ്)യും നടത്താറുണ്ട്.

പോഷകാഹാരം, മാനസിക സംഘർഷമില്ലാത്ത ആഹ്ലാദകരമായ മാനസികാവസ്ഥ, വ്യായാമം, ശരിയായ രീതിയിൽ ഉറക്കം, രോഗങ്ങൾ കണ്ടുപിടിച്ചു നേരത്തെ ചികിത്സ തുടങ്ങുക എന്നിവയെല്ലാം മുടിയുടെ ആരോഗ്യം നിലനിർത്താൻ സഹായിക്കും. കേശസംരക്ഷണത്തിലും മുടിയുടെ പരിചരണത്തിലും ശ്രദ്ധിക്കുകയും വേണ്ടതാണ്.

മുടിയുടെ സംരക്ഷണത്തിനും പരിചരണത്തിനുമായി നാം ശ്രദ്ധിക്കേണ്ട കാര്യങ്ങൾ താഴെ കൊടുക്കുന്നു.

മുടി നന്നായി വളരാൻ ശ്രദ്ധിക്കേണ്ട കാര്യങ്ങൾ

1. എണ്ണ തേച്ച് തലയിൽ വിരൽത്തുമ്പുകൊണ്ട് നന്നായി മസാജ് ചെയ്യുന്നത് മുടിയുടെ വളർച്ച സഹായിക്കും. രാത്രിയിൽ എണ്ണതേച്ചശേഷം രാവിലെ കഴുകിക്കളയാം.
2. മുടിയിൽ അഴുക്കും പൊടിയും അടിഞ്ഞുകൂടാനിടയുള്ളതിനാൽ ദിവസവും മുടി കഴുകിവൃത്തിയാക്കണം. മുടികൊഴിയുന്നുണ്ടെന്നു കരുതി കഴുകാതിരിക്കരുത്.
3. ഇടയ്ക്കിടെ മുടിയുടെ അറ്റംമുറിച്ചു കളയുന്നത് മുടിയുടെ അറ്റം പിളരുന്നത് തടയാൻ സഹായിക്കും.
4. മുടി പിടിച്ചുവലിച്ചുകെട്ടുകയോ ചുരുട്ടുകയോ ചെയ്യാതിരിക്കുക.
5. ചീർപ്പും ബ്രഷും ഇടയ്ക്കിടെ കഴുകിവൃത്തിയാക്കണം. സോപ്പുവെള്ളത്തിൽ പത്തുമിനിട്ട് മുക്കിവെച്ചശേഷം ഒരു പഴയ ടൂത്ത് ബ്രഷുപയോഗിച്ച് വൃത്തിയാക്കാം.
6. ഷാമ്പു ഉപയോഗിച്ചാൽ മുടി നന്നായി കഴുകണം. രാസവസ്തുവായ ഷാമ്പൂവിന്റെ അംശം മുടിയിൽ തങ്ങിനില്ക്കുന്നത് മുടിക്ക് ദോഷം ചെയ്യും. ധാരാളം വെള്ളമൊഴിച്ചു കഴുകണം.
7. മുടിക്കു യോജിച്ച ഷാമ്പു തെരഞ്ഞെടുക്കുക. ഷാമ്പു കൊണ്ട് മുടി കഴുകിയശേഷം മുടിക്കു യോജിച്ച കണ്ടീഷണർ പുരട്ടുകയും 10 മിനിട്ട് വെച്ചശേഷം നന്നായി കഴുകിക്കളയുകയും ചെയ്യാം.
8. മുടി തണുത്തവെള്ളത്തിൽ കഴുകുന്നതാണു നല്ലത്. അധികം ചൂടുള്ള വെള്ളം മുടിക്ക് ദോഷമുണ്ടാക്കും.
9. പൊടിയും പ്രദൂഷണവും ഉള്ള അന്തരീക്ഷമാണെങ്കിൽ മുടി കൂടുതൽ പ്രാവശ്യം ഷാമ്പു കൊണ്ട് കഴുകേണ്ടിവരും. വേനല്ക്കാലത്ത് വിയർപ്പുകൂടുന്നതിനാൽ രണ്ടുപ്രാവശ്യം മുടി കഴുകാം. മുടിയിൽ അഴുക്കുനിറയുകയോ ഒട്ടുകയോ ചെയ്യുന്നുണ്ടെങ്കിൽ ഷാമ്പൂ ഉപയോഗിച്ച് വൃത്തിയാക്കുക.
10. മുടി ഉണക്കാൻ തോർത്തോ ടവ്വലോ ഉപയോഗിക്കുക. കഴിയുന്നതും ഹെയർഡ്രയർ ഉപയോഗിക്കാതിരിക്കുക. മുടി കൂടുതൽ വരണ്ടതായിത്തീരും.

11. നനഞ്ഞ മുടി ചീകാതിരിക്കുക. നനഞ്ഞ മുടി വേഗം പൊട്ടിപ്പോകും. വിരൽകൊണ്ട് ഉടക്കുകളും കെട്ടുകളും മാറ്റാം. അകന്ന പല്ലുകളുള്ള ചീർപ്പാണ് നനവുള്ള മുടി ചീകാൻ ഉപയോഗിക്കേണ്ടത്. ഉണങ്ങിയ ശേഷം മാത്രം ബ്രഷുകൊണ്ട് ചീകാം.
12. മൃദുവായതും ഉരുണ്ടതുമായ പല്ലുകളുള്ളതും പല്ലകലമുള്ളതുമായ ചീർപ്പുകൾ ഉപയോഗിക്കുന്നതാണു നല്ലത്. പരുപരുത്ത ചീർപ്പും മൂർച്ചയുള്ള ക്ലിപ്പും ഹെയർപിന്നുകളും ഉപയോഗിച്ചാൽ മുടി പൊട്ടാനിടയുണ്ട്.
13. നനഞ്ഞ മുടി ഉണങ്ങിയശേഷം മാത്രം കെട്ടിവയ്ക്കുക.
14. രാസവസ്തുക്കൾ കലർന്ന ഡൈ, സ്പ്രേ, ജെൽ ബ്ലീച്ച് തുടങ്ങിയവ ഉപയോഗിക്കുമ്പോൾ പ്രത്യേകം ശ്രദ്ധിക്കണം. അവ അനാവശ്യമായി കൂടെക്കൂടെ ഉപയോഗിക്കരുത്. പാക്കറ്റിലെ നിർദ്ദേശപ്രകാരം മാത്രം ഉപയോഗിക്കുക. അലർജിയുള്ളവർ പ്രത്യേകം ശ്രദ്ധിക്കണം. മുടി കഴുകി വൃത്തിയാക്കാൻ ഒരിക്കലും സോപ്പുതേക്കരുത്.
15. മാനസിക സമ്മർദ്ദം ഒഴിവാക്കുക.
16. മുടി വളരാൻ പ്രോട്ടീൻ, വിറ്റാമിനുകൾ, ധാതുക്കൾ, ഇരുമ്പുസത്ത് എന്നിവ ആവശ്യമാണ്. അതുകൊണ്ട് ഇവയെല്ലാമടങ്ങിയ സന്തുലിതാഹാരം കഴിക്കുക. കൃത്യമായി വ്യായാമവും ചെയ്യുക.
17. ഡൈ, സ്പ്രേ, ജെൽ, ഷാമ്പൂ തുടങ്ങിയവ വാങ്ങുമ്പോൾ അംഗീകൃത കമ്പനിയുടെ ഉല്പന്നങ്ങൾ മാത്രം വാങ്ങാൻ ശ്രദ്ധിക്കുക. വിലകുറഞ്ഞതാണെന്നു കരുതി തരംതാണ ഉല്പന്നങ്ങൾ വാങ്ങി ഉപയോഗിക്കുന്നത് മുടിക്ക് ദോഷമായേക്കാം.

മുടിയെക്കുറിച്ചുള്ള ചില വസ്തുക്കൾ

1. ഓരോ മുടിയിഴയും ഏകദേശം 100 ദിവസം നിലനില്ക്കുന്നു.
2. സാധാരണയായി സ്ത്രീകൾക്ക് ഏകദേശം ഒരു ലക്ഷത്തോളം മുടിയിഴകളുണ്ടാവാം.
3. ആരോഗ്യമുള്ള മുടി ഒരു മാസത്തിൽ ഒരു സെന്റിമീറ്ററോളം വളരും.
4. ഒരു ദിവസം ഏകദേശം 100 മുടി കൊഴിയുന്നത് സാധാരണയാണ് എന്നു പറയാം.
5. മുടിക്ക് ക്യൂട്ടിക്കിൾ, കോർട്ടെക്സ്, മെഡുല്ല എന്നിങ്ങനെ മൂന്നു ഭാഗങ്ങളുണ്ട്. മുടിയിഴ പൊതിയുന്ന കവചമായ ക്യൂട്ടിക്കിളാണ് മുടിക്ക് തിളക്കം നല്കുന്നത്.
6. മുടി പൊട്ടിപ്പോയാൽ ആ മുടി പഴയതുപോലെയാക്കാനുള്ള കഴിവ് മുടിക്കില്ല.
7. വിരലടയാളങ്ങൾ പോലെ മുടിയും, ഓരോ വ്യക്തിയിലും വ്യത്യസ്തതരത്തിലായിരിക്കും.

10

സ്ത്രീകളിലെ രക്തക്കുറവും പരിഹാര മാർഗ്ഗങ്ങളും

ഡോക്ടറെ സമീപിക്കുന്ന സ്ത്രീരോഗികളിൽ പലരുടെയും പ്രശ്നം ക്ഷീണവും ശക്തിക്കുറവുമാണ്. വീട്ടമ്മമാരായാലും ജോലിക്കു പോകുന്ന സ്ത്രീകളായാലും ക്ഷീണത്തിനു പല കാരണങ്ങളുണ്ടാവാം. പ്രാതൽ കഴിക്കാതിരിക്കുക. ഉറക്കക്കുറവ്, രാത്രി ഏറെനേരം ജോലിയെടുക്കുക, ഓഫീസിലെയും വീട്ടിലെയും ജോലിത്തിരക്കുകൾ, മാനസികപ്രശ്നങ്ങൾ എന്നിങ്ങനെ പല പ്രശ്നങ്ങൾകൊണ്ട് ക്ഷീണമുണ്ടാവാം. പക്ഷേ ഭാരതീയ സ്ത്രീകളിൽ ഏറ്റവുമധികം കാണപ്പെടുന്ന ഒരു ആരോഗ്യപ്രശ്നമാണ് രക്തക്കുറവ് (വിളർച്ച) അഥവാ അനീമിയ (Anaemia) കൊണ്ടുള്ള ക്ഷീണം. വിരശല്യം മുതൽ കാൻസർവരെ ഇതിനു കാരണമാവാമെന്നതിനാൽ ഇത് അവഗണിക്കാതെ, ഡോക്ടറെ കാണിച്ച് ചികിത്സ തുടങ്ങേണ്ടതാണ്.

വിളർച്ച എന്തുകൊണ്ട്?

ശരീരത്തിൽ രക്തത്തിന്റെ അളവ് കുറയുന്നതാണ് വിളർച്ച. ശ്വസിക്കുമ്പോൾ രക്തത്തിൽ കലരുന്ന പ്രാണവായു (ഓക്സിജൻ) ശരീരത്തിന്റെ വിവിധഭാഗങ്ങളിലെ കോശങ്ങളിലെത്തിക്കാൻ സഹായിക്കുന്നത് രക്തത്തിലെ ചുവന്നരക്താണുക്കളിൽ (Red blood corpuscles - RBC) അടങ്ങിയ ഹീമോഗ്ലോബിൻ (Haemoglobin) ആണ്. ചുവന്ന രക്താണുക്കൾ കുറയുമ്പോൾ ഹീമോഗ്ലോബിന്റെ അളവും ഹീമോഗ്ലോബിന് ഓക്സിജൻ വഹിക്കാനുള്ള കഴിവും (oxygen carrying capacity) കുറയുന്നതു കൊണ്ടാണ് വിളർച്ച ഉണ്ടാകുന്നത്. വിളർച്ച എത്രയുണ്ടെന്ന് ഏകദേശം മനസ്സിലാക്കുന്നത് ഹീമോഗ്ലോബിന്റെ തോത് അളന്നിട്ടാണ്. പൊതുവേ സാധാരണ സ്ത്രീകൾക്ക് 12.3 മുതൽ 15.3 ഗ്രാം/ഡെസിലി

റ്റർ ഹീമോഗ്ലോബിൻ ഉണ്ടാവണം. 10–11.9 gm/dl ആയാൽ ലഘുവായ രക്തക്കുറവും (mild anaemia)7–9.9 gm/dl ആയാൽ അല്പം കൂടി ഗൗരവമുള്ള രക്തക്കുറവും (moderate anaemia) 7 ഗ്രാമിൽ കുറഞ്ഞാൽ ഗൗരവമേറിയ രക്തക്കുറവും (severe anaeima) എന്നു കണക്കാക്കാം. ഹീമോഗ്ലോബിന്റെ പ്രധാനഘടകം ഇരുമ്പാണ്. അതുകൊണ്ട് ശരീരത്തിൽ ഇരുമ്പിന്റെ അംശം കുറയുന്നതുകൊണ്ട് വിളർച്ചയുണ്ടാവാം. കൗമാരപ്രായത്തിലുള്ള പെൺകുട്ടികൾക്കും ഗർഭിണികൾക്കും മുലയൂട്ടുന്ന അമ്മമാർക്കും പുരുഷന്മാരേക്കാളധികം ഇരുമ്പിന്റെ അംശം ആവശ്യമുള്ളതിനാൽ ഇരുമ്പുസത്തടങ്ങിയ ഭക്ഷണപദാർത്ഥങ്ങൾ കഴിക്കേണ്ടതാണ്.

വിളർച്ചയുണ്ടാക്കുന്ന കാരണങ്ങൾ

എല്ലിനുള്ളിലെ മൃദുവായ ഭാഗമായ മജ്ജയിൽനിന്നാണ് (Bone marrow) ചുവന്ന രക്താണുക്കൾ ഉല്പാദിപ്പിക്കപ്പെടുന്നത്. വൃക്കയിൽ നിന്നുണ്ടാവുന്ന എറിത്രോപോയിറ്റിൻ (Erythropoietin) എന്ന ഹോർമോൺ ഈ ഉല്പാദനപ്രക്രിയയെ പ്രേരിപ്പിക്കുന്നു. ഭക്ഷണത്തിൽനിന്നും ഇരുമ്പിന്റെ അംശം പോലെ വിവിധ വിറ്റാമിനുകളും പ്രോട്ടീനും ലഭിക്കേണ്ടത് ഇതിനാവശ്യമാണ്. ചുവന്ന രക്താണുക്കളും ഹീമോഗ്ലോബിനും ഉണ്ടാകുന്ന പ്രക്രിയയിൽ എന്തെങ്കിലും തടസ്സം കൊണ്ട് ഉല്പാദനം കുറയുക, ചുവന്ന രക്താണുക്കൾ അമിതമായി നശിച്ചുപോവുക, വർദ്ധിച്ച രക്തസ്രാവം, പോഷകാഹാരക്കുറവ് എന്നിങ്ങനെ പലകാരണങ്ങൾ കൊണ്ട് വിളർച്ചയുണ്ടാവുന്നു. വിളർച്ച ഏതു തരത്തിലാണ് എന്നതനുസരിച്ച് ലക്ഷണങ്ങളും ചികിത്സയും വ്യത്യസ്തമായിരിക്കും.

വിളർച്ചയുണ്ടാക്കാനിടയുള്ള സന്ദർഭങ്ങളും പ്രധാനകാരണങ്ങളും താഴെപ്പറയുന്നവയാണ്.

1. ആർത്തവരക്തസ്രാവം

സ്ത്രീകൾക്ക് സാധാരണയായി 60 മി. ലി മുതൽ 90 മി. ലി വരെ രക്തം ആർത്തവസമയത്ത് ശരീരത്തിൽനിന്നു നഷ്ടപ്പെടുന്നു. അമിതരക്തസ്രാവം, ക്രമം തെറ്റിയ ആർത്തവം, മാസത്തിൽ രണ്ടു പ്രാവശ്യം വരുന്ന ആർത്തവം എന്നിവ കൊണ്ട് വിളർച്ചയുണ്ടാകുന്നതിനാൽ ഡോക്ടറെ കാണിക്കേണ്ടതാണ്. ആർത്തവരക്തം പോകുന്നതിന്റെ അളവ് ഏകദേശം മനസ്സിലായാൽ രക്തസ്രാവം കൂടുതലായോ കുറവായോ എന്നു നിർണ്ണയിക്കാം. ആർത്തവം നടക്കുമ്പോൾ എത്രദിവസം രക്തം പോകുന്നു, എത്ര പാഡുകൾ മാറ്റേണ്ടിവരുന്നു എന്നു തുടങ്ങിയ വിവരങ്ങൾ കുറിച്ചുവെച്ച് ഡോക്ടറോടു പറയണം. രണ്ടോ മൂന്നോ ദിവസം നീണ്ടു നില്ക്കുന്ന ആർത്തവം, അല്പമായി രക്തംപോകുന്നത്

ആറേഴു ദിവസം നീണ്ടു നില്ക്കുന്ന ആർത്തവം, ഒരു ദിവസം ഏകദേശം 4 പാഡ് മാറ്റുക എന്നിവ സാധാരണയാണെന്നു പറയാം. പക്ഷേ, ആർത്തവരക്തം കൂടുതലായി പോവുക, മൂന്നുദിവസത്തിലധികം നീണ്ടു നില്ക്കുന്ന അമിതരക്തസ്രാവം, കൂടുതൽ പ്രാവശ്യം പാഡ് മാറ്റേണ്ടിവരിക എന്നിവയെല്ലാം വർദ്ധിച്ച രക്തസ്രാവത്തിന്റെ സൂചനയായതിനാൽ ഡോക്ടറെ കാണിച്ചു ചികിത്സ തുടങ്ങണം.

2. ഗർഭാവസ്ഥ

ഗർഭിണികളിൽ 50% പേരിൽ വിളർച്ച കാണപ്പെടുന്നു. ഗർഭസ്ഥ ശിശുവിന് അമ്മയുടെ ശരീരത്തിൽ നിന്നാണു രക്തം ലഭിക്കുന്നത്. അതിനാൽ ഗർഭിണിയുടെ ശരീരത്തിൽ രക്തകോശങ്ങളുടെ ഉല്പാദനം വർദ്ധിക്കുന്നു. പോഷകാഹാരക്കുറവുകൊണ്ടോ മറ്റു കാരണം കൊണ്ടോ ഗർഭിണിയുടെ ശരീരത്തിൽ വേണ്ടത്ര ചുവന്ന രക്താണുക്കൾ ഉല്പാദിപ്പിക്കപ്പെടുന്നില്ലെങ്കിൽ വിളർച്ച ഉണ്ടാവാം. ഗർഭാവസ്ഥയിൽ രണ്ടുതരത്തിലുള്ള വിളർച്ചയുണ്ടാവുന്നു. ഗർഭാവസ്ഥയുടെ രണ്ടാം പകുതിയിൽ സാധാരണയായി അല്പം വിളർച്ച പതിവാണ്. ഇതിനെ Physiological Anaemia എന്നു പറയും. പക്ഷേ, ഇതിൽ 10 ഗ്രാം വരെ മാത്രമേ ഹീമോഗ്ലോബിൻ കുറയാറുള്ളൂ. 10 ഗ്രാമിലധികം കുറഞ്ഞാൽ അതിനെ Pathological Anaemia എന്നു പറയും. ഇതിനു ചികിത്സ വേണ്ടിവരും. ഗർഭാവസ്ഥയിൽ ഹീമോഗ്ലോബിൻ 8–10 ഗ്രാം വരെയായാൽ ലഘുവായ വിളർച്ച, 7–8 ഗ്രാം ആയാൽ അല്പം ഗൗരവമുള്ള വിളർച്ച, 7 ഗ്രാമിൽ കുറഞ്ഞാൽ ഗൗരവം കൂടിയ വിളർച്ച എന്നിങ്ങനെ തരം തിരിക്കാറുണ്ട്.

3. പ്രസവം

പ്രസവസമയത്ത് സങ്കീർണ്ണതകളുണ്ടായാൽ വിളർച്ചയുണ്ടാവാം. ഗർഭാവസ്ഥയിലോ പ്രസവസമയത്തോ വർദ്ധിച്ച രക്തസ്രാവം, ഗർഭഛിദ്രം, ഗുരുതരമായ അണുബാധ, മാസം തികയാതെയുള്ള പ്രസവം, ഇരട്ടപ്രസവം, മറുപിള്ളയിലുണ്ടാകുന്ന പ്രശ്നങ്ങൾ എന്നിവ വിളർച്ചയുണ്ടാക്കാം. ഗർഭപാത്രത്തിനുവെളിയിൽ പ്രത്യേകിച്ചും അണ്ഡവാഹിനിക്കുഴലിൽ ഗർഭധാരണം നടന്നാൽ അതു പൊട്ടി വയറ്റിനുള്ളിൽ ആന്തരികരക്തസ്രാവം ഉണ്ടാവുകയും അത്യധികമായ വിളർച്ചയും 'ഷോക്ക്' എന്ന ഗുരുതരാവസ്ഥയും ഉണ്ടായി രോഗി മരിക്കുന്ന അവസ്ഥയിലെത്തുകയും ചെയ്യാറുണ്ട്. (Ectopic Pregnancy)

4. ഗർഭാശയരോഗങ്ങൾ

ഗർഭപാത്രമുഴകൾ (Fibroids), എൻഡോമെട്രിയോസിസ് (Endometriosis) തുടങ്ങിയ ഗർഭാശയരോഗങ്ങൾ കൊണ്ട് വേദനയോടുകൂടിയ അമിതരക്തസ്രാവം ഉണ്ടാവാം. ഗർഭാശയത്തിനുള്ളിലോ ഗർഭാശ

യഗളത്തിലോ അർബ്ബുദമുണ്ടായാൽ ലൈംഗിക ബന്ധത്തിലേർപ്പെടുമ്പോൾ രക്തസ്രാവം, ഇടയ്ക്കിടെ വേദനയില്ലാതെ രക്തസ്രാവം എന്നിവ ഉണ്ടായി വിളർച്ചയുണ്ടാവാനിടയുണ്ട്.

5. ശരീരത്തിൽ നിന്നും രക്തം നഷ്ടപ്പെടുക

ദീർഘകാലം നീണ്ടുനില്ക്കുന്ന മൂലക്കുരു, വയറ്റിനുള്ളിൽ ആമാശയത്തിലോ കുടലിലോ ഉണ്ടാവുന്ന വ്രണങ്ങൾ എന്നിവ രക്തസ്രാവമുണ്ടാക്കാം. വാഹനാപകടങ്ങൾ, വയറ്റിലെ വ്രണം പൊട്ടൽ, അണ്ഡവാഹിനിക്കുഴലിൽ ഗർഭധാരണം നടന്നത് പൊട്ടൽ, ഗുരുതരമായ അണുബാധ (Septicemia) എന്നീ കാരണങ്ങൾ കൊണ്ട് വയറ്റിനുള്ളിൽ ആന്തരികരക്തസ്രാവം (Internal bleeding) ഉണ്ടായാൽ രോഗിയുടെ അവസ്ഥ ഗുരുതരമാവാനോ മരിച്ചുപോവാനോ സാദ്ധ്യതയുണ്ട്. ശരീരത്തിൽ നിന്നും രക്തം നഷ്ടപ്പെടുന്നത് വിളർച്ചയുടെ പ്രധാന കാരണമാണ്.

6. പോഷകാഹാരക്കുറവ്

കൗമാരപ്രായത്തിലെ പെൺകുട്ടികൾ, ഗർഭിണികൾ, മുലയൂട്ടുന്ന അമ്മമാർ എന്നിവരിൽ പോഷകാഹാരക്കുറവു കൊണ്ടുള്ള വിളർച്ച (Nutritional anaemia) കൂടുതലായി കാണപ്പെടുന്നു. ഇത് പൊതുവേ രണ്ടു തരത്തിലാണ്.

ഇരുമ്പിന്റെ അംശം കുറയുന്നതുകൊണ്ടുള്ള വിളർച്ച (Iron deficiency anaemia). ഇന്ത്യയിലെ 90% സ്ത്രീകളിൽ ഇതുണ്ടാവുന്നു.

– വിറ്റാമിൻ ബി 12, ഫോളിക് ആസിഡ് എന്നീ ജീവകങ്ങളുടെ തനിച്ചോ കൂട്ടായോ ഉള്ള അഭാവം കൊണ്ട് വിളർച്ചയുണ്ടാവാം. (Megaloblastic anaemia).

അതിനുപുറമേ വിറ്റാമിൻ ബി6, സി, പ്രോട്ടീൻ എന്നിവയുടെ കുറവും വിളർച്ചയുണ്ടാക്കാറുണ്ട്. ഈ വിറ്റാമിനുകളും ഇരുമ്പിന്റെ അംശവും ഭക്ഷണത്തിൽനിന്നു ലഭിക്കാതിരിക്കുമ്പോഴും ശരീരത്തിലേക്ക് ആഗിരണം ചെയ്യാതിരിക്കുമ്പോഴും (ആമാശയത്തിന്റെയോ കുടലിന്റെയോ അസുഖങ്ങൾ, ശസ്ത്രക്രിയകൊണ്ട് ആമാശയമോ കുടലോ നീക്കം ചെയ്ത അവസ്ഥ എന്നിവകൊണ്ട്) വിളർച്ചയുണ്ടാവാനിടയുണ്ട്.

7. മജ്ജയെ ബാധിക്കുന്ന രോഗങ്ങൾ

മജ്ജയെ രോഗം ബാധിച്ചാൽ ചുവന്ന രക്താണുക്കളുടെ ഉല്പാദനം കുറയുകയോ അവ കൂടുതലായി നശിക്കുകയോ ചെയ്യും. മജ്ജയെ ബാധിക്കുന്ന എപ്ലാസ്റ്റിക് അനീമിയ (Aplastic anaemia) ഉണ്ടാവാൻ പല കാരണങ്ങളുണ്ട്. ചിലതരം മരുന്നുകൾ, വൈറസ് രോഗങ്ങൾ, രക്താർബ്ബുദവും (Leukemia), മൾട്ടിപ്പിൾ മയലോമയും, (multiple myeloma), ലിംഫോമയും (Lymphoma) പോലുള്ള അർബ്ബുദങ്ങൾ, പ്രതിരോധശക്തി കുറ

യ്ക്കുന്ന രോഗങ്ങൾ (Auto immune രോഗങ്ങൾ) തുടങ്ങിയവ. ഇതിന്റെ ഫലമായി രക്താണുക്കൾ വളരെയധികം കുറയുക. രക്തസ്രാവം, ഗൗരവമേറിയ അണുബാധ എന്നിവ ഉണ്ടാവാം.

8. മറ്റു കാരണങ്ങൾ

ചിലതരം മരുന്നുകൾ (ആസ്പിരിൻ ഇൻഡോമെത്തസിൻ മുതലായവ, (ഭക്ഷണത്തിലും അന്തരീക്ഷത്തിലുമുള്ള വിഷപദാർത്ഥങ്ങൾ, കീടനാശിനികൾ, റേഡിയേഷൻ എന്നിങ്ങനെ പല കാരണങ്ങൾ കൊണ്ട് രക്താണുക്കളുടെ ഉല്പാദനം കുറഞ്ഞ് വിളർച്ചയുണ്ടാവാം.

9. രോഗപ്രതിരോധവ്യവസ്ഥയെ (Immune system) ബാധിക്കുന്ന രോഗങ്ങൾ

എയ്ഡ്സ്, അർബ്ബുദം, ഓട്ടോ ഇമ്മ്യൂൺ രോഗങ്ങൾ (Autoimmune diseases), ഗൗരവമേറിയ അണുബാധ തുടങ്ങിയ രോഗങ്ങൾ കൊണ്ട് വിളർച്ചയുണ്ടാവാം.

10. ഹീമോലിറ്റിക് അനീമിയ (Haemolytic anaemia)

ഇത്തരം അനീമിയ ഉണ്ടായാൽ ഉല്പാദിപ്പിക്കപ്പെടുന്നതിനേക്കാളധികം കൂടുതൽ ചുവന്ന രക്താണുക്കൾ നശിപ്പിക്കപ്പെടുന്നു. പാരമ്പര്യമായി ഉണ്ടാവുന്ന sickle cell anaemia, Thalassemia തുടങ്ങിയ രോഗങ്ങൾ കൊണ്ടു ചുവന്ന രക്താണുക്കൾ നശിച്ച് വിളർച്ചയുണ്ടാവാം.

11. ദീർഘകാല രോഗങ്ങൾ

വൃക്കയുടെ പ്രവർത്തനം സ്തംഭിക്കുക (Kidney failure), വൃക്കയെ ബാധിക്കുന്ന ദീർഘകാല രോഗങ്ങൾ, കരളിന്റെ പ്രവർത്തനം സ്തംഭിക്കുക (Liver failure), എയ്ഡ്സ്, അർബ്ബുദം, ക്ഷയം, മലമ്പനി, സന്ധിരോഗങ്ങൾ എന്നിവകൊണ്ടും വിരശല്യം (ഉദാ: ഹുക്ക്‌വേം) കൊണ്ടും കാൻസറിന്റെ മരുന്നുകൾ, റേഡിയേഷൻ എന്നിവകൊണ്ടും വിളർച്ചയുണ്ടാവാം.

ലക്ഷണങ്ങൾ:

വിളർച്ചയുടെ കാരണമനുസരിച്ച് വിവിധ ലക്ഷണങ്ങൾ കാണപ്പെടുന്നു.

തളർച്ച, കിതപ്പ്, ശക്തിക്കുറവ്, വിളർച്ച, ക്ഷീണം, തലചുറ്റൽ, തലവേദന, പെട്ടെന്നു ദേഷ്യം വരിക, ശ്രദ്ധ കേന്ദ്രീകരിക്കാൻ കഴിയാതെ വരിക, ഉറക്കക്കുറവ്, വിഷാദം, ലൈംഗികബന്ധത്തിൽ താല്പര്യക്കുറവ് എന്നിവയുണ്ടാവാം. ജോലി ചെയ്യുമ്പോൾ ശ്വാസതടസ്സം, വർദ്ധിച്ച ഹൃദയമിടിപ്പ്, ജോലിക്ഷമത കുറയുക എന്നിവയുണ്ടാവാം. മുറിവുണ

ങ്ങാൻ താമസം, രോഗപ്രതിരോധ ശക്തി കുറയുക, തണുപ്പു സഹിക്കാൻ പ്രയാസം എന്നിവയും കാണാറുണ്ട്.

വിശപ്പുകുറവ്, പെൻസിൽ കടിച്ചുതിന്നുക, മണ്ണും അരിയും മറ്റും തിന്നുക എന്നീ ലക്ഷണങ്ങൾ Iron deficiency anaemia യിൽ കാണാം. ഭക്ഷണം ഇറക്കാൻ വിഷമവും ഉണ്ടാവാം.

കാരീയം (Lead) ശരീരത്തിനകത്തു പ്രവേശിച്ചുണ്ടാകുന്ന Lead Poisoning വിളർച്ചയോടൊപ്പം വയറുവേദന, മലബന്ധം, ഛർദ്ദി, മോണയിൽ കരിനീലവരകൾ എന്നിവയും ഉണ്ടാക്കുന്നു.

വായിലും നാക്കിലും പുണ്ണ്, ചുണ്ടിലും വായയുടെ കോണുകളിലും വിണ്ടുകീറലുകൾ, നഖം വേഗം പൊട്ടുക, നടക്കാൻ വിഷമം, കൈകാലുകളുടെ മാംസപേശികൾക്ക് പിടിത്തവും കോച്ചലും, കൈകാലുകളിൽ തരിപ്പും, മരവിപ്പും. സൂചികുത്തുന്നതു പോലെയുള്ള തോന്നലും സ്പർശനം മനസ്സിലാക്കാൻ പ്രയാസം, ഓർമ്മക്കുറവ്, തലചുറ്റൽ, മാനസികവിഭ്രാന്തി എന്നിവ വിറ്റാമിൻ ബി 12 ന്റെ കുറവുകൊണ്ടുള്ള അനീമിയയുടെ ലക്ഷണങ്ങളാവാം.

രോഗനിർണ്ണയം

രോഗിയുടെ ലക്ഷണങ്ങളും രോഗചരിത്രവും ചോദിച്ചുമനസ്സിലാക്കിയശേഷം ഡോക്ടർ രോഗിയെ വിശദമായി പരിശോധിക്കുകയും അതിനുശേഷം രോഗം നിർണ്ണയിക്കാനാവശ്യമായ പരിശോധനകൾ നിർദ്ദേശിക്കുകയും ചെയ്യുന്നു. രക്തപരിശോധനകൾ പലതരത്തിലുണ്ട്. ചുവന്ന രക്താണുക്കളുടെ എണ്ണം, ഇ എസ് ആർ, ഹീമോഗ്ലോബിന്റെ അളവ്, രക്തത്തിൽ ഇരുമ്പിന്റെ അംശം അളക്കാനുള്ള പരിശോധനകൾ, അനീമിയ ഏതുതരമാണെന്നു മനസ്സിലാക്കാൻ പെരിഫെറൽ സ്മിയർ (Peripheral smear) തുടങ്ങിയവ. മൂത്ര പരിശോധനയും പ്രധാനമാണ്. മൂത്രത്തിൽ പഴുപ്പ്, പ്രോട്ടീൻ, പഞ്ചസാര എന്നിവ കാണുന്നത് വിവിധരോഗങ്ങളുടെ ലക്ഷണമാണ്. മലപരിശോധന വഴി മൂലക്കുരു, വിരശല്യം, വയറ്റിലെ വ്രണം തുടങ്ങിയവ നിർണ്ണയിക്കാം. നെഞ്ചിന്റെ എക്സ്റേ, മജ്ജപരിശോധന, വയറ്റിൽ വ്രണമുണ്ടോ എന്നറിയാനുള്ള എൻഡോസ്കോപ്പി, മൂലക്കുരു ഉണ്ടോ എന്നറിയാനുള്ള പരിശോധന എന്നിങ്ങനെ രോഗങ്ങൾക്കനുസരിച്ച് പലതരം പരിശോധനകൾ ഡോക്ടർ നിർദ്ദേശിക്കും.

പാരമ്പര്യമായി കുടുംബത്തിൽ എന്തെങ്കിലും രോഗമുണ്ടായ ചരിത്രം, ഭക്ഷണരീതി, ജീവിതരീതി, കഴിക്കുന്ന മരുന്നുകൾ എന്നിവയെക്കുറിച്ച് രോഗി ഡോക്ടറോട് പറയേണ്ടതാണ്. ആർത്തവ പ്രശ്നങ്ങളുണ്ടെങ്കിൽ അതു പറയണം. ഗർഭിണിയാണെങ്കിൽ ഭക്ഷണരീതി, ഗർഭകാലപ്രശ്നങ്ങൾ, കഴിക്കുന്ന മരുന്നുകൾ, രക്തസ്രാവമുണ്ടോ എന്ന കാര്യം തുടങ്ങിയവ ഡോക്ടറോട് പറയണം.

ചികിത്സ

വിളർച്ചയുണ്ടെങ്കിൽ കാരണം കണ്ടുപിടിച്ച് വേഗം ചികിത്സ തുടങ്ങേണ്ടതാണ്. ചികിത്സിക്കാൻ വൈകിയാൽ പല പ്രശ്നങ്ങളും ഉണ്ടാവും. ഹൃദയത്തിനെ ബാധിച്ച് ഹൃദയത്തിന്റെ പ്രവർത്തനം തകരാറിലാവുക (Heart failure), തലചുറ്റി വീഴൽ, മാനസികമായ ആശയക്കുഴപ്പം എന്നിവയുണ്ടാവാം. ഗർഭിണികൾക്ക് വിളർച്ചയുണ്ടായാൽ മാസം തികയാതെയുള്ള പ്രസവം, ഗർഭസ്ഥശിശുവിന് വളർച്ചക്കുറവ്, വൈകല്യങ്ങൾ, നവജാതശിശുവിന് തൂക്കക്കുറവ്, അണുബാധ എന്നിവ ഉണ്ടാവാം. വിളർച്ച ചിലപ്പോൾ വന്ധ്യതയും ഉണ്ടാക്കാറുണ്ട്.

രോഗത്തിനനുസരിച്ച് ഡോക്ടർ ചികിത്സ നിർദ്ദേശിക്കുന്നു. ഗർഭിണികൾ സന്തുലിതാഹാരത്തിനു പുറമേ ഡോക്ടർ നിർദ്ദേശിക്കുന്ന അയണും ഫോളിക് ആസിഡും വിറ്റാമിനുകളും അടങ്ങിയ ഗുളികകൾ കൃത്യമായി കഴിക്കണം.

വിളർച്ച മാറണമെങ്കിൽ മൂന്നു മുതൽ ആറുമാസം വരെ ഗുളികകൾ കൃത്യമായി കഴിക്കേണ്ടിവരും. അതിനുശേഷം ഇരുമ്പുസത്തടങ്ങിയ സമീകൃതാഹാരം കഴിക്കാൻ ശ്രദ്ധിക്കുക. ചിലർക്ക് അയൺ ഗുളികകൾ കഴിക്കാൻ വിഷമമോ, ഛർദ്ദി, വയറിളക്കം, വയറുവേദന, മലബന്ധം എന്നീ പ്രശ്നങ്ങളോ ഉണ്ടെങ്കിൽ മാത്രം ഡോക്ടർ അയൺ ഇഞ്ചക്ഷൻ നിർദ്ദേശിക്കാറുണ്ട്. അനീമിയ വളരെ കൂടുതലാണെങ്കിലും ശസ്ത്രക്രിയയ്ക്കുശേഷവും അയൺ ഇഞ്ചക്ഷനായി നല്കേണ്ടിവരാറുണ്ട്. അമിതരക്തസ്രാവത്തിനുശേഷവും വിളർച്ച കൂടുതലായി ഹൃദയത്തെ ബാധിക്കാനിടയുള്ള അവസ്ഥയിലും ചിലപ്പോൾ രക്തം കയറ്റേണ്ടിവരും (Blood Transfusion).

രോഗപ്രതിരോധശക്തി നശിക്കുന്ന രോഗങ്ങളിൽ സ്റ്റീറോയ്ഡ് ഇഞ്ചക്ഷൻ നല്കാറുണ്ട്.

ദീർഘകാലവൃക്കരോഗങ്ങളിൽ Erythropoietin ഹോർമോൺ മരുന്നിന്റെ രൂപത്തിൽ നല്കുന്നു.

ശ്രദ്ധിക്കേണ്ട കാര്യങ്ങൾ

സ്ത്രീകൾ ഏതു പ്രായത്തിലായാലും വിളർച്ച ഉണ്ടാവാൻ സാദ്ധ്യത കൂടുതലുള്ളതിനാൽ ഇരുമ്പിന്റെ അംശവും ജീവകങ്ങളും മാംസ്യവും ധാതുക്കളും മറ്റും അടങ്ങിയ സന്തുലിതാഹാരം കഴിക്കേണ്ടത് വളരെ ആവശ്യമാണ്.

കൗമാരപ്രായത്തിലുള്ള പെൺകുട്ടികൾ ശരീരം മെലിയാനായി ഭക്ഷണം കുറയ്ക്കുന്നതും ആധുനിക ജീവിതശൈലിയനുസരിച്ച് പോഷകാഹാരത്തിനു പകരം ഫാസ്റ്റ് ഫുഡ് കഴിക്കാനിഷ്ടപ്പെടുന്നതും ശരിയല്ല. ഗർഭിണികളും മുലയൂട്ടുന്ന അമ്മമാരും സന്തുലിതാഹാരം കഴിക്കേണ്ടത് വളരെ പ്രധാനമാണ്.

ഇരുമ്പിന്റെ അംശം കൂടുതലുള്ള ഇലക്കറികൾ, പാവയ്ക്ക, നെല്ലിക്ക, പച്ചക്കറികൾ, മാംസം എന്നിവ കഴിക്കണം. അതിനു പുറമേ മുട്ട, പാൽ, ധാന്യവർഗ്ഗങ്ങൾ, പയറുവർഗ്ഗങ്ങൾ, കടല, അണ്ടിപ്പരിപ്പ്, പഴങ്ങൾ എന്നിവ ഭക്ഷണത്തിൽ ഉൾപ്പെടുത്തണം. ഉണക്കമുന്തിരി, കരൾ, ശർക്കര, മത്സ്യം എന്നിവയിലും ഇരുമ്പിന്റെ അംശം ധാരാളമുണ്ട്. ഇരുമ്പിന്റെ അംശം മാത്രമല്ല ജീവകങ്ങളും ധാതുക്കളും കുറയുമ്പോൾ വിളർച്ചയുണ്ടാവാമെന്നതിനാൽ സന്തുലിതാഹാരം കഴിക്കേണ്ടത് വിളർച്ച തടയാൻ സഹായിക്കും.

വിളർച്ചയുണ്ടാക്കാനിടയുള്ള രോഗങ്ങളും ആർത്തവപ്രശ്നങ്ങളും മറ്റുമുണ്ടെങ്കിൽ അവഗണിക്കാതെ കഴിയുന്നതും വേഗം ഡോക്ടറെ സമീപിക്കുകയും ചികിത്സ തുടങ്ങുകയും ചെയ്യേണ്ടതാണ്. സ്ത്രീ ആരോഗ്യവതിയാണെങ്കിൽ അവളുടെ കുടുംബവും ആരോഗ്യമുള്ളതായിരിക്കും എന്ന് ഓർമ്മിക്കുക. സ്ത്രീകൾ കുടുംബാംഗങ്ങളുടെ ആരോഗ്യം ശ്രദ്ധിക്കുന്നതിനിടയിൽ സ്വന്തം ആരോഗ്യം ശ്രദ്ധിക്കാൻ മറക്കുകയോ അവഗണിക്കുകയോ ചെയ്താൽ പിന്നീട് ഗൗരവമേറിയ പ്രശ്നങ്ങളുണ്ടായേക്കാം.

11

ആർത്തവകാല അസ്വാസ്ഥ്യങ്ങൾ

യുവതികളായ സ്ത്രീകളുടെ ജീവിതത്തിന്റെ അവിഭാജ്യമായ ഒരു ഘടകമാണ് ആർത്തവം. ആർത്തവത്തിനു മുമ്പുള്ള ദിവസങ്ങളിലും ചിലപ്പോൾ ആർത്തവത്തിന്റെ ആദ്യ ദിവസങ്ങളിലും ചില സ്ത്രീകൾ അനുഭവിക്കുന്ന ശാരീരികവും മാനസികവുമായ അസ്വാസ്ഥ്യങ്ങളെയാണ് പ്രീമെൻസ്ട്രുവൽ സിൻഡ്രോം (Premenstrual Syndrome - PMS) അഥവാ പ്രീമെൻസ്ട്രുവൽ ടെൻഷൻ (Premenstrual Tension PMT) എന്നു പറയപ്പെടുന്നത്. പ്രത്യുല്പാദനശേഷിയുള്ള സ്ത്രീകളിൽ ഏകദേശം 50% പേർ ആർത്തവസംബന്ധമായ പ്രശ്നങ്ങൾ കൊണ്ട് വിഷമിക്കുന്നതായി കാണപ്പെടുന്നു. അതായത് ചില സ്ത്രീകൾക്ക്, ആർത്തവം പ്രശ്നങ്ങൾ നിറഞ്ഞതാണെങ്കിൽ മറ്റു ചില സ്ത്രീകൾക്ക് പ്രശ്നരഹിതമായ ആർത്തവമുണ്ടാകുന്നു.

പ്രീമെൻസ്ട്രുവൽ സിൻഡ്രോം (PMS) എന്ന ആർത്തവകാല അസ്വാസ്ഥ്യങ്ങളുടെ ലക്ഷണങ്ങൾ ഇവയാണ്:

ശാരീരികലക്ഷണങ്ങൾ

1. അടിവയറ്റിൽ വേദനയും ഭാരവും തോന്നുക.
2. ശരീരഭാരം കൂടുതലുള്ളതായി അനുഭവപ്പെടുക
3. അടിവയറ്റിലും ശരീരം മുഴുവനും നീരു വരിക
4 മാറിടങ്ങളിൽ നീരു വരികയും തൊടുമ്പോൾ വേദന അനുഭവപ്പെടുകയും ചെയ്യുക.
5. തലചുറ്റൽ, ക്ഷീണം, ശക്തിക്കുറവ്.
6. തലവേദന – ചിലപ്പോൾ തലയുടെ ഒരു വശത്തുമാത്രം വേദന.
7. പുറകുഭാഗത്തും നടുവിലും കൈകാലുകളിലെ സന്ധികളിലും

വേദന അനുഭവപ്പെടുക.

8. ഛർദ്ദി, മനംപുരട്ടൽ.
9. മുഖക്കുരുവോ മറ്റു ചർമ്മരോഗങ്ങളോ ഉണ്ടാവുക.
10. മധുരപദാർത്ഥങ്ങളോട് അമിതമായ താല്പര്യം.
11. ആസ്ത്മാ, മൈഗ്രേൻ (Migraine), അപസ്മാരം എന്നിവയുള്ള രോഗികളുടെ അസുഖം ആർത്തവകാലത്ത് കൂടുന്നതായി കാണപ്പെടുന്നു.

വൈകാരികവും മാനസികവുമായ ലക്ഷണങ്ങൾ

1. അകാരണമായ ദേഷ്യം, അസ്വസ്ഥത, മാനസിക സംഘർഷം, ഉത്ക്കണ്ഠ, ഓർമ്മക്കുറവ്, നൈരാശ്യം, കുറ്റബോധം.
2. മാനസിക നിലയിൽ അതിവേഗം ഉണ്ടാവുന്ന മാറ്റങ്ങൾ (ഉദാ: പെട്ടെന്ന് ദേഷ്യം വരികയോ, കരയുകയോ വിഷാദം തോന്നുകയോ),
3. ശ്രദ്ധ കേന്ദ്രീകരിക്കാൻ കഴിയാതെ വരിക.
4. ഉറക്കക്കുറവ്, ഉറക്കം വരാതിരിക്കുക.
5. ആത്മവിശ്വാസമില്ലായ്മ.
6. സാമൂഹ്യബന്ധങ്ങളിൽ താല്പര്യക്കുറവ്.
7. ജോലിയിൽ കാര്യക്ഷമത കുറയുക.
8. കുടുംബജീവിതത്തിലുണ്ടാകുന്ന പ്രശ്നങ്ങൾ–ഭർത്താവ്, കുട്ടികൾ, ബന്ധുക്കൾ എന്നിവരുമായി അകാരണമായി വഴക്കുകളും അഭിപ്രായവ്യത്യാസങ്ങളും ഉണ്ടാവുക.
9. അക്രമവാസന – പി എം സിന്റെ സമയത്ത് അപകടങ്ങളും ആത്മഹത്യകളും കുറ്റകൃത്യങ്ങളും വിഷാദരോഗങ്ങളും വർദ്ധിക്കുന്നതായി കാണപ്പെടുന്നു.

പ്രീമെൻസ്ട്രുവൽ സിൻഡ്രോമിന്റെ കാരണം

മേല്പറഞ്ഞ ലക്ഷണങ്ങൾക്കു കാരണം സ്ത്രീശരീരത്തിലെ ഹോർമോൺനിലയിലുണ്ടാവുന്ന മാറ്റങ്ങളാണ്. പ്രൊജസ്റ്ററോൺ, ഈസ്ട്രജൻ തുടങ്ങിയ ഹോർമോണുകളുടെ സന്തുലിതാവസ്ഥയിലുണ്ടാകുന്ന ഏറ്റക്കുറച്ചിലുകളാണ് പി എം എസ് ഉണ്ടാക്കുന്നത്. ശരീരവും തലച്ചോറുമായി ബന്ധമുള്ളതുകൊണ്ട് ലക്ഷണങ്ങൾ ശാരീരികവും മാനസികവുമാവാം. തലച്ചോറിലെ പിറ്റ്യൂട്ടറി ഗ്രന്ഥിയാണ് അണ്ഡാശയത്തിന്റെ (Ovary) പ്രവർത്തനം നിയന്ത്രിക്കുന്നത്. തലച്ചോറിലെ ഹൈപ്പോത്തലാമസ് പിറ്റ്യൂട്ടറിയെ നിയന്ത്രിക്കുന്നു. മാനസികനിലയും വൈകാരികാവസ്ഥയുമെല്ലാം ഹൈപ്പോത്തലാമസിനെ ബാധിക്കാറുണ്ട്. അതുകൊണ്ടാണ് പി എം എസിൽ ശാരീരികവും മാനസികവുമായ ലക്ഷണങ്ങൾ കാണപ്പെടുന്നത്. വിറ്റാമിൻ ബി6 ന്റെ കുറവും രക്തത്തിലെ പഞ്ചസാരയുടെ അളവ് കുറയുന്നതും മറ്റു കാരണങ്ങളാണ്.

ആർത്തവം തുടങ്ങുന്നതിന് ഏഴുമുതൽ പത്തുദിവസങ്ങൾ മുമ്പാണ് ആർത്തവകാല അസ്വാസ്ഥ്യങ്ങൾ തുടങ്ങുന്നത്. ആർത്തവമാരംഭിക്കുന്നതോടെ ഈ ലക്ഷണങ്ങൾ കുറയുകയോ ഇല്ലാതാവുകയോ ചെയ്യുന്നു. കൗമാരപ്രായത്തിൽ ആർത്തവപ്രശ്നങ്ങൾ കാണാറുണ്ടെങ്കിലും മുപ്പതു വയസ്സിനു ശേഷമുള്ള സ്ത്രീകളിൽ ലക്ഷണങ്ങൾ കൂടുതലായി കാണാറുണ്ട്.

ആർത്തവം ഒരു ശാപമാണെന്നും വൃത്തികെട്ട എന്തോ ഒന്നാണെന്നുമായിരുന്നു പുരാതനകാലത്തുണ്ടായിരുന്ന ധാരണ. ഇപ്പോഴും രജസ്വലയായ സ്ത്രീകൾക്കും പെൺകുട്ടികൾക്കും അടുക്കളയിലും അമ്പലങ്ങളിലും പ്രവേശനം നിഷേധിക്കുന്ന സമൂഹങ്ങളുണ്ട്.

ഇത്തരം അന്ധവിശ്വാസങ്ങളും തെറ്റിദ്ധാരണകളും തലമുറകളായി കൈമാറപ്പെടുമ്പോൾ സ്ത്രീകൾ ആർത്തവ ദിനങ്ങളെ വെറുക്കാൻ തുടങ്ങി. ക്രമേണ ആർത്തവസമയത്ത് ഭയവും മാനസികസമ്മർദ്ദവും ഉത്കണ്ഠയുമെല്ലാം സ്ത്രീകൾക്കുണ്ടാവാൻ തുടങ്ങി. പ്രസവമെന്നതുപോലെ ആർത്തവവും സ്ത്രീശരീരത്തിന്റെ ഒരു സാധാരണ പ്രക്രിയയാണെന്ന് ഇപ്പോൾ നമുക്കെല്ലാം അറിയാം. ടെലിവിഷൻ, റേഡിയോ, മാസികകൾ ന്യൂസ്പേപ്പർ തുടങ്ങിയ മാധ്യമങ്ങളും ഇന്റർനെറ്റുമെല്ലാം നമ്മെ പ്രബുദ്ധരാക്കുന്നതിൽ പ്രധാന പങ്കുവഹിക്കുന്നു. അതുകൊണ്ട് കൗമാരപ്രായത്തിലേക്കു കടക്കുന്ന മിക്ക പെൺകുട്ടികൾക്കും ഇപ്പോൾ ആർത്തവത്തെക്കുറിച്ച് ശരിയായ ധാരണകളുണ്ട്.

പി എം എസിന്റെ ചികിത്സ

ആർത്തവകാല അസ്വാസ്ഥ്യങ്ങൾ ചികിത്സിച്ചു നിയന്ത്രിക്കാൻ കഴിയും. ചികിത്സാരീതികൾ പലതരത്തിലാണ്.

1. ഭക്ഷണരീതി

ഭക്ഷണവും പി എം എസുമായി ബന്ധമുണ്ട്. അതായത് ഭക്ഷണരീതിയിൽ മാറ്റം വരുത്തിയാൽ പി എം എസിന്റെ ലക്ഷണങ്ങൾക്കു വ്യത്യാസം വരുന്നതായി കണ്ടിട്ടുണ്ട്. കൗമാരപ്രായക്കാരികളും യുവതികളും എല്ലാ ദിവസവും സന്തുലിതവും പോഷകസമ്പൂർണ്ണവുമായ ആഹാരം കഴിക്കേണ്ടത് വളരെ ആവശ്യമാണ്. മഗ്നീഷ്യം, കാത്സ്യം, വിറ്റാമിൻ ബി സി ഇ എന്നിവയെല്ലാം ഭക്ഷണത്തിലടങ്ങിയിരിക്കണം. ധാരാളം പഴങ്ങളും പച്ചക്കറികളും ആഹാരത്തിൽ ഉൾപ്പെടുത്തുന്നത് നല്ലതാണ്. ദിവസേന ഒരു ഗ്ലാസ്സ് പാൽ വീതമെങ്കിലും കുടിക്കണം, ഇലക്കറികൾ, പാൽ, തൈര്, മോര്, പാല്ക്കട്ടി (chease) എന്നിവയിൽ നിന്ന് ശരീരത്തിനാവശ്യമായ കാത്സ്യം കിട്ടും. ചായ, കാപ്പി, കോള പോലുള്ള ദ്രാവകങ്ങൾ, മദ്യം എന്നിവയുടെ അമിതമായ ഉപയോഗം കുറയ്ക്കുക. ശരീരത്തിൽ നീരു വരാതിരിക്കാനായി ആർത്തവകാലത്തിനു തൊട്ടു മുമ്പ് ഭക്ഷണത്തിൽ ഉപ്പിന്റെ അളവു കുറയ്ക്കുക. ധാരാളം പ്രോട്ടീനട

ങ്ങിയതും കൊഴുപ്പുകുറഞ്ഞതുമായ ആഹാരമാണ് കഴിക്കേണ്ടത്. മൈദ, വെണ്ണ, എണ്ണപ്പലഹാരങ്ങൾ, നെയ്യ്, ഫാസ്റ്റ്ഫുഡ്, ചോക്ലേറ്റ്, ടിന്നിലടച്ച ഭക്ഷ്യവസ്തുക്കൾ എന്നിവയുടെ ഉപയോഗം കുറയ്ക്കണം.

2. മരുന്നുകൾ

രോഗലക്ഷണങ്ങൾ കുറയ്ക്കാനുള്ള മരുന്നുകൾ കഴിക്കാം. ഡോക്ടറുടെ ഉപദേശപ്രകാരം വേദനസംഹാരി ഗുളികകൾ, നീരു കുറയ്ക്കാനുള്ള ഗുളികകൾ, വിറ്റാമിൻ ഗുളികകൾ, കാത്സ്യം ഗുളികകൾ എന്നിവ ഉപയോഗിക്കാം. ചിലരിൽ ഗർഭനിരോധക ഗുളികകൾ ചെറിയ തോതിൽ കഴിക്കുന്നത് ഫലപ്രദമായി കാണാറുണ്ട്. അപൂർവ്വമായി പ്രൊജസ്റ്ററോൺ പോലുള്ള ഹോർമോണുകളടങ്ങിയ മരുന്നുകളും നല്കാറുണ്ട്. ഗൗരവമേറിയ മാനസിക പ്രശ്നങ്ങളുള്ളവർക്ക് മനോചികിത്സ വേണ്ടിവന്നേക്കാം. വിഷാദരോഗത്തിനും ഉത്ക്കണ്ഠയ്ക്കും ഉറക്കക്കുറവിനുമെല്ലാമുള്ള മരുന്നുകൾ ചെറിയ തോതിൽ ഡോക്ടർ നിർദ്ദേശിക്കുന്ന പ്രകാരം മാത്രം കഴിക്കുക.

3. മാനസികവും വൈകാരികവുമായ ചികിത്സ

ആർത്തവകാല അസ്വാസ്ഥ്യങ്ങളനുഭവിക്കുന്ന സ്ത്രീകൾക്കും പെൺകുട്ടികൾക്കും ഏറ്റവുമാവശ്യം സ്നേഹപൂർണ്ണമായ പെരുമാറ്റവും സാന്ത്വനവുമാണ്. ഭർത്താവിനോടും മറ്റു കുടുംബാംഗങ്ങളോടും ഇക്കാര്യം ഡോക്ടർ പറഞ്ഞുമനസ്സിലാക്കുന്നു. അതായത് സ്ത്രീകളെപ്പോലെത്തന്നെ അവരുടെ കുടുംബാംഗങ്ങൾക്കും കൗൺസലിങ് നല്കേണ്ടതുണ്ട്.

കുടുംബാന്തരീക്ഷം സ്നേഹം നിറഞ്ഞതാവണം. സ്ത്രീകളോട് ആർത്തവകാലത്ത് സ്നേഹവും സഹതാപവും കാണിക്കണം. മാസത്തിലൊരിക്കൽമാത്രം ഉണ്ടാവുന്ന ഈ വൈകാരികപ്രശ്നങ്ങൾ തികച്ചും സാധാരണമാണെന്നും രോഗലക്ഷണമല്ലെന്നും ചികിത്സകൊണ്ട് നിയന്ത്രിക്കാമെന്നും സ്ത്രീകളെപ്പോലെത്തന്നെ അവരുടെ കുടുംബാംഗങ്ങളും മനസ്സിലാക്കണം.

ആർത്തവം വൃത്തികെട്ട ഒരു പ്രക്രിയയോ അഭിശാപമോ അല്ലെന്ന് സ്ത്രീകൾ മനസ്സിലാക്കേണ്ടതാവശ്യമാണ്. ആർത്തവകാലത്ത് സ്ത്രീകൾ മനസ്സിനു സന്തോഷമുണ്ടാക്കുന്ന കാര്യങ്ങൾചെയ്യുന്നതു നല്ലതാണ്. കൂട്ടുകാരെ കണ്ടുമുട്ടുക, സിനിമ കാണുക, പാട്ടുകേൾക്കുക, നടക്കാൻ പോവുക എന്നിങ്ങനെ മാനസികസംഘർഷം കുറയ്ക്കുന്ന ഏതു കാര്യവും ചെയ്യാം. ഇവയ്ക്കു പുറമേ ധ്യാനം (meditation), യോഗാസനം, മനസ്സ് ശാന്തമാക്കുന്ന വ്യായാമങ്ങൾ (Relaxation), ശ്വാസവ്യായാമങ്ങൾ (Breathing exercises) എന്നിവയെല്ലാം ഫലപ്രദമാണ്. മേല്പറഞ്ഞ കാര്യങ്ങൾ ശ്രദ്ധിച്ചാൽ ആർത്തവകാല അസ്വാസ്ഥ്യങ്ങൾ കുറേയൊക്കെ നിയന്ത്രിക്കാൻ കഴിയും.

12

ആർത്തവക്രമക്കേടുകൾ

ആരോഗ്യമുള്ള കന്യകകൾക്ക് 13–14 വയസ്സിൽ ഋതുമതിയാവുന്നതോടെ എല്ലാമാസവും ആർത്തവം ഉണ്ടാവുന്നു. മിക്കവാറും 28 മുതൽ 30 ദിവസങ്ങൾ ഇടവിട്ട് ആർത്തവം എല്ലാ മാസവും ഉണ്ടാവുന്നതിനെയാണ് ആർത്തവചക്രം (menstrual cycle) എന്നു പറയുന്നത്. ഇത് സാധാരണയായി മാസംതോറും കൃത്യമായി ഉണ്ടാവുമെങ്കിലും ചില സ്ത്രീകളിൽ ആർത്തവക്രമക്കേടുകൾ കാണാറുണ്ട്.

ഗർഭപാത്രത്തിലെ വിഘടിതമായ പാളികളുടെ കഷണങ്ങളും രക്തവും യോനിയിലൂടെ പുറന്തള്ളപ്പെടുന്ന പ്രക്രിയയാണ് ആർത്തവം. കൗമാരപ്രായത്തിൽ തുടങ്ങുന്ന ആർത്തവം ഏകദേശം 45–50 വയസ്സു വരെയോ ചിലരിൽ 55 വയസ്സു വരെയോ തുടരുന്നു. ആർത്തവം അതിനുശേഷം നില്ക്കുന്നതിനെയാണ് ആർത്തവവിരാമം എന്നുപറയുന്നത്. ആർത്തവരക്തസ്രാവം 3 മുതൽ 5 ദിവസം വരെ നീണ്ടുനില്ക്കാറുണ്ട്. ശാരീരികസ്ഥിതിയനുസരിച്ച് ചിലരിൽ ആർത്തവം രണ്ടുദിവസമോ ഏഴു ദിവസമോ നീണ്ടുനില്ക്കുന്നത് കാണാം. ഇത് രോഗലക്ഷണമല്ല. പണ്ടുകാലത്ത് ആർത്തവത്തെ ചുറ്റിപ്പറ്റി പല അന്ധവിശ്വാസങ്ങളും മിഥ്യാധാരണകളും നമ്മുടെ സമൂഹത്തിൽ നിലനിന്നിരുന്നു. ആർത്തവസമയത്ത് മറ്റുള്ളവരെ തൊടരുതെന്നും അടുക്കളയിലോ അമ്പലത്തിലോ പ്രവേശിക്കരുതെന്നും ലൈംഗിക ബന്ധം നടത്തരുതെന്നും സ്ത്രീകൾക്ക് നിർദ്ദേശങ്ങൾ നല്കപ്പെട്ടിരുന്നു. ആധുനികജീവിതത്തിൽ സ്ത്രീകൾ കൂടുതൽ വിദ്യാഭ്യാസം നേടിയതോടെ ആർത്തവത്തെക്കുറിച്ചുള്ള പല മിഥ്യാധാരണകളും മാറിയിട്ടുണ്ട്.

ആർത്തവചക്രം

ജനിക്കുമ്പോൾത്തന്നെ സ്ത്രീകളുടെ അണ്ഡാശയങ്ങളിൽ പ്രത്യേകതരം കോശസമൂഹങ്ങളുള്ള അനേകം പാളികളുണ്ടായിരിക്കും. ആർത്തവാരംഭം മുതൽ ആർത്തവവിരാമം വരെ ഈ പാളികളിൽ ഓരോ അണ്ഡങ്ങൾ വീതം (ഓരോ അണ്ഡാശയത്തിലും) ഓരോ മാസവും പാകമാവുകയും അവയെ അണ്ഡാശയം വിസർജ്ജിക്കുകയും ചെയ്യുന്നു. അണ്ഡങ്ങളുടെ വികസനവും വളർച്ചയും നടക്കുന്ന കാലത്ത് ഈസ്ട്രോജൻ, പ്രൊജസ്റ്ററോൺ എന്നീ ഹോർമോണുകളുടെ പ്രവർത്തനഫലമായി ഗർഭപാത്രത്തിൽ പല മാറ്റങ്ങളും നടക്കുന്നു. അണ്ഡവിസർജ്ജനത്തോടെ ഗർഭപാത്രത്തിന്റെ അകത്തുള്ള പാളി വികസിക്കുകയും ഭ്രൂണത്തെ സ്വീകരിക്കാൻ തയ്യാറെടുക്കുകയും ചെയ്യുന്നു. സ്ത്രീപുരുഷസംയോഗത്തിന്റെ ഫലമായി യോനിയിലൂടെ പ്രവേശിക്കുന്ന പുരുഷബീജം അണ്ഡവുമായി അണ്ഡവാഹിനിക്കുഴലിൽവെച്ച് കൂട്ടിച്ചേരുകയാണെങ്കിൽ ഭ്രൂണം ഉണ്ടാവുകയും അത് ഗർഭപാത്രത്തിൽ പറ്റിപ്പിടിച്ചു വളർന്ന് ശിശുവാകുകയും ചെയ്യുന്നു. പക്ഷേ, ബീജസംയോഗം നടന്നില്ലെങ്കിൽ (അതായത് ഗർഭം ഉണ്ടായില്ലെങ്കിൽ) ഗർഭാശയത്തിന്റെ പാളി നശിക്കുകയും പ്രൊജസ്റ്ററോൺ ഹോർമോണിന്റെ ഉല്പാദനം അവസാനിക്കുകയും ഈസ്ട്രജൻ ഹോർമോൺ രക്തത്തിൽ കുറയുകയും ചെയ്യുന്നതോടെ ആർത്തവം തുടങ്ങുന്നു. ഇപ്രകാരം യോനിയിൽ നിന്ന് ആർത്തവരക്തസ്രാവം ഉണ്ടായതുമുതൽ അടുത്ത യോനീരക്തസ്രാവം ഉണ്ടാവുന്നതുവരെയുള്ള കാലയളവാണ് യഥാർത്ഥത്തിൽ ആർത്തവചക്രം എന്ന് പറയുന്നത്. ഇതിൽ ആദ്യത്തെ 1–5 ദിവസങ്ങൾ ആർത്തവഘട്ടമാണ് (ആർത്തവരക്തസ്രാവം ഉണ്ടാവുന്ന കാലം). രക്തസ്രാവം നിലച്ചശേഷം വരുന്ന 7–14 ദിവസങ്ങളിൽ ഗർഭപാത്രത്തിന്റെ പാളികളുടെ തടിപ്പ് കൂടിവരുന്നു. ഇതിനെ പ്രവർത്തനഘട്ടമെന്നുപറയും. ഇതിന്റെ അവസാനം അണ്ഡവിസർജ്ജനം നടക്കുന്നു. (Ovulation)

ആർത്തവരക്തം സാധാരണരക്തം പോലെ എളുപ്പത്തിൽ കട്ടകെട്ടുകയില്ല. ആർത്തവകാലത്ത് ചില സ്ത്രീകൾക്ക് കൂടുതൽരക്തസ്രാവം ഉണ്ടാവുന്നതിനാൽ വിളർച്ച (അനീമിയ) ഉണ്ടാവാനിടയുണ്ട്.

സ്ത്രീകളെ അലട്ടുന്ന ചില ആർത്തവക്രമക്കേടുകൾ ഇവയാണ്.

ആർത്തവത്തിനു തൊട്ടുമുമ്പുള്ള ഉൽക്കണ്ഠ

ആർത്തവത്തിനു തൊട്ടുമുമ്പ് മിക്ക സ്ത്രീകൾക്കും ശാരീരികവും മാനസികവുമായ പലതരം പ്രശ്നങ്ങൾ ഉണ്ടാവാറുണ്ട്. വളരെവേഗം ദേഷ്യം വരിക, ക്ഷീണം, തലവേദന, വയറുവേദന, മലബന്ധം, നെഞ്ചുവേദന, ശരീരത്തിലും കാലിലും നീരുവരിക, പുറംവേദന, മനംമറിച്ചിൽ (ഓക്കാനം) ഉത്ക്കണ്ഠ, വിഷാദരോഗം എന്നിങ്ങനെ പല ആരോഗ്യപ്രശ്നങ്ങളും ആർത്തവത്തോടനുബന്ധിച്ച് ഉണ്ടാവാറുണ്ട്. ഇതിനെ ആർത്ത

വപൂർവ്വ അസ്വസ്ഥതകൾ (Premenstrual Syndrome - PMS) എന്നു പറയുന്നു. ഇതിനു കാരണം പലപ്പോഴും ആർത്തവത്തോടനുബന്ധിച്ചുണ്ടാകുന്ന ഹോർമോൺ മാറ്റങ്ങളാണ്. ആർത്തവം ഒരു സ്വാഭാവികപ്രക്രിയയാണെന്നു മനസ്സിലാക്കുകയും ആർത്തവത്തെക്കുറിച്ചുള്ള തെറ്റിദ്ധാരണകൾ മാറ്റുകയും ചെയ്താൽ മാനസിക പ്രശ്നങ്ങൾ കുറയാനിടയുണ്ട്. ശുചിത്വം പാലിക്കുക, ഭക്ഷണത്തിൽ ഉപ്പു കുറയ്ക്കുക, വ്യായാമം എന്നിവയ്ക്കു പുറമേ ഡോക്ടർ നിർദ്ദേശിക്കുകയാണെങ്കിൽ മരുന്നുകൾ കഴിക്കാവുന്നതാണ്.

പ്രായപൂർത്തിക്കുമുമ്പുവരുന്ന ആർത്തവം

സാധാരണയായി 13–14 വയസ്സിനിടയിൽ പെൺകുട്ടികൾ ഋതുമതികളാവാറുണ്ട്. ആദ്യാർത്തവം 10–16 വയസ്സിനിടയ്ക്കുണ്ടാവുന്നത് സാധാരണയാണ്. ചില പെൺകുട്ടികൾക്ക് 10 വയസ്സിനു മുമ്പ് ആർത്തവം തുടങ്ങുന്നത് കാണാറുണ്ട്. അതോടൊപ്പം തന്നെ സ്തനങ്ങൾ വലുതാവുന്നതും കാണാം. ഹോർമോൺ ഗ്രന്ഥികളിലെ ട്യൂമറുകളോ രോഗങ്ങളോ ഹോർമോൺ ചികിത്സയോ ആയിരിക്കും ഇതിനു കാരണം.

പ്രത്യക്ഷമാകാത്ത ആർത്തവം (Cryptomenorrhoea)

ചില സ്ത്രീകളിൽ ആർത്തവം കൃത്യമായി ഉണ്ടാവുന്നുവെങ്കിലും ആർത്തവരക്തം യോനിവഴി പുറത്തേക്കു വരാറില്ല. പ്രത്യക്ഷമാകാത്ത ഇത്തരം ആർത്തവത്തിനു കാരണം ജനനേന്ദ്രിയങ്ങളിൽ ജന്മനാ ഉണ്ടാവുന്ന വൈകല്യങ്ങളാണ്. ഉദാ: കന്യാചർമ്മത്തിൽ ദ്വാരമില്ലാതിരിക്കുക, യോനിയിലോ ഗർഭാശയമുഖത്തോ വൈകല്യങ്ങൾ ഉണ്ടാവുക എന്നിവ. ഇത്തരം കാരണങ്ങൾകൊണ്ട് ആർത്തവരക്തം ഗർഭപാത്രത്തിൽ കെട്ടിക്കിടക്കുകയും ക്രമേണ ഗർഭപാത്രം വലുതായി അടിവയറ്റിൽ വേദനയുള്ള ഒരു മുഴയായിത്തീരുകയും ചെയ്യാറുണ്ട്. ശസ്ത്രക്രിയകൊണ്ട് ഇത് ശരിയാക്കാം. പ്രായം ചെന്ന ചില സ്ത്രീകളിൽ ഗർഭപാത്രമുഖത്തുള്ള അർബ്ബുദം, അർബ്ബുദത്തിന്റെ ചികിത്സയായി നടത്തുന്ന ശസ്ത്രക്രിയ, റേഡിയേഷൻ ചികിത്സ എന്നിവയുടെ കാരണത്താൽ ഗർഭപാത്രം അടയാനും ആർത്തവം പ്രത്യക്ഷമാവാതിരിക്കാനും സാദ്ധ്യതയുണ്ട്.

ക്രമംതെറ്റിയ ആർത്തവം

ആർത്തവ ക്രമം തെറ്റിയുണ്ടാവാൻ പല കാരണങ്ങളുമുണ്ട്. രക്തചംക്രമണത്തിലുണ്ടാവുന്ന തടസ്സങ്ങൾ, ഗർഭപാത്രത്തിലോ ജനനേന്ദ്രിയഭാഗങ്ങളിലോ ഉണ്ടാകുന്ന വൈകല്യങ്ങൾ, രോഗങ്ങൾ, ട്യൂമറുകൾ എന്നിങ്ങനെ പല കാരണങ്ങൾ കൊണ്ട് ആർത്തവം ക്രമം തെറ്റിവരാം. ഇതിൽ രക്തസ്രാവത്തിന്റെ അളവും ആർത്തവചക്രവും സാധാരണയിൽനിന്നു വ്യത്യസ്തമായിരിക്കും. ചിലപ്പോൾ ഇടവിട്ടുള്ള രക്തസ്രാ

വമോ മറ്റു ചിലപ്പോൾ തുടർച്ചയായ രക്തസ്രാവമോ കാണാം. ഇത്തരം ലക്ഷണങ്ങൾ കണ്ടാൽ ഡോക്ടറെ കാണിച്ച് ചികിത്സ തുടങ്ങണം.

അപൂർവ്വമായോ കുറവായോ ഉണ്ടാവുന്ന രക്തസ്രാവം

ചില സ്ത്രീകൾക്ക് ആർത്തവം 2 മാസം മുതൽ നാലുമാസം വരെ ഇടവിട്ട് വരാറുണ്ട്. പ്രായപൂർത്തിക്കുമുമ്പും ആർത്തവവിരാമശേഷവും ഇത് സാധാരണയാണ്. ആർത്തവരക്തത്തിന്റെ അളവ് പല സ്ത്രീകളിലും വ്യത്യസ്തമാണെങ്കിലും ഒരു ആർത്തവചക്രത്തിൽ ഒന്നോരണ്ടോ നാപ്കിൻ മാത്രം ഉപയോഗിക്കേണ്ടിവരുന്ന തരത്തിൽ ആർത്തവരക്തം കുറയുകയാണെങ്കിൽ ഡോക്ടറെ കാണിക്കണം. ഇതിനുകാരണം അണ്ഡാശയരോഗങ്ങളോ ഗർഭപാത്രത്തിലെ ക്രമക്കേടുകളോ ആവാം.

ചില സ്ത്രീകളിൽ ഗർഭധാരണത്തിനു ശേഷവും ആദ്യ മാസങ്ങളിൽ തുള്ളിയായി രക്തസ്രാവം ഉണ്ടാവാറുണ്ട്. ഇതിനു കാരണങ്ങൾ പലതാണ്– അണ്ഡാശയരോഗങ്ങൾ, മാനസികമായ പിരിമുറുക്കം, മാനസിക രോഗങ്ങൾ, തൈറോയ്ഡ് ഗ്രന്ഥിയിലെ രോഗങ്ങൾ തുടങ്ങിയവ. സാധാരണഗതിയിൽ ഗർഭം തുടരുന്നതോടെ ഇത് സ്വയം നില്ക്കാറുണ്ടെങ്കിലും തുടരുകയാണെങ്കിൽ ചികിത്സ വേണ്ടിവരും.

അമിതമായ രക്തസ്രാവം (Menorrhagia)

ചില സ്ത്രീകളിൽ ആർത്തവചക്രം ക്രമമായി വരുമെങ്കിലും അമിതമായ രക്തസ്രാവമോ കൂടുതൽ ദിവസം നീണ്ടു നില്ക്കുന്ന രക്തസ്രാവമോ കാണാറുണ്ട്. ഇതിനു കാരണങ്ങൾ ഗർഭാശയത്തിലെ ട്യൂമറുകൾ, രോഗങ്ങൾ, അണുബാധ, അണ്ഡാശയത്തിലെ രോഗങ്ങൾ, ട്യൂമറുകൾ, ചില ഗ്രന്ഥികളുടെ തകരാറുകൾ എന്നിവ കാരണം അമിതരക്തസ്രാവം ഉണ്ടാവാറുണ്ട്. ഇതിന് ചികിത്സ നടത്തേണ്ടിവരും.

ഇടവിട്ടുള്ള രക്തസ്രാവം (Polymenorrhoea)

ചില സ്ത്രീകൾക്ക് പതിനഞ്ചുദിവസങ്ങൾ ഇടവിട്ട് രക്തസ്രാവം കാണാം. സാധാരണയായി പ്രായപൂർത്തിക്കു മുമ്പോ ആർത്തവവിരാമശേഷമോ കാണാറുള്ള ഈ ക്രമക്കേടിനു കാരണം അവ്യക്തമാണ്. ഡോക്ടറെ കാണിച്ച് ചികിത്സ തുടങ്ങേണ്ടിവരും.

ആർത്തവമില്ലായ്മയ്ക്കു ശേഷമുള്ള രക്തസ്രാവം (Dysfunctional Uterine Bleeding)

കുറച്ചു മാസങ്ങൾ നീണ്ടുനില്ക്കുന്ന ആർത്തവമില്ലായ്മയ്ക്കു ശേഷം ഏതാനും സ്ത്രീകൾക്ക് രക്തസ്രാവമുണ്ടാവാറുണ്ട്. ഇതിന്റെ കാരണം പലപ്പോഴും അവ്യക്തമായിരിക്കും. അമിതരക്തസ്രാവം, ഇട

വിട്ടുള്ള രക്തസ്രാവം, തുടർച്ചയായ രക്തസ്രാവം എന്നിവയും ഇതിന്റെ ലക്ഷണങ്ങളാവാം. ഈ അസുഖത്തിന് വിദഗ്ദ്ധപരിശോധനകളും ചികിത്സയും ആവശ്യമാണ്. ചിലപ്പോൾ ഗർഭപാത്രം നീക്കം ചെയ്യേണ്ടിവരാറുണ്ട്.

ആർത്തവമില്ലാതിരിക്കുക (Amenorrhoea)

ആർത്തവം ആദ്യമായി തുടങ്ങുന്നതിനു മുമ്പും ഗർഭിണിയായിരിക്കുമ്പോഴും മുലയൂട്ടുമ്പോഴും ആർത്തവവിരാമത്തിനു ശേഷവും ആർത്തവമില്ലായ്മ കാണുന്നത് സാധാരണയാണ്. അതിനുവേണ്ടി പരിഭ്രമിക്കേണ്ട കാര്യമില്ല. പക്ഷേ, രണ്ടുതരം ആർത്തവമില്ലായ്മയ്ക്ക് വൈദ്യസഹായം തേടേണ്ട ആവശ്യമാണ്. പ്രൈമറി അമിനോറിയ, (Primary Amenorrhoea) സെക്കന്ററി അമിനോറിയ (Secondary Amenorrhoea) എന്നിവയ്ക്ക് ജനനേന്ദ്രിയഭാഗങ്ങളിൽ ജന്മനാ കാണുന്ന വൈകല്യങ്ങൾകൊണ്ടും ഹോർമോൺ ഗ്രന്ഥികളുടെ തകരാറുകൾ കൊണ്ടും പ്രൈമറി അമിനോറിയ ഉണ്ടാവാം. സെക്കന്ററി അമിനോറിയയ്ക്ക് പല കാരണങ്ങളുണ്ടെങ്കിലും ജനനേന്ദ്രിയ നാളത്തിലുള്ള തടസ്സങ്ങളാണ് പ്രധാനകാരണം. ഗർഭപാത്രമുഖത്തിൽ ചെയ്യപ്പെട്ട ശസ്ത്രക്രിയയ്ക്കു ശേഷമോ ഗർഭപാത്രം നീക്കം ചെയ്തതിനുശേഷമോ അശ്രദ്ധയോടെ ചെയ്യപ്പെട്ട ഗർഭഛിദ്രം കൊണ്ടോ ഗർഭാശയത്തിൽ ക്ഷയരോഗം ഉണ്ടാവുന്നതുകൊണ്ടോ ആർത്തവം ഇല്ലാതിരിക്കാം. അണ്ഡാശയങ്ങൾ നീക്കം ചെയ്യുക അണ്ഡാശയരോഗങ്ങൾ, പിറ്റ്യൂട്ടറി ഗ്രന്ഥിയിലെ ട്യൂമറുകൾ, ഗർഭനിരോധനഗുളികകൾ, പ്രമേഹം, കടുത്ത വിളർച്ച (അനീമിയ) തൈറോയ്ഡ് ഗ്രന്ഥികളുടെ തകരാറുകൾ, മാനസിക പിരിമുറുക്കം, മാനസിക രോഗങ്ങൾ എന്നിവയെല്ലാം സെക്കന്ററി അമിനോറിയയ്ക്കു കാരണമാവാം. ഇവയ്ക്ക് ചികിത്സ വേണ്ടിവരും.

വേദനയുള്ള ആർത്തവം (Dysmenorrhoea)

സ്ത്രീകളിൽ സാധാരണയായി കാണപ്പെടുന്ന ഒന്നാണ് ആർത്തവകാലത്തുള്ള വയറുവേദനയും നടുവേദനയും. ഇതിന്റെ പ്രധാനലക്ഷണം അടിവയറ്റിൽ കൂടെക്കൂടെ അള്ളിപ്പിടിക്കുന്ന തരത്തിൽ ശക്തിയായ വയറുവേദനയാണ്. അതോടൊപ്പം നടുവേദനയോ മൂത്രതടസ്സമോ ഓക്കാനമോ ഛർദ്ദിയോ ഉണ്ടാവാം. ആർത്തവസമയത്തോ അതിനു കുറച്ചു മുമ്പായോ ആരംഭിക്കുന്ന ഈ വേദന ആർത്തവം തുടങ്ങി ഒരു ദിവസം കഴിയുമ്പോൾ ശക്തമാവാറുണ്ട്. ചിലർക്ക് ആർത്തവ രക്തസ്രാവം തുടങ്ങുന്നതോടെ വേദന കുറയാറുണ്ട്. ജനനേന്ദ്രിയങ്ങളിൽ ഉണ്ടാവുന്ന അണുബാധകൊണ്ട് ആർത്തവസമയത്ത് വേദന ഉണ്ടാവാം. ഗർഭാശയത്തിന്റെ തെറ്റായ ചായ്‌വ്, ഗർഭാശയമുഴകൾ, ഗർഭാശയഗളത്തിന്റെ വളർച്ചക്കുറവ് തുടങ്ങിയവയും ഇതിനു കാരണമാവാം. ഗർഭാ

ശയത്തിന്റെ ക്രമരഹിതവും ശക്തമായതുമായ ചുരുങ്ങൽ (സങ്കോചിക്കൽ), ഗർഭാശയത്തിൽ താല്ക്കാലികമായുണ്ടാവുന്ന രക്തസഞ്ചാരക്കുറവ് എന്നിവ വേദനയ്ക്ക് വഴിതെളിക്കുന്നു. പ്രോസ്റ്റാഗ്ലാൻഡിൻ പി ജി എഫ്2 എന്ന രസപദാർത്ഥത്തിന്റെ അളവു കൂടുന്നതും അതിന്റെ ഫലമായി ഗർഭാശയഭിത്തികൾ ചുരുങ്ങുന്നതും വേദനയ്ക്കു കാരണമാവുന്നു. സാധാരണയായി വിവാഹത്തിനുശേഷവും പ്രസവത്തിനുശേഷവും ആർത്തവകാലത്തെ വേദനകുറയുന്നതായി കാണാറുണ്ട്. വേദന കൂടുതലാണെങ്കിൽ ഡോക്ടറുടെ നിർദ്ദേശപ്രകാരം മരുന്നുകൾ കഴിക്കാവുന്നതാണ്.

ആർത്തവ ക്രമക്കേടുകളിൽ പലതും ഗൗരവമേറിയതും ചികിത്സ ആവശ്യമുള്ളതുമാണെന്ന് ഓർമ്മിക്കേണ്ടതാണ്. തുടക്കത്തിൽത്തന്നെ ഡോക്ടറെ കാണിച്ചു ചികിത്സ തുടങ്ങിയാൽ അവയിൽ പലതും ചികിത്സിച്ചു മാറ്റാനും കഴിയും. നിസ്സാരമെന്നു കരുതി അവഗണിച്ചാൽ ആർത്തവ ക്രമക്കേടുകൾ ഭാവിയിൽ പ്രശ്നങ്ങൾ സൃഷ്ടിച്ചുവെന്നും വരാം.

13

ഗർഭിണികളുടെ ആരോഗ്യപ്രശ്നങ്ങൾ

ഒരു സ്ത്രീയുടെ ജന്മം സഫലമാകുന്നത് അവൾ അമ്മയാവുമ്പോഴാണ്. വളരെ സന്തോഷപൂർണ്ണമായ കാര്യമാണ് ഗർഭിണിയാവുന്നതും ഒരു കുഞ്ഞിനെ പ്രസവിക്കുന്നതും അതിനെ മുലപ്പാൽ നല്കി വളർത്തുന്നതുമെല്ലാം. സ്ത്രീ എന്തു കഷ്ടപ്പാടും സഹിച്ച് തന്റെ കുഞ്ഞിന് ജന്മം നല്കാൻ തയ്യാറാവും. ഗർഭകാലം എപ്പോഴും സുഖസന്തോഷങ്ങൾ നിറഞ്ഞതാവണമെന്നില്ല. കുഞ്ഞിനെ ഗർഭം ധരിച്ച് പ്രസവിക്കുന്നതുവരെയുള്ള കാലഘട്ടത്തിൽ ഒരമ്മയ്ക്ക് ഒട്ടേറെ ശാരീരിക പ്രശ്നങ്ങൾ നേരിടേണ്ടിവന്നേക്കാം. അവയിൽ പലതും ഗർഭവുമായി ബന്ധപ്പെട്ടതായിരിക്കാം. ചില പ്രശ്നങ്ങൾ രോഗങ്ങൾ കൊണ്ടാവാം. അതുകൊണ്ട് ഗർഭകാല പ്രശ്നങ്ങളെപ്പറ്റി അറിയേണ്ടതാണ്.

1. ഓക്കാനവും ഛർദ്ദിയും

ഗർഭധാരണത്തിന്റെ ആദ്യഘട്ടങ്ങളിൽ ഓക്കാനവും (മനം പിരട്ടൽ) ഛർദ്ദിയും സാധാരണയാണ്. (അതുകൊണ്ടുതന്നെ പലപ്പോഴും സ്ത്രീകൾക്ക് ഛർദ്ദി കാണുമ്പോഴേക്കും വീട്ടുകാർ തങ്ങളുടെ വീട്ടിൽ ഒരു കുഞ്ഞു ജനിക്കാൻ പോകുന്നു എന്നു തെറ്റിദ്ധരിക്കാറുമുണ്ടല്ലോ!) ഗർഭം ധരിച്ച് ഏകദേശം ഒരു മാസമാകുമ്പോഴാണിത് തുടങ്ങുന്നത്. ഛർദ്ദിയും ഓക്കാനവും 12–14 ആഴ്ചകളോളം നീണ്ടുനില്ക്കാറുണ്ട്. അപൂർവ്വമായി ചിലപ്പോൾ അഞ്ചാം മാസം വരെയും കണ്ടേക്കാം.

രാവിലെ എഴുന്നേല്ക്കുമ്പോൾ തന്നെ മനംപിരട്ടൽ (ഛർദ്ദിക്കാൻ തോന്നൽ) അനുഭവപ്പെടുകയാണെങ്കിൽ കിടക്കവിട്ട് എഴുന്നേല്ക്കുന്നതിനു മുമ്പുതന്നെ ഒന്നോ രണ്ടോ ബിസ്കറ്റുകൾ കഴിച്ചാൽ ഓക്കാനം വരുന്നതു തടയാം. അതുപോലെ എണ്ണമയമുള്ളതും അധികം പുളിയും

എരിവുമുള്ളതുമായ ഭക്ഷണവസ്തുക്കൾ ഒഴിവാക്കണം. ചില ഗർഭിണികൾക്ക് ചിലതരം പ്രത്യേകഗന്ധം ശ്വസിക്കുമ്പോൾ ഓക്കാനം വരാറുണ്ട്. അത്തരം ഭക്ഷ്യവസ്തുക്കൾ ഒഴിവാക്കാൻ ശ്രമിക്കുക. മൂന്നുനേരം വയറുനിറച്ചു കഴിക്കുന്നതിനു പകരം ഇടയ്ക്കിടെ കുറച്ചുകുറച്ചായി ഭക്ഷണം കഴിക്കുന്നതാണ് നല്ലത്.

ഛർദ്ദി വളരെ കൂടുതലാവുമ്പോൾ ഗർഭിണിയുടെ സ്ഥിതി മോശമാവാനും ശരീരത്തിലെ ജലാംശവും ഉപ്പും നഷ്ടപ്പെട്ട് മോഹാലസ്യം വരാനുമിടയുണ്ട്. അതുമാത്രമല്ല, മൂത്രത്തിൽ പഴുപ്പ്, ഗർഭവുമായി ബന്ധപ്പെട്ട ചില രോഗങ്ങൾ, രക്താതിമർദ്ദം (ഉയർന്ന ബി പി) എന്നിവകൊണ്ടെല്ലാം ഗർഭിണിക്ക് ഛർദ്ദിയുണ്ടാവും. അതുകൊണ്ട് ഛർദ്ദി വളരെ കൂടുതലാണെങ്കിൽ ഡോക്ടറെ കാണിക്കണം.

2. തലചുറ്റൽ

ഗർഭകാലത്ത് തലചുറ്റലും കണ്ണിലിരുട്ടു പരക്കുന്നതും സാധാരണയാണ്. കുറേനേരം നില്ക്കുകയോ കിടക്കയിൽനിന്ന് പെട്ടെന്ന് ചാടിയെഴുന്നേല്ക്കുകയോ ചെയ്യുമ്പോൾ ഇതുണ്ടാവാം. അതുകൊണ്ട് അധികനേരം നില്ക്കാതിരിക്കുക. കിടന്നെഴുന്നേല്ക്കുമ്പോൾ വളരെ മെല്ലെ ഒരു വശത്തേക്ക് തിരിഞ്ഞു കിടന്ന് എഴുന്നേല്ക്കണം. ഏഴുമാസം കഴിഞ്ഞാൽ ഗർഭസ്ഥശിശുവിന്റെ സമ്മർദ്ദം വയറ്റിലെ രക്തക്കുഴലിൽ ഏല്ക്കുന്നതുകൊണ്ട് തല കറക്കമുണ്ടാവാം. അതുകൊണ്ട് ഏഴുമാസം കഴിഞ്ഞാൽ കഴിയുന്നതും മലർന്നു കിടക്കുന്നത് ഒഴിവാക്കുക. ഇടതുവശത്തേക്ക് ചെരിഞ്ഞുകിടക്കുന്നതാണ് നല്ലത്.

തലക്കറക്കം കൂടുതലാണെങ്കിൽ രക്തക്കുറവ്, രക്താതി മർദ്ദം തുടങ്ങിയ രോഗങ്ങൾ കൊണ്ടാവാം എന്നതിനാൽ ഡോക്ടറെ കാണിക്കുക.

3. നെഞ്ചെരിച്ചിൽ

ഗർഭിണികളിൽ മിക്കവർക്കും നെഞ്ചെരിച്ചിൽ ഉണ്ടാവാറുണ്ട്. ഇതൊഴിവാക്കാൻ ഭക്ഷണം ചെറിയ അളവുകളിൽ കൂടുതൽ പ്രാവശ്യമായി കഴിക്കുക. അധികം എരിവും പുളിയും ഭക്ഷണത്തിൽ ചേർക്കാതിരിക്കുക. എണ്ണയിൽ വറുത്തുപൊരിച്ച ഭക്ഷണവസ്തുക്കൾ കഴിക്കാതിരിക്കുക എന്നീ കാര്യങ്ങൾ ശ്രദ്ധിക്കുക. അതിനു പുറമേ ഭക്ഷണം കഴിച്ച ഉടനെ കിടക്കാതെ അല്പനേരം പതുക്കെ നടക്കുക, ചാരിയിരുന്നു വിശ്രമിക്കുക എന്നിവയെല്ലാം നെഞ്ചെരിച്ചിൽ കുറയ്ക്കാൻ സഹായിക്കും. നെഞ്ചിരിച്ചിൽ കൂടുതലാണെങ്കിൽ ഡോക്ടറെ കാണിക്കണം.

4. ക്ഷീണം

ഗർഭകാലത്തിന്റെ ആദ്യഘട്ടങ്ങളിൽ ക്ഷീണം ഉണ്ടാവുന്നത് സാധാരണമാണ്. ഗർഭധാരണം മൂലം ശരീരത്തിലുണ്ടാവുന്ന സ്വാഭാവിക മാറ്റങ്ങൾ കൊണ്ടും രക്തക്കുറവുകൊണ്ടും മനസ്സിലെ ആശങ്ക കൊണ്ടും

ക്ഷീണമുണ്ടാവാം. പോഷകസമൃദ്ധമായ ഭക്ഷണം കഴിക്കുക. കൂടുതൽ ആയാസമുണ്ടാക്കുന്ന ജോലികൾ ചെയ്യാതിരിക്കുക. ഇടയ്ക്കിടെ വിശ്രമിക്കുക എന്നിവ ക്ഷീണം കുറയ്ക്കാൻ സഹായിക്കും. അതിനു പുറമേ ഡോക്ടറുടെ നിർദ്ദേശപ്രകാരം ഇടയ്ക്കിടെ രക്തം പരിശോധിക്കുകയും കൃത്യമായി ഇരുമ്പും വിറ്റാമിനുമടങ്ങിയ ഗുളികകൾ കഴിക്കുകയും വേണം. ക്ഷീണം വളരെ കൂടുതലാണെങ്കിൽ ഡോക്ടറെ കാണിക്കേണ്ടിവരും.

5. തലവേദന

ഗർഭിണികളുടെ ശരീരത്തിൽ ഹോർമോണുകൾ ഉണ്ടാക്കുന്ന ചില മാറ്റങ്ങൾ കൊണ്ട് സാധാരണയായി തലവേദന ഉണ്ടാവാം. വിശ്രമിക്കുക, എണ്ണതേച്ചു കുളിക്കുക, പാട്ടുകൾ കേൾക്കുക, മാനസിക സമ്മർദ്ദം ഒഴിവാക്കുക, നന്നായി ഉറങ്ങുക എന്നിവകൊണ്ട് തലവേദന മാറും. പക്ഷേ, വർദ്ധിച്ച തലവേദനയും ഛർദ്ദിയും അപസ്മാരവും മറ്റും ഉണ്ടെങ്കിൽ അത് അസുഖത്തിന്റെ ലക്ഷണമാണ്. ഉടനെതന്നെ ആശുപത്രിയിൽ കൊണ്ടുപോയി ചികിത്സ തുടങ്ങേണ്ടതാണ്.

6. ശ്വാസം മുട്ടൽ

ഗർഭസ്ഥ ശിശുവിന്റെ വളർച്ച പുരോഗമിക്കുന്നതിനനുസരിച്ച് ഗർഭിണിക്ക് വയറ്റിനുള്ളിലെ ഡയഫ്രം എന്ന മാംസപേശിക്കു മുകളിൽ സമ്മർദ്ദം അനുഭവപ്പെടുന്നതുകൊണ്ട് ശ്വാസം മുട്ടൽ ഉണ്ടാവാനിടയുണ്ട്. ഇത് പേടിക്കേണ്ട കാര്യമല്ല. പക്ഷേ, ശ്വാസംമുട്ടൽ കൂടുകയോ അതോടൊപ്പം നെഞ്ചുവേദന, പനി, ചുമ എന്നിവയുണ്ടാവുകയോ ആസ്ത്മാ ഉണ്ടാവുകയോ ചെയ്താൽ ഉടനെ ഡോക്ടറെ കാണിക്കണം.

7. നടുവേദന

ഗർഭകാലത്ത് വലുതാവുന്ന വയറിന്റെ ഭാരം താങ്ങാൻ നട്ടെല്ലിനു പ്രയാസമുണ്ടാവുമ്പോഴാണ് നടുവേദന ഉണ്ടാവുന്നത്. ശരിയായ രീതിയിൽ നടക്കുകയും ഇരിക്കുകയും കിടക്കുകയും ചെയ്യാതിരുന്നാൽ ഇത് വർദ്ധിക്കും.

നില്ക്കുമ്പോൾ എപ്പോഴും നിവർന്ന് കാൽ രണ്ടും അല്പം അകറ്റി വെച്ചു നില്ക്കുക. ഇരിക്കുമ്പോൾ നടുവിന് സപ്പോർട്ടു നല്കാനായി തലയിണയോ കുഷ്യനോ വെച്ച് ചാരിയിരിക്കണം. നിലത്തുനിന്ന് സാധനങ്ങൾ കുനിഞ്ഞെടുക്കരുത്. പകൽ സമയത്ത് അല്പം കിടന്നു വിശ്രമിക്കുക. എണ്ണ തേച്ചശേഷം ഇളംചൂടുവെള്ളത്തിൽ കുളിക്കുക എന്നിവ കൊണ്ട് നടുവേദന കുറയാനിടയുണ്ട്. കൂടുതൽ നടുവേദന തോന്നുന്നുണ്ടെങ്കിൽ ഡോക്ടറെ കാണിക്കണം.

8. ഇടയ്ക്കിടെ മൂത്രമൊഴിക്കാൻ തോന്നുക

ഗർഭകാലത്തിന്റെ തുടക്കത്തിലെ 3–4 മാസങ്ങളിൽ ഇത് സാധാരണയാണ്. ചിലർക്ക് ഇത് പ്രസവം വരെയും നീണ്ടുനിന്നേക്കാം. പക്ഷേ, മൂത്രത്തിനു നിറവ്യത്യാസം മൂത്രത്തിൽ പഴുപ്പുണ്ടെന്നതിന്റെ സൂചനയാണ്. അതുകൊണ്ട് ഉടനെത്തന്നെ ഡോക്ടറെ കാണിക്കുക.

9. ഉറക്കക്കുറവ്

ഗർഭിണികൾക്ക് പ്രസവമടുക്കുമ്പോൾ ഉറക്കക്കുറവുണ്ടാവാം. പലപ്പോഴും പ്രസവത്തെക്കുറിച്ച് ഉത്ക്കണ്ഠയോ പേടിയോ ആവാം ഇതിനു കാരണം. ഉറങ്ങാൻ കിടക്കുമ്പോൾ മനസ്സ് ശാന്തമായിരിക്കണം. മനസ്സിൽ എപ്പോഴും നല്ല ചിന്തകളുണ്ടാവണം. ഭർത്താവിന്റെയും കുടുംബാംഗങ്ങളുടെയും സഹതാപവും സ്നേഹവും നിറഞ്ഞ പെരുമാറ്റം ഗർഭിണിയുടെ മനസ്സ് സന്തുഷ്ടമായിരിക്കാൻ സഹായിക്കും.

10. വയറുവേദന

ഗർഭശിശുവിന്റെ വളർച്ചയനുസരിച്ച് അടിവയറ്റിലും അരക്കെട്ടിലും മാറ്റങ്ങളുണ്ടാവുന്നതിനാൽ നേരിയ വയറു വേദന ഗർഭിണികൾക്ക് ഉണ്ടാവാറുണ്ട്. എന്നാൽ വയറുവേദന കൂടുകയോ യോനിയിൽ നിന്ന് രക്തം വരികയോ ചെയ്താൽ ഗർഭമലസിപ്പോകലോ മറ്റു രോഗങ്ങളോ ആയിരിക്കും. ഉടനെത്തന്നെ ആശുപത്രിയിലെത്തിക്കണം.

11. മലബന്ധം

ഗർഭകാലത്ത് മലബന്ധം സാധാരണയാണ്. കുടലിന്റെ പ്രവർത്തനം മന്ദഗതിയാവുന്നതുകൊണ്ടും ഹോർമോണുകളുടെ പ്രവർത്തനം കൊണ്ടും മലബന്ധമുണ്ടാവാം. ധാരാളം വെള്ളം കുടിക്കുക, ഭക്ഷണത്തിൽ കൂടുതൽ പഴങ്ങളും പച്ചക്കറികളും നാരുള്ള ഭക്ഷ്യവസ്തുക്കളും ഉൾപ്പെടുത്തുക എന്നിവ ചെയ്താൽ മലബന്ധം കുറയും. മലബന്ധം കൂടുതലായാൽ മൂലക്കുരു (പൈൽസ്) ഉണ്ടാവാനും മലത്തിലൂടെ രക്തംപോവാനും സാദ്ധ്യതയുണ്ട്. അതുകൊണ്ട് മലബന്ധമൊഴിവാക്കാൻ ശ്രദ്ധിക്കുക..

12. മോണയിൽ നിന്നു രക്തസ്രാവം

ഗർഭിണികൾക്ക് പല്ലുതേക്കുമ്പോൾ മോണയിൽ നിന്നു രക്തസ്രാവം ഉണ്ടാവാൻ സാദ്ധ്യത കൂടുതലാണ്. പല്ല് എപ്പോഴും വൃത്തിയാക്കിവയ്ക്കാൻ ശ്രദ്ധിക്കുക. മൃദുവായ ടൂത്ത്ബ്രഷ് കൊണ്ട് രാവിലെയും രാത്രിയും പല്ലു തേക്കണം. രക്തസ്രാവം കൂടുന്നുണ്ടെങ്കിൽ ഡെന്റിസ്റ്റിനെ കാണിക്കുക.

13. ചൊറിച്ചിൽ

ഗർഭകാലത്ത് ശരീരത്തിൽ പ്രത്യേകിച്ച് അടിവയറ്റിൽ ചൊറിച്ചിൽ സാധാരണയാണ്. ഗർഭസ്ഥശിശുവിന്റെ വളർച്ചയ്ക്കനുസരിച്ച് അടിവയറ്റിലെ ചർമ്മവും സ്തനങ്ങൾ വലുതാവുന്നതിനനുസരിച്ച് മാറിടത്തിലെ ചർമ്മവും വികസിക്കുന്നതുകൊണ്ടാണിത്. ഇതേകാരണം കൊണ്ടാണ് മാറിടത്തിലും അടിവയറ്റിലും ചർമ്മത്തിൽ പാടുകൾ (Stretch Marks) ഗർഭകാലത്തോ പ്രസവശേഷമോ പ്രത്യക്ഷപ്പെടുന്നത്.

14. മസിൽ കോച്ചിപ്പിടുത്തം

ഗർഭിണികൾക്ക് രാത്രിയിൽ കാലുകളിലെ മസിലുകളുടെ (മാംസപേശി)കോച്ചിപ്പിടുത്തം സാധാരണയാണ്. ഇതുണ്ടായാൽ കാലുകൾ നീട്ടിനിവർത്തിവെച്ച് മസിലുകൾക്കുമുകളിൽ തിരുമ്മുക. ഇത് വരാതിരിക്കാനായി പാലും പാലുല്പന്നങ്ങളും ഭക്ഷണത്തിലുൾപ്പെടുത്തുകയും ഡോക്ടറുടെ നിർദ്ദേശപ്രകാരം കാത്സ്യവും വിറ്റാമിനുകളും കഴിക്കുകയും ചെയ്യാം. രാത്രി ഉറങ്ങുന്നതിനുമുമ്പ് അല്പം നടക്കുന്നത് നല്ലതാണ്.

15. കാലുകളിൽ നീർവീക്കവും കാലിലെ ഞരമ്പുകൾ തടിച്ചു വീർക്കലും

ഗർഭകാലത്ത് കാലുകളിൽ നീർവീക്കം, കാലിലെ ഞരമ്പുകൾ തടിച്ചുവീർക്കൽ എന്നിവ സാധാരണയാണ്. കാൽ തൂക്കിയിട്ടിരിക്കുന്നതും അധികനേരം നില്ക്കുന്നതും ഒഴിവാക്കുക. ഇരിക്കുമ്പോഴും ഉറങ്ങുമ്പോഴും തലയിണകൾക്കു മുകളിൽ കാലുകൾ പൊക്കിവെച്ചിരിക്കണം. ഭക്ഷണത്തിൽ ഉപ്പു കുറക്കുക. കാലിലെ നീരു കൂടുക, മുഖത്തു നീരു കാണുക, മൂത്രം കുറയുക എന്നീ ലക്ഷണങ്ങൾ രോഗത്തിന്റെ സൂചനയാണ്. ഉടനെ ഡോക്ടറെ കാണിച്ചു ചികിത്സ തുടങ്ങണം.

ഗർഭകാലം ഒരിക്കലും പ്രശ്നങ്ങൾ നിറഞ്ഞതോ ദുരിതം നിറഞ്ഞതോ ആയി കണക്കാക്കേണ്ടതില്ല. ചില തരം പ്രശ്നങ്ങൾ ഗർഭകാലത്ത് സ്വാഭാവികമാണെങ്കിലും മറ്റുചില പ്രശ്നങ്ങൾ രോഗത്തിന്റെ ലക്ഷണമായിരിക്കാം. അതുകൊണ്ട് ഡോക്ടറെ സമീപിച്ച് വിദഗ്ദ്ധാഭിപ്രായം തേടലാണ് ഉത്തമം.

14

ഗർഭഛിദ്രം (Abortion) തടയാമോ?

ഗർഭധാരണത്തിനുശേഷം പത്തുമുതൽ ഇരുപതു ശതമാനം ഗർഭിണികൾക്ക് സ്വാഭാവികമായി ഗർഭം അലസിപ്പോകാറുണ്ട് (spontaneous abortion). പുറമെ നിന്നുള്ള ഉത്തേജനങ്ങളുടെ കാരണമായി ഗർഭഛിദ്രം ഉണ്ടാവാം (Induced Abortion). ചില സ്ത്രീകൾക്ക് ഓരോ ഗർഭധാരണത്തിലും തുടർച്ചയായി ഗർഭഛിദ്രം ഉണ്ടാവുന്നു (Habitual Abortion).

ആദ്യത്തെ 12 ആഴ്ചകൾക്കുള്ളിൽ (20 ആഴ്ച തികയുന്നതിനുമുമ്പ്) ഗർഭമലസുന്നതിനെയാണ് ഗർഭഛിദ്രം എന്നുപറയുന്നത്. 20 ആഴ്ചക്കുശേഷം ഗർഭം നഷ്ടപ്പെടുന്നതിനെ ഗർഭഛിദ്രം എന്നല്ല മാസം തികയാതെയുള്ള പ്രസവം (preterm Delivery) എന്നാണ് പറയപ്പെടുന്നത്. ഗർഭഛിദ്രങ്ങളിൽ 75% ആദ്യത്തെ 7 മുതൽ 12 വരെ ആഴ്ചകൾക്കുള്ളിൽ സംഭവിക്കുന്നു. ഇതിൽത്തന്നെ 75% 8 ആഴ്ചകൾക്കുമുമ്പാണ് ഉണ്ടാവുന്നത് എന്നു കണക്കുകൾ തെളിയിക്കുന്നു.

കാരണങ്ങൾ:

ഗർഭഛിദ്രമുണ്ടാവാൻ അനവധി കാരണങ്ങളുണ്ട്.

- ഭ്രൂണത്തിന്റെ വൈകല്യങ്ങൾ
- ഗർഭപാത്രത്തിന്റെ വൈകല്യങ്ങൾ
- മാതാവിന്റെ രക്തഗ്രൂപ്പുകളുടെ ഘടനയും വൈകല്യങ്ങളും
- ഭാര്യയുടെയും ഭർത്താവിന്റെയും രക്തഗ്രൂപ്പുകളിലെ (Rh ഗ്രൂപ്പ്) വ്യത്യാസം
- ഗർഭധാരണമുണ്ടാക്കിയ പുരുഷബീജത്തിന്റെ വീര്യക്കുറവ്
- മറുപിള്ളയുടെ തകരാറുകൾ

- ഗർഭപാത്രത്തിന്റെ സ്ഥാനചലനം
- ഹോർമോണുകളുടെ ഉല്പാദനക്കുറവ്
- ഗർഭാശയഗളത്തിന്റെ തകരാറുകൾ (ഇത് ഇടയ്ക്കിടെയുള്ള ഗർഭ ഛിദ്രത്തിനു കാരണമാവാം)
- മാതാവിന്റെ രോഗങ്ങൾ
  ഉദാ: പ്രമേഹം, സിഫിലിസ്, തൈറോയ്ഡ് ഗ്രന്ഥികളുടെ രോഗങ്ങൾ, അമിതവണ്ണവുമായി ബന്ധപ്പെട്ട ആരോഗ്യപ്രശ്നങ്ങൾ, കൂടുതലായി വിളർച്ച (anaemia), പോഷകാഹാരക്കുറവുകൊണ്ടുള്ള പ്രശ്നങ്ങൾ, വൃക്കരോഗങ്ങൾ, ശക്തിയായ പനിയോടൊപ്പം രോഗാണുബാധകൊണ്ട് പഴുപ്പുണ്ടാക്കുന്ന രോഗങ്ങൾ മുതലായവ.
- മാതാവിന് പെട്ടെന്നുണ്ടാകുന്ന മാനസികാഘാതം
- വീഴ്ച അടിവയറ്റിനേല്ക്കുന്ന അടിയും ആഘാതങ്ങളും
- ലഹരിപദാർത്ഥസേവനം, മദ്യപാനം, പുകവലി തുടങ്ങിയ ദുശ്ശീലങ്ങൾ ഉള്ള ഗർഭിണികൾക്ക് ഗർഭഛിദ്രം വരാം.
- അന്തരീക്ഷത്തിലും ദൈനദിന ജീവിതത്തിലും കാണപ്പെടുന്ന വിഷവസ്തുക്കൾ (Toxins).
- പ്രത്യേകിച്ചൊരു കാരണവുമില്ലാതെയുള്ള ഗർഭഛിദ്രം

പലതരം ഗർഭഛിദ്രങ്ങൾ

1. Complete Abortion: ഗർഭമലസിപ്പോകുമ്പോൾ ഗർഭപാത്രത്തിലെ ഭ്രൂണം മുഴുവനായി പുറന്തള്ളപ്പെടുന്നു.
2. Incomplete Abortion: ഗർഭഛിദ്രം അപൂർണ്ണമായിരിക്കും. ഭ്രൂണത്തിന്റെ കുറച്ചുഭാഗങ്ങൾമാത്രം പുറന്തള്ളപ്പെടുകയും ബാക്കിഭാഗങ്ങൾ ഗർഭപാത്രത്തിൽത്തന്നെ അവശേഷിക്കുകയും ചെയ്യുന്നു.
3. Inevitable Abortion: ഇത്തരം ഗർഭഛിദ്രം തടയാൻ വിഷമമാണ്. ഗർഭം അലസിപ്പോവുക തന്നെ ചെയ്യും.
4. Missed Abortion: ഭ്രൂണം വളരാതെ നശിച്ചുപോകുന്നുവെങ്കിലും അത് ഗർഭപാത്രത്തിൽ നിന്നും പുറന്തള്ളപ്പെടുന്നില്ല.
5. Treatened Abortion: യോനിയിൽനിന്നുള്ള രക്തസ്രാവം, വയറുവേദന, നടുവേദന എന്നിങ്ങനെയുള്ള ലക്ഷണങ്ങൾ ഗർഭം അലസിപ്പോകാനുള്ള സാദ്ധ്യത സൂചിപ്പിക്കുന്നു. കൃത്യസമയത്ത് ചികിത്സ തുടങ്ങുകയും ഗർഭിണി പൂർണ്ണവിശ്രമമെടുക്കുകയും ചെയ്യുകയാണെങ്കിൽ ഇത്തരം ഗർഭഛിദ്രം തടയാൻ കഴിയും.
7. Septic Abortion (Infected Abortion): രോഗാണുബാധയുണ്ടാവുന്നതിനാൽ ഗർഭപാത്രത്തിനെയും അതിലവശേഷിച്ച ഭ്രൂണത്തിന്റെ ഭാഗങ്ങളെയും പഴുപ്പുബാധിക്കുന്നു.

ഗർഭഛിദ്രമുണ്ടാവാൻ കൂടുതൽ സാദ്ധ്യതയുള്ള സ്ത്രീകൾ

കൂടെക്കൂടെ ഗർഭമലസിപ്പോകുന്ന ചരിത്രമുള്ള ഗർഭിണികൾക്ക്

മിക്കവാറും ഗർഭാശയഗളത്തിന്റെ അപര്യാപ്തതയോ തകരാറുകളോ കൊണ്ട് ഗർഭഛിദ്രത്തിനുള്ള സാദ്ധ്യത കൂടുന്നു. (Habitual Abortion).

പ്രായം കൂടുതലുള്ള ഗർഭിണികൾക്ക് ഗർഭഛിദ്രം വരാനുള്ള സാദ്ധ്യത കൂടുതലാണ്. 30 വയസ്സിനുശേഷം ഗർഭമലസിപ്പോകാനുള്ള സാദ്ധ്യത വർദ്ധിക്കുന്നു. 40 വയസ്സിനുശേഷമാണ് ഏറ്റവുമധികം ഗർഭ ഛിദ്രം കാണപ്പെടുന്നത്.

ലക്ഷണങ്ങൾ

അടിവയറ്റിൽ വേദന, ഇടുപ്പുവേദന എന്നിവയോടൊപ്പമോ അല്ലാതെയോ യോനിയിൽ നിന്ന് രക്തസ്രാവമുണ്ടാകുന്നു. രക്തം പോവുന്നതിനൊപ്പം ഭ്രൂണത്തിന്റെയും മറുപിള്ളയുടെയും കഷണങ്ങളോ രക്തക്കട്ടകളോ യോനിയിലൂടെ പുറത്തുപോവാനിടയുണ്ട്. ഗർഭാവസ്ഥയിൽ ഈ ലക്ഷണങ്ങൾ കാണുകയാണെങ്കിൽ ഡോക്ടറെ കാണിക്കണം. ഗർഭഛിദ്രം തടയാൻ കഴിയാത്ത സന്ദർഭങ്ങളിലും അടിയന്തിരവൈദ്യസഹായം കിട്ടാത്ത അവസ്ഥയിലും ഏതാനും മണിക്കൂറുകൾക്കുള്ളിൽ ഗർഭാശയം സങ്കോചിച്ച് ഭ്രൂണവും മറുപിള്ളയും പുറന്തള്ളപ്പെടുന്നു.

ഡോക്ടറെ ഉടനെ കാണിക്കേണ്ടതെപ്പോൾ

ഗർഭാവസ്ഥയിൽ വയറുവേദനയോടുകൂടിയോ അല്ലാതെയോ യോനിയിലൂടെ രക്തസ്രാവം കണ്ടാൽ ഉടനെ ഡോക്ടറെ (ഗൈനക്കോളജിസ്റ്റിനെ) കാണിക്കേണ്ടതാണ്. രക്തക്കട്ടകളോ കഷണങ്ങളോ രക്തത്തോടൊപ്പം വരുന്നുണ്ടെങ്കിൽ അവയുടെ സാമ്പിളുകൾ കൂടെക്കൊണ്ടുപോയി ഡോക്ടറെ കാണിക്കണം. ഗർഭഛിദ്രം ഏതുതരത്തിൽപ്പെട്ടതാണെന്നു നിർണ്ണയിക്കാൻ ഈ സാമ്പിളുകൾ ഡോക്ടറെ സഹായിക്കും.

പരിശോധനകൾ

ഗൈനക്കോളജിസ്റ്റ് ഗർഭിണിയെ വിശദമായി പരിശോധിക്കുന്നു. ഗർഭിണിയുടെ ഗർഭാശയഗളം കട്ടിക്കുറഞ്ഞിട്ടുണ്ടോ എന്നും വികസിച്ചിട്ടുണ്ടോ എന്നും പരിശോധിച്ച് ഗർഭഛിദ്രത്തിനു സാദ്ധ്യതയുണ്ടോ എന്നു നിർണ്ണയിക്കും.

രക്തപരിശോധനകൾ

1. രക്തത്തിലെ കോശങ്ങളുടെ എണ്ണം (Complete Blood count CBC): രക്തസ്രാവത്തിന്റെ അളവു മനസ്സിലാക്കാൻ ഉപകരിക്കും.
2. Rh ഗ്രൂപ്പ്: അമ്മയുടെ രക്തഗ്രൂപ്പ് Rh നെഗറ്റീവും അച്ഛൻ Rh പോസിറ്റീവുമാണെങ്കിൽ ഗർഭസ്ഥശിശു Rh പോസിറ്റീവ് ആവാൻ സാദ്ധ്യതയുണ്ട്. ആദ്യഗർഭത്തിൽ കുഞ്ഞിന്റെ രക്തഗ്രൂപ്പ് Rh പോസിറ്റീവും അമ്മ Rh നെഗറ്റീവുമാണെങ്കിൽ Rh Incompatibil-

ity (Rh ഗ്രൂപ്പുകൾ പരസ്പരം ചേരാതിരിക്കുക) എന്ന പ്രശ്നമുണ്ടാവുകയും ചികിത്സ നടത്തിയില്ലെങ്കിൽ അടുത്ത ഗർഭം അലസിപ്പോകാൻ സാദ്ധ്യത കൂടുകയും ചെയ്യുന്നു.

3. HCG എന്ന ഹോർമോൺ: ഈ ഹോർമോണിന്റെ തോത് അളക്കുന്നത് ഗർഭമുണ്ടോ എന്നും ഏതുതരം ഗർഭമാണ് എന്നും (ചിലപ്പോൾ അണ്ഡവാഹിനിക്കുഴലിൽ ഗർഭധാരണം നടക്കാറുണ്ട്) മറ്റും മനസ്സിലാക്കാൻ സഹായിക്കും. ഗർഭസ്ഥശിശുവിന്റെ വളർച്ച അറിയാൻ HCG ഹോർമോൺ നില ഇടയ്ക്കിടെ ആഴ്ചതോറും അളക്കേണ്ടിവരും.
4. രക്തത്തിലെ വെളുത്തകോശങ്ങൾ: വെളുത്ത രക്തകോശങ്ങളുടെ മൊത്തം എണ്ണവും (WBC Count) വിവിധതരത്തിൽപ്പെട്ട വെളുത്ത കോശങ്ങളുടെ എണ്ണവും (DLC) നിർണ്ണയിക്കുന്നത് പഴുപ്പുണ്ടോ എന്നറിയാൻ സഹായിക്കും.

അൾട്രാസൗണ്ട്

ഗർഭാശയത്തിന്റെ അൾട്രാസൗണ്ട് പരിശോധന നടത്തി രക്തസ്രാവത്തിന്റെ അളവ്, ഗർഭസ്ഥശിശുവിന്റെ വളർച്ച, ഹൃദയസ്പന്ദനം എന്നിവ നിർണ്ണയിക്കുന്നു.

ചികിത്സ

ഗർഭച്ഛിദ്രം വരാൻ സാദ്ധ്യതയുള്ള Threatended Abortion ൽ മരുന്നുകൾക്കുപുറമേ ഗർഭിണിക്ക് പൂർണ്ണവിശ്രമവും ആവശ്യമാണ്. ഭ്രൂണം മുഴുവനായി പുറന്തള്ളപ്പെട്ടിട്ടില്ലെങ്കിൽ അതു നീക്കം ചെയ്യാൻ ഡി എൻ സി വേണ്ടിവരും. Septic Abortion ന് അടിയന്തിരചികിത്സ വേണ്ടതിനാൽ ഉടനെ ആശുപത്രിയിൽ അഡ്മിറ്റ് ചെയ്യണം. ഇങ്ങനെ ഗർഭച്ഛിദ്രം ഏതുതരത്തിലപ്പെട്ടതാണ് എന്നതിനനുസരിച്ച് ഡോക്ടർ ചികിത്സ തീരുമാനിക്കുന്നു.

സങ്കീർണ്ണതകൾ (Complications)

ഗർഭച്ഛിദ്രം നടക്കുമ്പോൾ ഭ്രൂണം മുഴുവനായി പുറന്തള്ളപ്പെട്ടാൽ പ്രശ്നങ്ങൾ കുറവായിരിക്കും. പക്ഷേ, ഭ്രൂണത്തിന്റെയും മറുപിള്ളയുടെയും ഭാഗങ്ങൾ ഗർഭപാത്രത്തിൽ അവശേഷിച്ചാൽ പഴുപ്പു ബാധിക്കും. അതിനെത്തുടർന്ന് ശക്തിയായ പനി, വയറുവേദന, യോനിയിൽ നിന്നു രക്തസ്രാവവും ദുർഗ്ഗന്ധമുള്ള ദ്രാവകം പോവുകയും എന്നീ ലക്ഷണങ്ങൾ കണ്ടാൽ രോഗിക്ക് അടിയന്തിരചികിത്സ വേണ്ടിവരും. ഉടനെ ആശുപത്രിയിലെത്തിക്കണം.

ഗർഭച്ഛിദ്രം നടന്നതിനുശേഷം ഡി &സി ചെയ്ത ഡോക്ടർ ഗർഭപാത്രത്തിലെ അവശിഷ്ടങ്ങൾ നീക്കം ചെയ്യുന്നു. അതിനുശേഷം അല്പം

രക്തസ്രാവം ഉണ്ടാവാം. പക്ഷേ, രക്തസ്രാവം കൂടുതലാവുകയോ കൂടുതൽ ദിവസം നീണ്ടുനില്ക്കുകയോ ചെയ്താൽ ഡോക്ടറെ കാണിക്കണം.

ഗർഭഛിദ്രത്തിനുശേഷം സ്ത്രീക്ക് പല മാനസികപ്രശ്നങ്ങളും ഉണ്ടാവാനിടയുണ്ട് (വിഷാദം, ദുഃഖം, നിരാശ, കോപം തുടങ്ങിയവ). ഈ സമയത്ത് ഭർത്താവിന്റെയും കുടുംബത്തിന്റെയും സ്നേഹം നിറഞ്ഞ പെരുമാറ്റവും പിന്തുണയും സ്ത്രീക്ക് ലഭിക്കേണ്ടതാവശ്യമാണ്.

ഗർഭഛിദ്രത്തിനുശേഷമുള്ള ആർത്തവവും ഗർഭധാരണവും

ഗർഭമലസിപ്പോയതിനുശേഷം 4–6 ആഴ്ചകൾക്കുള്ളിൽ സാധാരണയായ ആർത്തവം വരാം. അടുത്ത ഗർഭധാരണം 3 മാസത്തിനും 6 മാസത്തിനുമിടയിൽ നടത്തുന്നതാണ് നല്ലത്. ഗർഭഛിദ്രത്തിനുശേഷം വീണ്ടും ഗർഭിണിയാകുന്നതിനെക്കുറിച്ച് ഡോക്ടറുടെ ഉപദേശം സ്വീകരിക്കുന്നത് നന്നായിരിക്കും. സ്ത്രീയുടെ വയസ്സ്, ആരോഗ്യം, ഗർഭഛിദ്രത്തിന്റെ കാരണങ്ങൾ, ഗർഭഛിദ്രം ഏതുതരത്തിൽപ്പെട്ടതായിരുന്നു എന്നീ കാര്യങ്ങളെല്ലാം കണക്കിലെടുത്തുകൊണ്ട് അടുത്ത ഗർഭധാരണത്തെക്കുറിച്ച് ഡോക്ടർ നിർദ്ദേശങ്ങൾ പറഞ്ഞുതരും.

ഗർഭഛിദ്രം തടയാൻ ശ്രദ്ധിക്കേണ്ട കാര്യങ്ങൾ

ഗർഭാവസ്ഥയിൽ പരിപൂർണ്ണശ്രദ്ധയും കരുതലും ആവശ്യത്തിനുള്ള വിശ്രമവും പോഷകങ്ങളടങ്ങിയ സമീകൃതാഹാരവും ആവശ്യമാണ്. പ്രമേഹം, തൈറോയ്ഡ് ഗ്രന്ഥികളുടെ തകരാറ് എന്നിവ പോലുള്ള ഏതെങ്കിലും രോഗങ്ങളുണ്ടെങ്കിൽ ഡോക്ടറെ കാണിക്കണം. ഗർഭാവസ്ഥയിൽ അനാവശ്യമായി എക്സ്റേ എടുക്കാൻ പാടില്ല. പകരുന്ന രോഗങ്ങളും പനിയും മറ്റുമുള്ള രോഗികളുമായി ഇടപഴകാതിരിക്കുക. ലഹരിവസ്തുക്കൾ, മദ്യപാനം, പുകവലി എന്നിവ ഒഴിവാക്കുക. കാപ്പിയും കോളപോലുള്ള പാനീയങ്ങളും അധികം കഴിക്കാതിരിക്കുക. അമിതമായി ക്ഷീണമുണ്ടാകുന്ന ജോലികൾ ചെയ്യരുത്. ഭാരമുള്ള വസ്തുക്കൾ പൊന്തിക്കുകയോ എടുത്തുനടക്കുകയോ ചെയ്യാതിരിക്കുക. ഗർഭാവസ്ഥയിൽ ആദ്യത്തെ 3–4 മാസങ്ങളിൽ ലൈംഗികബന്ധം ഒഴിവാക്കുക. ഗർഭമലസാൻ സാദ്ധ്യതയുള്ള ഗർഭിണികൾ പൂർണ്ണവിശ്രമമെടുക്കുക. രക്തം പോക്കും മറ്റു ലക്ഷണങ്ങളും കണ്ടാൽ ഡോക്ടറെ കാണിച്ച് ഉടനെ ചികിത്സ തുടങ്ങണം. വയറുവേദനയും രക്തസ്രാവവും കൂടുകയാണെങ്കിൽ അടിയന്തിരചികിത്സയ്ക്കായി ആശുപത്രിയിൽ അഡ്മിറ്റ് ചെയ്യേണ്ടിവരും.

ഗർഭാവസ്ഥയിലും ഗർഭഛിദ്രമുണ്ടാവാൻ സാദ്ധ്യതയുള്ളപ്പോഴും ഗർഭമലസിപ്പോയതിനുശേഷവുമെല്ലാം ഭർത്താവും കുടുംബവും ഗർഭിണിക്ക് സ്നേഹവും ആശ്വാസവും പിന്തുണയും നല്കേണ്ടത് വളരെ ആവശ്യമാണ്.

15

ഗർഭകാല പരിചരണം

സ്ത്രീ ജീവിതത്തിലെ സുപ്രധാനമായ ഒരു വഴിത്തിരിവാണ് ഗർഭധാരണവും പ്രസവവും മാതൃത്വവും. ഗർഭാവസ്ഥയോടനുബന്ധിച്ച് സ്ത്രീശരീരത്തിൽ പല മാറ്റങ്ങളും ഉണ്ടാവുന്നു. ഗർഭാശയത്തിലുണ്ടാവുന്ന ഭ്രൂണം വളർന്ന് ഗർഭസ്ഥ ശിശുവായി, പൂർണ്ണവളർച്ചയെത്തി പ്രസവത്തിലൂടെ പുറത്തുവരുന്നതുവരെയുള്ള കാലഘട്ടം വളരെ ശ്രദ്ധയർഹിക്കുന്നതാണ്. ഗർഭിണിയുടെയും കുടുംബാംഗങ്ങളുടെയും അശ്രദ്ധകൊണ്ട് പലപ്പോഴും അമ്മയുടെയും കുഞ്ഞിന്റെയും ജീവൻ തന്നെ അപകടത്തിലായേക്കാം. അതുകൊണ്ട് ഗർഭകാല പരിചരണത്തെക്കുറിച്ച് നാം അറിഞ്ഞിരിക്കേണ്ടതാണ്.

ഗർഭകാല പരിശോധനകൾ

ഗർഭമുണ്ടോ എന്ന് സംശയം തോന്നിയാൽ ഉടനെ ഡോക്ടറെ കാണിക്കുന്നത് നന്നായിരിക്കും. പലപ്പോഴും ഗർഭാശയത്തിനു പുറത്ത് അണ്ഡവാഹിനിക്കുഴലിലുണ്ടാവുന്ന ഗർഭം (Tubal pregnency) സ്ത്രീകൾക്കുണ്ടാവുന്ന ചില രോഗങ്ങളും മുൻകൂട്ടി കണ്ടുപിടിക്കാനും ചികിത്സിക്കാനും ഇതുപകരിക്കും. പ്രമേഹം, തൈറോയ്ഡ് രോഗങ്ങൾ, എയ്ഡ്സ്, രക്താതിസമ്മർദ്ദം മുതലായ രോഗങ്ങൾ അമ്മയ്ക്കുണ്ടെങ്കിൽ അത് ഗർഭസ്ഥശിശുവിനെയും പ്രതികൂലമായി ബാധിക്കാനിടയുണ്ട്. അമ്മ കഴിക്കുന്ന ചില മരുന്നുകൾ ഗർഭസ്ഥ ശിശുവിന് അപകടകാരിയായിത്തീരാം (ഉദാഹരണമായി അപസ്മാരം, തൈറോയ്ഡ് രോഗം, ഹൃദ്രോഗം, രക്താതിസമ്മർദ്ദം തുടങ്ങിയ രോഗങ്ങൾക്കു നല്കുന്ന മരുന്നുകൾ). ഗർഭിണിയുടെ ചില ദുശ്ശീലങ്ങൾ (പുകവലി, ലഹരിപദാർത്ഥസേവനം തുടങ്ങിയവ) ഗർഭസ്ഥശിശുവിന് അപകടകാരിയാവാനിടയു

ണ്ട്. അതുകൊണ്ട് ആർത്തവം നിലയ്ക്കുകയും ഗർഭിണിയാണെന്ന് സംശയം തോന്നുകയും ചെയ്താൽ ഡോക്ടറെ കാണിച്ച് പരിശോധനകൾ നടത്തണം. പിന്നീട് ഏഴുമാസംവരെ മാസത്തിലൊരിക്കലും ഒമ്പതും മാസം വരെ രണ്ടാഴ്ച കൂടുമ്പോഴും അതിനുശേഷം ആഴ്ചയിലൊരിക്കൽ അല്ലെങ്കിൽ ഡോക്ടറുടെ നിർദ്ദേശപ്രകാരം ഇടയ്ക്കിടെ എന്ന രീതിയിൽ പരിശോധന നടത്തേണ്ടതാണ്. ഈ കാലഘട്ടത്തിൽ ടെറ്റനസ് രോഗത്തിനെതിരെയുള്ള പ്രതിരോധ കുത്തിവെപ്പുകളും (രണ്ടു ഡോസ്) ഡോക്ടറുടെ നിർദ്ദേശമനുസരിച്ച് നടത്തേണ്ടതാവശ്യമാണ്. ഗർഭകാലത്ത് കൂടുതൽ അപകടസാദ്ധ്യതയുള്ള തരം ഗർഭിണികൾക്ക് (ഉദാ. 30–35 വയസ്സിലധികം പ്രായം കൂടുതലുള്ള സ്ത്രീകൾ, പ്രമേഹമോ ഹൃദ്രോഗമോ അപസ്മാരമോ രക്താതിസമ്മർദ്ദമോ പോലുള്ള രോഗമുള്ള സ്ത്രീകൾ, ഇടയ്ക്കിടെ ഗർഭഛിദ്രമുണ്ടാവുന്ന ചരിത്രമുള്ള സ്ത്രീകൾ) വളരെയധികം ശ്രദ്ധയും മുൻകരുതലും ഡോക്ടർ നിർദ്ദേശിക്കുന്ന പ്രത്യേക ചികിത്സയും ആവശ്യമാണ്.

ഭക്ഷണം

ഇലക്കറികൾ, പച്ചക്കറികൾ, പഴങ്ങൾ, പയറുവർഗ്ഗങ്ങൾ, പാൽ, പാലുല്പന്നങ്ങൾ (തൈര്, പാൽക്കട്ടി തുടങ്ങിയവ) മുട്ട എന്നിവയടങ്ങിയ സന്തുലിതാഹാരമാണ് ഗർഭിണി കഴിക്കേണ്ടത്. ധാരാളം വെള്ളം കുടിക്കാനും ശ്രദ്ധിക്കുക. ആദ്യത്തെ 3 മാസങ്ങളിൽ ഓക്കാനവും ഛർദ്ദിയും കൂടുതലാണെങ്കിൽ അധികം കൊഴുപ്പടങ്ങിയ ഭക്ഷണവും എണ്ണയിൽ വറുത്ത ഭക്ഷണപദാർത്ഥങ്ങളും പാടേ ഒഴിവാക്കുക, ചായ, കാപ്പി എന്നിവ കുറയ്ക്കുക. പുകവലി, ലഹരി പദാർത്ഥസേവനം മുതലായ ദുശ്ശീലങ്ങൾ നിർത്തുക, ഭർത്താവ് പുകവലിക്കുന്നുണ്ടെങ്കിൽ ആ മുറിയിലിരിക്കുന്ന ഭാര്യയുടെ ഗർഭസ്ഥ ശിശുവിനെ അതു ബാധിക്കുമെന്നും ഓർക്കുക.

മരുന്നുകൾ

ഡോക്ടറുടെ നിർദ്ദേശപ്രകാരം വിറ്റാമിൻ ബി കോംപ്ലക്സ്. ഫോളിക് ആസിഡ്, അയൺ (ഇരുമ്പുസത്ത്), കാത്സ്യം എന്നിവയടങ്ങിയ ഗുളികകൾ കൃത്യമായി കഴിക്കണം. സ്വന്തം ഇഷ്ടപ്രകാരം ഫാർമസിയിൽനിന്ന് യാതൊരു മരുന്നും വാങ്ങിക്കഴിക്കരുത്. കാരണം മിക്ക മരുന്നുകളും ഗർഭസ്ഥ ശിശുവിനെ പ്രതികൂലമായി ബാധിക്കും. ഏറ്റവും സുരക്ഷിതമായ മരുന്നുകളേതെന്ന് ഡോക്ടർ പറഞ്ഞുതരും.

വിശ്രമവും വ്യായാമവും

ഗർഭിണികൾ കിടക്കയിൽത്തന്നെ കിടന്ന് പൂർണ്ണവിശ്രമം എടുക്കേണ്ട ആവശ്യമില്ല. (പക്ഷേ, അപകടമുണ്ടാവാൻ സാദ്ധ്യതയുള്ള ഗർഭ

മാണെങ്കിൽ ഡോക്ടറുടെ നിർദ്ദേശപ്രകാരം വിശ്രമിക്കേണ്ടിവരും.) രാത്രിയിൽ 8 മണിക്കൂറും പകൽ 2 മണിക്കൂറും ഉറക്കം ആവശ്യമാണ്. അധികം ആയാസമുണ്ടാക്കാത്ത വീട്ടുപണികൾ ചെയ്യാം. ധ്യാനം, പ്രാണായാമം, ലഘുവ്യായാമങ്ങൾ എന്നിവ ഡോക്ടറുമായി ചർച്ചചെയ്തതിനുശേഷം ചെയ്യാവുന്നതാണ്. എല്ലാ ദിവസവും അല്പം നടക്കുന്നതു നല്ലതാണ്. കഠിനവ്യായാമങ്ങൾ, ഭാരമുള്ള വസ്തുക്കൾ എടുത്തു നടക്കുക, കോണിപ്പടികൾ ഇടയ്ക്കിടെ കയറിയിറങ്ങുക എന്നിവ ചെയ്യാൻ പാടില്ല.

യാത്ര

ശരീരത്തിനു കുലുക്കമുണ്ടാക്കുന്ന യാത്രകളും ദീർഘയാത്രകളും ഗർഭിണികൾ ഒഴിവാക്കേണ്ടതാണ്. ഓട്ടോറിക്ഷ, ഇരുചക്രവാഹനങ്ങൾ എന്നിവയിലുള്ള യാത്ര ഒഴിവാക്കുക. ബസിൽ യാത്ര ചെയ്യേണ്ടത് അനിവാര്യമെങ്കിൽ ഏറ്റവും മുൻഭാഗത്തും പിൻഭാഗത്തുമുള്ള സീറ്റുകളിലിരിക്കരുത്. ബസിന്റെ നടുഭാഗത്ത് സീറ്റിൽ താരതമ്യേന കുലുക്കം കുറവായിരിക്കും. യാത്ര ചെയ്യുമ്പോൾ ഗർഭിണിക്ക് തലചുറ്റൽ, ഛർദ്ദി, വയറുവേദന, രക്തസ്രാവം, ഗർഭഛിദ്രം തുടങ്ങിയവ ഉണ്ടാവാൻ സാദ്ധ്യതയുണ്ട്. തീവണ്ടിയിലും വിമാനത്തിലും യാത്ര ചെയ്യുന്നതാണ് പൊതുവേ നല്ലത്. കാറിൽ ദീർഘദൂരം സഞ്ചരിക്കേണ്ടിവന്നാൽ മെല്ലെ ഓടിക്കുകയും കുണ്ടുകുഴികളുള്ള വഴികൾ ഒഴിവാക്കുകയും വേണം. ഇടയ്ക്കിടെ യാത്ര നിർത്തി വിശ്രമിച്ചശേഷം വീണ്ടും യാത്ര തുടരാം. ഒമ്പതാം മാസത്തിനുശേഷം ഏതുസമയത്തും പ്രസവവും രക്തസ്രാവവും ഉണ്ടാവാൻ സാദ്ധ്യതയുള്ളതിനാൽ യാത്ര ചെയ്യുന്നത് ഒഴിവാക്കുന്നതാണുത്തമം.

കുളിയും വൃത്തിയും

ഗർഭിണികൾ എല്ലാ ദിവസവും കുളിച്ച് ശരീരം വൃത്തിയായിവയ്ക്കുകയും വൃത്തിയുള്ള അടിവസ്ത്രങ്ങളും വസ്ത്രങ്ങളും ധരിക്കുകയും ചെയ്യേണ്ടതാണ്. കുഞ്ഞിന് മുലയൂട്ടുന്ന കാര്യത്തിൽ പ്രധാന പങ്കുവഹിക്കുന്നതിനാൽ സ്തനങ്ങളും മുലക്കണ്ണുകളും എപ്പോഴും വൃത്തിയായിവയ്ക്കാനും പലവിധം രോഗാണുക്കൾ പകരാനിടയുള്ളതിനാൽ നഖങ്ങൾ, ചർമ്മം, കണ്ണുകൾ, പല്ലുകൾ, ജനനേന്ദ്രിയം എന്നിവ വൃത്തിയായി സൂക്ഷിക്കാൻ ശ്രദ്ധിക്കുക.

വസ്ത്രധാരണം

അയഞ്ഞതും പരുത്തി (കോട്ടൺ) കൊണ്ടുണ്ടാക്കിയതുമായ വസ്ത്രങ്ങളാണു നല്ലത്. സ്തനങ്ങൾക്ക് സപ്പോർട്ടു നല്കുന്നതും അധികം ഇറുക്കമില്ലാത്തതുമായ അടിവസ്ത്രമാണു ധരിക്കേണ്ടത്. ഇറു

ക്കമുള്ള വസ്ത്രങ്ങൾ ഉറങ്ങുമ്പോൾ അയച്ചുവിടുന്നതാണ് നല്ലത്. ഹൈഹീൽഡ് ചെരിപ്പുകളിടരുത്. പരന്ന പ്രതലമുള്ള ചെരിപ്പുകളാണ് ഉപയോഗിക്കേണ്ടത്.

ലൈംഗികബന്ധം

ഗർഭധാരണം നടന്നാൽ ആദ്യത്തെയും അവസാനത്തെയും മൂന്നു മാസങ്ങളിൽ ലൈംഗികബന്ധം ഒഴിവാക്കണം. കാരണം ആദ്യമാസങ്ങളിൽ രക്തസ്രാവമോ ഗർഭഛിദ്രമോ ഉണ്ടാവാൻ സാദ്ധ്യതയുണ്ട്. പ്രസവമടുക്കുന്ന അവസാനമാസങ്ങളിൽ മാസം തികയുന്നതിനുമുമ്പുള്ള പ്രസവം, രക്തസ്രാവം, ഗർഭസ്ഥ ശിശുവിന് അസ്വസ്ഥത, രോഗാണുബാധ എന്നിങ്ങനെ പല അപകടസാദ്ധ്യതകളും ഉള്ളതിനാൽ ലൈംഗികബന്ധം പാടില്ല.

മാനസികസമ്മർദ്ദം

ഗർഭകാലത്ത് സ്ത്രീകൾക്ക് വളരെയധികം വൈകാരിക പ്രശ്നങ്ങളും മാനസികസമ്മർദ്ദവും ഉണ്ടായേക്കാം. പ്രസവത്തെക്കുറിച്ച് ആശങ്കയും പേടിയും ഉത്ക്കണ്ഠയും തോന്നുന്നത് സ്വാഭാവികമാണ്. ഗർഭം ഒരു രോഗമല്ലെന്നും സ്ത്രീസഹജമായ ഒരു ജീവിതപ്രക്രിയ മാത്രമാണെന്നും മനസ്സിലാക്കുക. ഗർഭധാരണവും പ്രസവവും കുഞ്ഞുങ്ങളെ വളർത്തുന്നതുമെല്ലാം എത്രയോ കാലങ്ങളായി തുടർന്നുവരുന്ന പ്രകൃതിദത്തമായ ഒരു പ്രതിഭാസമാണെന്ന് ഗർഭിണി അറിയേണ്ടതാവശ്യമാണ്. അനാവശ്യമായ പരിഭ്രമവും ഭയവും മനസ്സിൽ നിന്ന് തുടച്ചുമാറ്റുക. ഗർഭിണി കഴിക്കുന്ന ആഹാരംപോലെത്തന്നെ ഗർഭിണിയുടെ മാനസികനിലയും ചിന്തകളും വേവലാതികളുമെല്ലാം ഗർഭസ്ഥശിശുവിനെ ബാധിക്കുമെന്ന് മനസ്സിലാക്കണം. ഗർഭിണിയുടെ മനസ്സിലെപ്പോഴും നല്ല വിചാരങ്ങളാണുണ്ടാവേണ്ടത്. അസൂയ, കോപം, വെറുപ്പ്, ദേഷ്യം തുടങ്ങിയ വികാരങ്ങൾ ഒഴിവാക്കുക. മനസ്സിനെ പ്രതികൂലമായി സ്വാധീനിക്കുന്ന സിനിമകളും ടി വി പരിപാടികളും കാണാതിരിക്കുക. നല്ല പുസ്തകങ്ങളും മതപരമായ ഗ്രന്ഥങ്ങളും വായിക്കാം. മനസ്സിനു ശാന്തി നല്കുന്ന സംഗീതം കേൾക്കുക. സർവ്വോപരിയായി ഭർത്താവിന്റെയും കുടുംബാംഗങ്ങളുടെയും സ്നേഹപരിചരണങ്ങൾ ഗർഭിണിക്ക് വളരെ ആവശ്യമാണ്. ഭർത്താവിന്റെ സ്നേഹവും സാന്ത്വനവും പിന്തുണയുമുണ്ടെങ്കിൽ ഗർഭിണിയുടെ മാനസിക സമ്മർദ്ദം കുറയും.

ഗർഭപരിചരണത്തെക്കുറിച്ച് ഇതേവരെ വിവരിച്ച കാര്യങ്ങൾ ഗർഭിണികൾ പ്രത്യേകം ശ്രദ്ധിക്കുകയാണെങ്കിൽ ഗർഭാവസ്ഥയും പ്രസവവും സുഗമമായി കഴിഞ്ഞുപോവുകയും അമ്മയും കുഞ്ഞും ആരോഗ്യത്തോടെയിരിക്കുകയും ചെയ്യുമെന്നതിനു സംശയമില്ല.

16

ഗർഭനിരോധനമാർഗ്ഗങ്ങൾ സ്ത്രീകളിൽ

ഏതൊരു സ്ത്രീയുടെയും പുരുഷന്റെയും സ്വപ്നമാണ് ചെറിയ ഒരുസന്തുഷ്ട കുടുംബം. ദാമ്പത്യജീവിതത്തിലേക്കു കാലുകുത്തുന്ന യുവതീയുവാക്കൾക്കും ആധുനികജീവിതത്തിന്റെ പ്രശ്നങ്ങൾക്കിടയിൽ ബുദ്ധിമുട്ടുന്ന ഉദ്യോഗസ്ഥദമ്പതികൾക്കും പെട്ടെന്ന് അച്ഛനമ്മമാരാവുന്നത് വിഷമമായി അനുഭവപ്പെടാം. ഗർഭധാരണത്തിന് സ്ത്രീയുടെ ശാരീരികവും മനസികവുമായ തയ്യാറെടുപ്പ് വളരെ ആവശ്യമാണ്. പെട്ടെന്ന് അച്ഛനമ്മമാരാവേണ്ടിവന്നാൽ ദമ്പതികൾക്ക് മാനസിക സംഘർഷമുണ്ടായേക്കാം. അതിനാൽ ഇന്നത്തെ ജീവിതത്തിൽ വളരെ ആവശ്യമാണ് കുടുംബാസൂത്രണം (Family planning). കുഞ്ഞ് എപ്പോൾ വേണം, എപ്പോൾ വേണ്ട, എന്നെല്ലാം തീരുമാനിക്കേണ്ടത് മാതാപിതാക്കളാണ്. പരസ്പരധാരണയോടെ ഭാര്യാഭർത്താക്കന്മാർ ഗർഭം ആസൂത്രണം ചെയ്യുകയാണെങ്കിൽ അവരുടെ ദാമ്പത്യജീവിതം സന്തുഷ്ടവും കെട്ടുറപ്പുള്ളതുമായിരിക്കും.

ഗർഭനിരോധനമാർഗ്ഗങ്ങൾ

ഗർഭം തടയാനുപയോഗിക്കുന്ന വസ്തുക്കൾ, മരുന്നുകൾ അല്ലെങ്കിൽ രീതികളെയാണ് ഗർഭനിരോധനമാർഗ്ഗങ്ങൾ എന്നു പറയുന്നത്. ഇത്തരം മാർഗ്ഗങ്ങൾ സ്ത്രീയുടെ അണ്ഡം ബീജവുമായി കൂടിച്ചേരുന്നത് തടയുകയോ കൂടിച്ചേർന്നുകഴിഞ്ഞാൽ ഭ്രൂണം ഗർഭപാത്രത്തിൽ സ്ഥാപിക്കപ്പെടുന്നത് തടയുകയോ ചെയ്യുന്നു.

സ്ത്രീകൾക്ക് ഉപയോഗിക്കാവുന്ന ഗർഭനിരോധന മാർഗ്ഗങ്ങളെക്കുറിച്ച് കൂടുതലറിയാൻ ശ്രമിക്കാം.

ഗർഭനിരോധനമാർഗ്ഗങ്ങൾ രണ്ടുതരത്തിലാണുള്ളത്. താല്ക്കാലി

കമാർഗ്ഗങ്ങളും ശാശ്വതമാർഗ്ഗങ്ങളും. ഗർഭം താല്ക്കാലികമായി നീക്കിവയ്ക്കാൻ താല്ക്കാലിക മാർഗ്ഗങ്ങൾ മതിയാകും. പക്ഷേ ഗർഭധാരണം തീർത്തും ഒഴിവാക്കണമെങ്കിൽ ശാശ്വതമാർഗ്ഗങ്ങളാണു നല്ലത്. സ്ത്രീയുടെ പ്രായം, ശാരീരിക സ്ഥിതി, എത്ര കുട്ടികളെ പ്രസവിച്ചു എന്നിങ്ങനെ പല ഘടകങ്ങളുമനുസരിച്ച് വ്യത്യസ്തരീതിയിലുള്ള മാർഗ്ഗങ്ങളുപയോഗിച്ച് ഗർഭധാരണം തടയാൻ കഴിയും.

താല്ക്കാലിക ഗർഭനിരോധന മാർഗ്ഗങ്ങൾ രണ്ടുതരത്തിലാണുള്ളത് – കൃത്രിമമാർഗ്ഗങ്ങളും പ്രകൃതിസഹജ മാർഗ്ഗങ്ങളും.

പ്രകൃതിസഹജമാ മാർഗ്ഗങ്ങൾ (Natural methods)

ഇവ പലതരത്തിലുണ്ട്.

1. സുരക്ഷിതകാലം (Safe period)

ആർത്തവചക്രമനുസരിച്ച് ശാരീരികബന്ധവും ഗർഭധാരണവും ആസൂത്രണം ചെയ്യുന്ന രീതിയാണിത്. സ്ത്രീപുരുഷസംയോഗഫലമായി സ്ത്രീയുടെ യോനിയിൽ പുരുഷൻ നിക്ഷേപിക്കുന്ന ശുക്ലത്തിൽ ധാരാളം ബീജങ്ങളുണ്ടായിരിക്കും. ഇതിൽ ഒരു ബീജം സ്ത്രീയുടെ അണ്ഡാശയത്തിൽ നിന്നുല്പാദിപ്പിക്കപ്പെടുന്ന അണ്ഡവുമായി ചേരുമ്പോഴാണ് ഗർഭധാരണം നടക്കുന്നത്. ഗർഭധാരണം നടക്കാതിരിക്കുമ്പോൾ ആർത്തവമുണ്ടാവുന്നു. മാസത്തിൽ ഒരു പ്രാവശ്യം മാത്രമാണ് അണ്ഡം ഉണ്ടാവുന്നത്. അതുകൊണ്ട് ആർത്തവചക്രമനുസരിച്ച് ഗർഭംധരിക്കാൻ സാദ്ധ്യത കുറവുള്ള ദിവസങ്ങളിൽ മാത്രം ബന്ധപ്പെടുന്ന രീതിയെ സുരക്ഷിതകാലം എന്നു പറയുന്നു. സാധാരണയായി സ്ത്രീകൾക്ക് 28 മുതൽ 30 ദിവസം വരെയാണ് ആർത്തവചക്രം നീണ്ടുനില്ക്കുന്നത്. പൊതുവെ, 28 ദിവസമുള്ള ഒരു ശരാശരി ആർത്തവചക്രത്തിൽ ആർത്തവം തുടങ്ങുന്നത് 14 ദിവസം മുമ്പ് അണ്ഡം ഉല്പാദിപ്പിക്കപ്പെടുന്നു. ഇത് 24 മണിക്കൂറിനുള്ളിൽ പുരുഷബീജവുമായിചേർന്നാൽ ഗർഭധാരണം നടക്കും. 15 മുതൽ 17 വരെയുള്ള ദിവസങ്ങളിൽ ഗർഭസാദ്ധ്യത കൂടുതലാണ്. 18 മുതൽ 28 ദിവസം വരെ സുരക്ഷിതമായി കണക്കാക്കാം. ഒന്നു മുതൽ 5 വരെ ദിവസങ്ങളിൽ ആർത്തവം നടന്നാൽ അതിനുശേഷമുള്ള 6, 7, 8 എന്നീ ദിവസങ്ങൾ അല്പം സുരക്ഷിതമായിരിക്കും. പക്ഷേ, 9 മുതൽ 13 വരെയുള്ള ദിവസങ്ങളിൽ ഗർഭസാദ്ധ്യത വർദ്ധിക്കുന്നു. ഇപ്രകാരം നോക്കിയാൽ 8 മുതൽ 18 ദിവസം വരെ ശാരീരിക ബന്ധം ഒഴിവാക്കിയാൽ ഒരു പരിധി വരെ ഗർഭധാരണം തടയാം. എങ്കിലും ആർത്തവം കൃത്യമായി വരാത്ത സ്ത്രീകളിൽ ഈ രീതി പരാജയപ്പെടുന്നു. അതിനാൽ ഈ രീതി ഗർഭനിരോധനത്തിന് ഉപയോഗിക്കാതിരിക്കുന്നതാണ് നല്ലത്.

2. പൂർത്തീകരിക്കാത്ത സംഭോഗം (Coitus Interruptus)

ഇതിൽ ശുക്ലസ്ഖലനത്തിനുമുമ്പ് ലിംഗം യോനിയിൽ നിന്ന് എടുത്തുമാറ്റുന്നു. സ്ഖലനത്തിനു മുമ്പ് ലിംഗത്തിൽ നിന്നുംവരുന്ന സ്രവത്തിൽ ബീജമുണ്ടാവാമെന്നതിനാൽ ഇത്തരം മാർഗ്ഗത്തിൽ ഗർഭധാരണ സാദ്ധ്യത കൂടുതലാണ്.

3. മുലയൂട്ടുന്ന കാലം (Lactation)

സ്ത്രീയുടെ പ്രസവത്തിനുശേഷം കുഞ്ഞിന് മുലയൂട്ടുന്ന കാലത്ത് അണ്ഡവിസർജ്ജനം താമസിക്കുന്നതിനാൽ ഗർഭധാരണസാദ്ധ്യത കുറവായിരിക്കും. എങ്കിലും ഉറ, ഗർഭാശയവലയങ്ങൾ, ഗർഭനിരോധന ഇഞ്ചക്ഷൻ എന്നിവയിലേതെങ്കിലും കൂടി മുലയൂട്ടുന്ന കാലത്ത് ഉപയോഗിച്ചാൽ സുരക്ഷിതത്വം കൂടും.

കൃത്രിമമാർഗ്ഗങ്ങൾ (Artificial methods)

കൃത്രിമമായി ഗർഭധാരണം തടയാൻ പലതരം മാർഗ്ഗങ്ങളുണ്ട്.

തടസ്സമാർഗ്ഗങ്ങൾ (Barrier Methods)

ഇവ വിവിധ തരത്തിലുണ്ട്.

1 സ്ത്രീകൾക്ക് ധരിക്കാവുന്ന ഉറകൾ (Female condoms)

പുരുഷന്മാരുടെ ഉറകൾ പോലെ ഇപ്പോൾ സ്ത്രീകൾക്കും സ്വയം ഉപയോഗിക്കാവുന്ന ഉറകൾ ലഭ്യമാണ്. ലൈംഗിക ബന്ധത്തിനു വളരെ മുമ്പുതന്നെ സ്ത്രീക്ക് ഇത് സ്വയം ധരിക്കാം. സംഭോഗശേഷം പുറത്തെടുത്ത് ചവറ്റുകൊട്ടയിൽ എറിഞ്ഞു കളയാം. ഇത്തരം ഉറകൾ ഗർഭധാരണം തടയുന്നു. എന്നുമാത്രമല്ല, എയ്ഡ്സും ഹെർപ്പിസ്സും പോലുള്ള ലൈംഗികരോഗങ്ങൾ പകരുന്നത് തടയാനും സഹായിക്കുന്നു. പെൺഉറകൾ ആർത്തവകാലത്തും പ്രസവത്തിനുശേഷവും ഉപയോഗിക്കാം. ഇത് ചർമ്മംപോലെ നേർത്തതാണ്. ഉറപ്പുള്ളതിനാൽ പൊട്ടാൻ സാദ്ധ്യതയും കുറവാണ്. ഇതുപയോഗിക്കാൻ ഡോക്ടറുടെ നിർദ്ദേശമോ പരിശോധനയോ ആവശ്യമില്ല. അലർജി ഉണ്ടാവാൻ സാദ്ധ്യത താരതമ്യേന കുറവാണ്. ഒരു ഉറ ഒരുപ്രാവശ്യം മാത്രമേ ഉപയോഗിക്കാൻ പാടുള്ളൂ. സ്ത്രീകൾക്ക് സ്വയം നിയന്ത്രിക്കൻ കഴിയുന്നു എന്നതും സ്വയം രക്ഷ നല്കുന്നു എന്നതും ഇതിന്റെ മെച്ചങ്ങളാണ്.

2. ഡയഫ്രം

ഈ ഉപകരണം യോനിയിൽ (ഗർഭാശയമുഖത്ത്) സ്ഥാപിച്ചാൽ അത് ശുക്ലത്തിലെ ബീജങ്ങൾ ഗർഭപാത്രത്തിൽ പ്രവേശിക്കുന്നത് തട

യുന്നു. അതിനു പുറമേ, ഇതിലുള്ള ബീജനാശിനി (spermicide) ബീജത്തെ നശിപ്പിക്കുകയും ചെയ്യും. ഇത് 86 മുതൽ 94 ശതമാനം വരെ സുരക്ഷിതമാണ്. സ്ത്രീക്ക് അനുയോജ്യമായ ഡയഫ്രത്തിന്റെ വലുപ്പം ശാരീരിക പരിശോധനയിലൂടെ ഡോക്ടർ തീരുമാനിക്കുന്നു. തടി കൂടുകയോ കുറയുകയോ ചെയ്യുക, ഗർഭം ധരിക്കുക, ഡയഫ്രം ധരിക്കാൻ തുടങ്ങിയശേഷം ഒന്നോ രണ്ടോ വർഷം കഴിയുക എന്നു തുടങ്ങിയ സന്ദർഭങ്ങളിൽ ഡയഫ്രത്തിന്റെ വലുപ്പം, ഡോക്ടറെ കാണിച്ച് വീണ്ടും നിർണ്ണയിക്കേണ്ടിവരും.

ലൈംഗിക ബന്ധം തുടങ്ങുന്നതിനു മൂന്നുമണിക്കൂറിനുള്ളിൽ ഡയഫ്രം ധരിച്ചിരിക്കണം. ബന്ധപ്പെട്ട ശേഷം 6 മണിക്കൂർ കഴിഞ്ഞു മാത്രം എടുത്തുമാറ്റാം. ഇത് ഉല്പാദനക്ഷമതയെ ബാധിക്കുന്നില്ല. ആർത്തവകാലത്തും ഉപയോഗിക്കാം. ലൈംഗിക രോഗങ്ങൾ പകരാനുള്ള സാദ്ധ്യതയും കുറയ്ക്കുന്നു.

ശ്രദ്ധിക്കേണ്ട കാര്യങ്ങൾ

ഡയഫ്രം 48 മണിക്കൂറിലധികം യോനിക്കുള്ളിൽ വയ്ക്കരുത്. ലൈംഗികബന്ധത്തിനുശേഷം 6 മണിക്കൂർ കഴിഞ്ഞാൽ മാത്രമേ ഡയഫ്രം എടുത്തുമാറ്റാവൂ. വിവിധരീതിയിലുള്ള ലൈംഗിക ബന്ധമാണെങ്കിൽ അതിനിടയിൽ ചിലപ്പോൾ ഡയഫ്രം വഴുതി മാറിയേക്കാം. ചിലർക്ക് ഡയഫ്രം ഉപയോഗിക്കുമ്പോൾ മൂത്രത്തിൽ പഴുപ്പുണ്ടാവാനുമിടയുണ്ട്.

3. ഷീൽഡുകൾ

കപ്പിന്റെ ആകൃതിയിലുള്ള ഷീൽഡുകൾ ഡയഫ്രത്തിന്റെ പുതിയ രൂപമാണ്. ഗർഭാശയ ഗളത്തിൽ ഇത് ബീജനാശിനിയോടൊപ്പം നിക്ഷേപിച്ചാൽ ബീജം ഗർഭപാത്രത്തിലേക്കു പ്രവേശിക്കുന്നതു തടയുന്നു. ലൈംഗികബന്ധത്തിനുമുമ്പ് ഇത് യോനിയിൽ നിക്ഷേപിക്കുകയും ബന്ധപ്പെട്ട ശേഷം 8 മണിക്കൂർവരെയെങ്കിലും വയ്ക്കുകയും വേണം. ഷീൽഡുകൾ കൂടുതൽ സുരക്ഷിതത്വം നല്കുന്നു.

4. സെർവിക്കൽ ക്യാപ് (Cervical cap)

റബ്ബർ കൊണ്ടുണ്ടാക്കിയതും വിരലുറയുടെ ആകൃതിയിലുള്ളതുമായ ഈ ക്യാപ് ഗർഭാശയഗളത്തെ മൂടുന്ന തരത്തിൽ ബീജനാശിനിയോടൊപ്പം സ്ഥാപിക്കുന്നു. ബീജം ഗർഭാശയത്തിൽ പ്രവേശിക്കുന്നത് തടയുകയാണ് ഇത് ചെയ്യുന്നത്. പ്രസവിക്കാത്ത സ്ത്രീകളിൽ ഇത് കൂടുതൽ സുരക്ഷിതത്വം നല്കുന്നു. സെർവിക്കൽ ക്യാപ്പിന്റെ അനുയോജ്യമായ വലുപ്പം, സ്ത്രീയുടെ ശാരീരിക പരിശോധനനടത്തി ഡോക്ടർ തീരുമാനിക്കുന്നു.

ശ്രദ്ധിക്കേണ്ട കാര്യങ്ങൾ

ഇത് ആർത്തവകാലത്തുപയോഗിച്ചാൽ ആർത്തവരക്തമൊഴുകുന്നത് തടഞ്ഞുനിർത്തും. അതുകൊണ്ട് ആർത്തവകാലത്തും അണുബാധയുള്ളപ്പോഴും ഇത് ഉപയോഗിക്കരുത്. ക്യാപ് ഇടയ്ക്കിടെ വൃത്തിയാക്കണം. ലൈംഗിക ബന്ധത്തിനുശേഷം 48 മണിക്കൂറിനുള്ളിൽ എടുത്തുമാറ്റണം.

5. ബീജനാശിനികൾ (Sperimicides)

ബീജത്തെ നശിപ്പിക്കാൻ ഉപയോഗിക്കുന്ന രാസവസ്തുക്കളാണ് ബീജനാശിനികൾ. ഡയഫ്രം, സെർവിക്കൽ ക്യാപ്, ഉറകൾ എന്നിവയോടൊപ്പം ഇവ ഉപയോഗിച്ചാൽ കൂടുതൽ സുരക്ഷിതത്വം ഉറപ്പുവരുത്താം. അങ്ങിനെയല്ലാതെ തനിച്ചും ഇവ ഉപയോഗിക്കാം. ക്രീം, ജെൽ, ഗുളിക, സപ്പോസിറ്ററി (Suppository) എന്നിങ്ങനെ പല രൂപങ്ങളിൽ ബീജനാശിനികൾ ലഭ്യമാണ്. ഇത് ലൈംഗിക ബന്ധത്തിനു മുമ്പ് യോനിയിൽ ഏറ്റവും ഉള്ളിലായി നിക്ഷേപിക്കുന്നു. ചില സ്ത്രീകളിൽ ബീജനാശിനി അലർജി ഉണ്ടാക്കാറുണ്ട്.

6. സ്പോഞ്ച്

ബീജനാശിനിയടങ്ങിയ സ്പോഞ്ച് യോനിയിൽ നിക്ഷേപിക്കാറുണ്ട്. ഇത് രണ്ടുതരത്തിൽ സുരക്ഷിതത്വം നല്കുന്നു. ശുക്ലം ഗർഭാശയത്തിലെത്തുന്നത് സ്പോഞ്ച് തടയുകയും അതിലടങ്ങിയ ബീജനാശിനി ബീജത്തെ നശിപ്പിക്കുകയും ചെയ്യും. ലൈംഗികബന്ധത്തിനുശേഷം 6 മണിക്കൂർ കഴിഞ്ഞാൽ മാത്രമേ ഇതെടുത്തു കളയാൻ പാടുള്ളൂ. ചിലർക്ക് ഇതുപയോഗിച്ചാൽ യോനിയിൽ അലർജിയോ വ്രണങ്ങളോ ഉണ്ടാവാറുണ്ട്.

2. ഗർഭാശയത്തിൽ നിക്ഷേപിക്കുന്ന ഉപകരണങ്ങൾ (Intra Uterine Devices - IUD)

ഗർഭധാരണം തടയാനായി ഗർഭാശയത്തിൽ നിക്ഷേപിക്കപ്പെടുന്ന ഉപകരണങ്ങളാണിവ. ചെമ്പ് അടങ്ങിയ കോപ്പർ ടി (copper T) 12 വർഷത്തോളം സുരക്ഷിതത്വം നല്കുന്നു. ഇതിനുപുറമേ ഹോർമോണുകളടങ്ങിയ ഉപകരണങ്ങളും ഉപയോഗിക്കാറുണ്ട്. ഇവ 5 വർഷത്തിലൊരിക്കൽ മാറ്റേണ്ടിവരും.

ഗർഭധാരണം തടയാൻ ഏറ്റവും സുരക്ഷിതമായ മാർഗ്ഗങ്ങളിലൊന്നാണ് ഇത്തരം ഉപകരണങ്ങൾ (IUD). ഡോക്ടറുടെ സഹായത്തോടെ മാത്രമേ ഇവ നിക്ഷേപിക്കുകയും എടുത്തുമാറ്റുകയും ചെയ്യാൻ കഴിയുകയുള്ളൂ. ഹോർമോണടങ്ങിയ ഉപകരണങ്ങൾ ആർത്തവകാലത്തുള്ള

അമിതരക്തസ്രാവം കുറയ്ക്കും.

ഇത്തരം ഉപകരണങ്ങൾ ഗർഭാശയത്തിൽ നിക്ഷേപിക്കപ്പെട്ട സ്ത്രീകൾക്ക് ആർത്തവം വൈകുക, ആർത്തവം ഇല്ലാതിരിക്കുക, പനിയോ കുളിരോ വയറുവേദനയോ ഉണ്ടാവുക, രക്തസ്രാവം കൂടുക, ദുർഗ്ഗന്ധമുള്ള ദ്രാവകം യോനിയിലൂടെ വരിക എന്നീ ലക്ഷണങ്ങളുണ്ടായാൽ ഉടനെ ഡോക്ടറെ കാണിക്കേണ്ടതാണ്.

3. ഹോർമോണുകളടങ്ങിയ ഗർഭനിരോധനമാർഗ്ഗങ്ങൾ

ഇത് പലതരത്തിലുണ്ട്.

1. ഗർഭനിരോധന ഗുളികകൾ (Oral contraceptives)

വളരെ പ്രചാരത്തിലുള്ള ഗർഭനിരോധനമാർഗ്ഗമാണിത്. രണ്ടുതരം ഹോർമോണുകളടങ്ങിയ (ഈസ്ട്രജനും പ്രൊജസ്റ്റിനും) ഗുളികകളാണ് (Combined pills)കൂടുതൽ ഉപയോഗിക്കപ്പെടുന്നത്. ഇവ അണ്ഡവിസർജ്ജനം തടയുകയും ഗർഭാശയസ്തരത്തിന്റെ കനം കുറയ്ക്കുകയും ഗർഭാശയഗളത്തിലെ ശ്ലേഷ്മത്തിന്റെ (mucus) കട്ടികൂട്ടി ബീജത്തിന്റെ പ്രവേശനം തടയുകയും ചെയ്യുന്നു. ശരിയായ രീതിയിൽ സ്ഥിരമായി ഉപയോഗിച്ചാൽ ഈ മാർഗ്ഗം സുരക്ഷിതമാണ്.

ഗുണങ്ങൾ

സ്ത്രീകൾക്ക് ആർത്തവത്തോടനുബന്ധിച്ചുണ്ടാവുന്ന ബുദ്ധിമുട്ടുകളും (വയറുവേദന നടുവേദന, മാംസപേശികളുടെ കോച്ചൽ തുടങ്ങിയവ), മുഖക്കുരു, മുഖത്തെരോമം എന്നിവയും കുറയ്ക്കുന്നു. ആർത്തവത്തിൽ രക്തം കൂടുതലായി നഷ്ടപ്പെടുന്നത് ഒഴിവാക്കുകയും ആർത്തവചക്രം നിയന്ത്രിക്കാൻ സഹായിക്കുകയും ചെയ്യുന്നു. സ്ത്രീകൾക്ക് കാൻസറും മറ്റു സ്ത്രീരോഗങ്ങളും ഉണ്ടാവാനുള്ള സാദ്ധ്യത കുറക്കുന്നു.

ദോഷങ്ങൾ:

കൃത്യമായി ഗുളികകഴിക്കാൻ ഓർമ്മിക്കേണ്ടിവരും. ഗുളിക കഴിക്കാൻ മറന്നുപോയാൽ മറ്റു ഗർഭനിരോധനമാർഗ്ഗങ്ങൾ ഉപയോഗിക്കേണ്ടിവന്നേക്കാം. ചില സ്ത്രീകൾക്ക് തലവേദന, ക്ഷീണം, വിഷാദം, ഉത്കണ്ഠ, സ്തനത്തിൽ വേദന, രക്തസ്രാവം, ഓക്കാനം തുടങ്ങിയ പാർശ്വഫലങ്ങളുണ്ടാവാം. അത്തരം സന്ദർഭങ്ങളിൽ ഡോക്ടറെ കാണിക്കണം.

2. ഹോർമോൺ ഇഞ്ചക്ഷൻ (ഗർഭനിരോധന കുത്തിവയ്പ്)

ഈസ്ട്രജൻ, പ്രൊജസ്റ്റിൻ എന്നീ ഹോർമോണുകളടങ്ങിയ കുത്തിവയ്പ് രണ്ടോ മൂന്നോ മാസത്തിലൊരിക്കൽ സ്ത്രീകൾക്ക് നല്കു

ന്നു. മുലയൂട്ടുന്ന സ്ത്രീകൾക്കും ഇതുപയോഗിക്കാം. ചിലർക്ക് ഇതിന്റെ കാരണത്താൽ തടി കൂടാറുണ്ട്. ഇത് നിർത്തിയാൽ ഉല്പാദനക്ഷമത വീണ്ടെടുക്കാൻ ഏകദേശം 10 മാസം വേണ്ടിവന്നേക്കാം.

3. ഇംപ്ലാന്റ് (Implant)

ഹോർമോണുകളടങ്ങിയ ഒരു ചെറിയ ദണ്ഡ് തൊലിക്കട്ടിയിൽ സ്ഥാപിക്കുന്നു. ഇതിൽ നിന്ന് ഗർഭനിരോധന ഹോർമോണുകൾ ദിവസേന ശരീരത്തിനു ലഭിക്കും. ഇത് ഏകദേശം 3 വർഷത്തോളം ഗർഭനിരോധന സുരക്ഷ നല്കുന്നു.

4. പാച്ചുകൾ (Patches)

ഹോർമോണുകളടങ്ങിയ പാച്ചുകൾ ബാൻഡേജുപോലെ തൊലിപ്പുറത്ത് ഒട്ടിക്കുകയാണ് ചെയ്യുന്നത്. തുടർച്ചയായി മൂന്നാഴ്ച ഒട്ടിക്കുന്നു. നാലാമത്തെ ആഴ്ചയിലും സുരക്ഷ ലഭിക്കുന്നതിനാൽ മറ്റു ഗർഭനിരോധന മാർഗ്ഗങ്ങൾ ഉപയോഗിക്കേണ്ടതില്ല.

5. ഗർഭനിരോധന വളയങ്ങൾ

ഹോർമോണുകളടങ്ങിയ ഗർഭനിരോധന വളയങ്ങൾ യോനിക്കുള്ളിൽ ഗർഭാശയമുഖത്ത് നിക്ഷേപിക്കുന്നു. ഓരോ മാസവും മൂന്നാഴ്ചകൾ ഇതുപയോഗിക്കുകയും നാലാമത്തെ ആഴ്ച എടുത്തുമാറ്റുകയും ചെയ്യാം. നാലാമത്തെ ആഴ്ചയിലും ഗർഭനിരോധന സംരക്ഷണം കിട്ടുന്നു.

അടിയന്തിരഗർഭനിരോധനം (Emergency contraception)

ഗർഭനിരോധനമാർഗ്ഗങ്ങൾ പരാജയപ്പെടുമ്പോഴും മറ്റുചില അടിയന്തിരസന്ദർഭങ്ങളിലും ഇതുപയോഗിക്കുന്നു.

ഉദാ: 1. ബലാല്ക്കാരത്തിനു വിധേയമാവുക
2. അപ്രതീക്ഷിതമായി ലൈംഗികബന്ധം നടക്കുക
3. ഉറകൾ ഇളകി നീങ്ങുകയോ കീറുകയോ ഊരിപ്പോവുകയോ ചെയ്യുക.
4. ഗർഭനിരോധന ഗുളിക കൃത്യമായി കഴിക്കാൻ മറക്കുക
5. പൂർത്തീകരിക്കാത്ത സംഭോഗത്തിനിടയിൽ അബദ്ധത്തിൽ ശുക്ലം യോനിയിൽ വീഴുക തുടങ്ങിയ സന്ദർഭങ്ങൾ.

മോണിങ് ആഫ്ടർ പിൽ (Morning after pill) എന്ന് അറിയപ്പെടുന്ന ഇത്തരം ഗുളികകൾ (EC pills) അടിയന്തിരസന്ദർഭങ്ങളിൽ ഗർഭധാരണം തടയാനുപയോഗിക്കുന്നു. ലൈംഗിക ബന്ധം നടന്നതിനുശേഷം 24 മണിക്കൂറിനുള്ളിൽ (പരമാവധി 5 ദിവസത്തിനകം) ഈ ഗുളിക കഴിച്ചിരിക്കണം. ഭാവിയിലെ ഉല്പാദന ക്ഷമതയെ ഇത് ബാധിക്കാറില്ല.

ഉയർന്നതോതിൽ ഹോർമോണുകളടങ്ങിയതിനാൽ ഇവ അടിയന്തിരഘട്ടങ്ങളിൽ മാത്രം ഉപയോഗിക്കുക. പതിവായി ഉപയോഗിക്കരുത്.

സ്ത്രീവന്ധ്യംകരണം

സ്ഥിരവും സുരക്ഷിതവുമായ ശാശ്വത ഗർഭനിരോധനമാർഗ്ഗമാണിത്. അണുവാഹിനിക്കുഴലുകളെ ശസ്ത്രക്രിയയിലൂടെ മുറിക്കുകയോ കെട്ടിവയ്ക്കുകയോ ചെയ്ത് (ട്യൂബക്ടമി) ഗർഭധാരണം തടയുന്നു. ലാപ്രോസ്കോപ്പി വഴിയും വയറു തുറന്നുള്ള ശസ്ത്രക്രിയ വഴിയും ഇത് നടത്താറുണ്ട്. ഈ ശസ്ത്രക്രിയ ലൈംഗികശേഷിയും താല്പര്യവും കുറയ്ക്കാറില്ല. അണ്ഡാശയാർബ്ബുദം തടയാൻ സഹായിക്കും. സ്ഥിരമായ ഗർഭനിരോധന മാർഗ്ഗമായതിനാൽ ഭാവിയിൽ കുട്ടികൾ വേണമെന്നു തോന്നിയാൽ ഗർഭധാരണം വിഷമമായിരിക്കും. അണ്ഡവാഹിനിക്കുഴലുകൾ വീണ്ടും യോജിപ്പിക്കാനുള്ള ശസ്ത്രക്രിയ വിഷമം പിടിച്ചതാണെന്നു മാത്രമല്ല, വിജയസാദ്ധ്യത കുറവുമായിരിക്കും.

ആധുനികകാലത്ത് സ്ത്രീപുരുഷന്മാർക്ക് തങ്ങൾക്കിഷ്ടപ്പെട്ട ഗർഭനിരോധന മാർഗ്ഗങ്ങൾ തെരഞ്ഞെടുക്കാൻ കഴിയുമെങ്കിലും വിവാഹത്തിനുശേഷം ആദ്യത്തെ പ്രസവം അധികകാലം നീട്ടിവയ്ക്കുന്നത് ശരിയല്ല. കൃത്രിമഗർഭനിരോധന മാർഗ്ഗങ്ങളുപയോഗിച്ച് ആദ്യഗർഭധാരണം നീട്ടിവയ്ക്കുകയാണെങ്കിൽ അത് പിന്നീട് ഗർഭം ധരിക്കാനുള്ള സാദ്ധ്യതയെ ബാധിക്കാനിടയുണ്ട് എന്ന് മറക്കാതിരിക്കുക.

17

മുലയൂട്ടൽ (Breast feeding)

നവജാത ശിശുക്കളുടെ വളർച്ചയ്ക്കും ആരോഗ്യത്തിനും ഏറ്റവും യോജിച്ച ആഹാരം മുലപ്പാൽ തന്നെയാണ്. അമ്മമാർ കുഞ്ഞുങ്ങളെ മുലയൂട്ടുന്നതിനെ പ്രോത്സാഹിപ്പിക്കാനാണ് ലോകാരോഗ്യ സംഘടന (WHO) വർഷംതോറും ആഗസ്ത് മാസത്തിലെ ആദ്യത്തെ ആഴ്ച മുലയൂട്ടൽ വാരമായി ആചരിക്കുന്നത് (Breast feeding week)

മുലയൂട്ടൽ തുടങ്ങേണ്ടതെപ്പോൾ?

പ്രസവശേഷം അമ്മയ്ക്കും ശിശുവിനും അല്പം വിശ്രമം വേണം. സുഖപ്രസവമാണെങ്കിൽ ഒരു മണിക്കൂറിനുള്ളിലും സിസേറിയനാണെങ്കിൽ അമ്മയ്ക്കു ബോധം വന്നശേഷവും മുലയൂട്ടൽ തുടങ്ങാം. ആദ്യത്തെ ഒന്നുരണ്ടു ദിവസം ചെറിയ തോതിൽ മഞ്ഞനിറത്തിലുള്ള ഒരു കൊഴുത്ത ദ്രാവകം മാത്രമാണ് സ്തനത്തിൽ നിന്നു വരുന്നത്. കൊളോസ്ട്രം (colostrum) എന്നു വിളിക്കപ്പെടുന്ന ഇതിൽ ധാരാളം പ്രോട്ടീനും രോഗപ്രതിരോധവസ്തുക്കളും ഉള്ളതിനാൽ ശിശുവിന്റെ ആരോഗ്യത്തിനു നല്ലതാണ്. ഇത് തീർച്ചയായും കുടിക്കാൻ കൊടുക്കണം. കുഞ്ഞ് കുടിക്കുന്നതിനനുസരിച്ച് കൂടുതൽ മുലപ്പാൽ ഉണ്ടാവും. നവജാതശിശുവിന് ഗ്ലൂക്കോസ് വെള്ളം, തേൻ കലർത്തിയ വെള്ളം, ഉണക്ക മുന്തിരിയിട്ടു പിഴിഞ്ഞ വെള്ളം എന്നിവയൊന്നും കൊടുക്കരുത്. അത് ഹാനികരമാണ്. കുഞ്ഞിനുവേണ്ടത്ര മുലപ്പാൽ ഉണ്ടാവുന്നില്ലെങ്കിൽ ബേബിഫുഡിന്റെ പേരിൽ പുറത്തുകിട്ടുന്ന കൃത്രിമ പാൽപ്പൊടി തിളപ്പിച്ചാറ്റിയ വെള്ളത്തിൽ നേർമ്മയായി കലക്കി സ്പൂൺകൊണ്ട് കൊടുക്കാം. ആദ്യകാലങ്ങളിൽ പശുവിൻ പാൽ നേരിട്ട് കൊടുക്കരുത്. പിന്നീട് കൊടുക്കേണ്ടിവന്നാൽ വെള്ളം ചേർത്ത് നേർത്തതാക്കി മാത്രം കൊടുക്കാം.

മുലയൂട്ടുന്ന രീതിയും ശ്രദ്ധിക്കേണ്ട കാര്യങ്ങളും

കിടന്നുകൊണ്ട് മുല കൊടുക്കുന്നതിനേക്കാൾ നല്ലത് കുഞ്ഞിനെ മടിയിൽ കിടത്തി മുലയൂട്ടുന്നതാണ്. കൃത്രിമപ്പാൽ സ്പൂണുകൊണ്ട് കൊടുക്കുമ്പോഴും കുഞ്ഞിനെ മടിയിൽ കിടത്തണം. (ഇല്ലെങ്കിൽ പാൽ ശ്വാസനാളത്തിൽ കയറി ശ്വാസം മുട്ടാനിടയാവും.) അമ്മ കിടക്കയിലോ തറയിലോ കസേരയിലോ ചാരി സുഖകരമായിരുന്നുകൊണ്ട് മുലപ്പാൽ കൊടുക്കണം. പാൽ കുടിക്കുമ്പോൾ മുലക്കണ്ണിനോടൊപ്പം അതിനു ചുറ്റുമുള്ള ഇരുണ്ട വൃത്തവും (Areola) കുഞ്ഞിന്റെ വായിലുണ്ടാവാൻ ശ്രദ്ധിക്കണം. മുലക്കണ്ണു മാത്രം വലിച്ചു കുടിച്ചാൽ വേദനിക്കാനും മുല ക്കണ്ണ് വിണ്ടുകീറാനുമിടയുണ്ട്. മുലകൊടുക്കുമ്പോൾ കുഞ്ഞിന്റെ മൂക്കു മാറിടത്തിലമർന്ന് ശ്വാസം മുട്ടാതെ ശ്രദ്ധിക്കു.

മുല കൊടുത്തശേഷം അല്പനേരം കുഞ്ഞിനെ തോളിൽ കിടത്തി (കുഞ്ഞിന്റെ വയർ അമ്മയുടെ ശരീരത്തിലമർന്നിരിക്കണം) കുഞ്ഞിന്റെ പുറത്ത് പത്തു മിനിട്ടോളം മെല്ലെ തടവിയശേഷം മാത്രം കുഞ്ഞിനെ കിടക്കയിൽ കിടത്തുക, മുലപ്പാലിനൊപ്പം കുഞ്ഞിന്റെ വയറ്റിൽ കയറാ നിടയുള്ള വായു വയറുവേദനയുണ്ടാക്കും. ഈ വായു പുറത്തുകളയാ നാണ് ഇങ്ങനെ തടവുന്നത്. പാൽ തികട്ടിവരുമ്പോൾ ചില കുഞ്ഞുങ്ങൾ ശ്വാസം ശക്തിയായി ഉള്ളിലേക്കു വലിക്കുകയും പാൽ ശ്വാസനാള ത്തിൽകടന്ന് ശ്വാസതടസ്സമുണ്ടാവുകയും ചെയ്യും. കുഞ്ഞിന്റെ പുറത്തു തടവിയാൽ ഇങ്ങനെ പാൽ തികട്ടിവരുന്നതും ഒഴിവാക്കാം.

ആദ്യകാലങ്ങളിൽ ഓരോ സ്തനത്തിലും 5 മിനിട്ടു വീതം മുലയൂ ട്ടാം. ക്രമേണ അത് 15–20 മിനിട്ടാക്കാം. സ്തനത്തിൽ ധാരാളം പാലു ണ്ടെങ്കിൽ ഒരു സ്തനത്തിൽ നിന്നു മാത്രം പാൽ കൊടുക്കുക. അടുത്ത പ്രാവശ്യം മറ്റേ സ്തനത്തിൽ നിന്നും പാലൂട്ടാം. പാൽ കുടിച്ചശേഷം സ്തനത്തിൽ പാൽ കെട്ടിനില്ക്കാൻ പാടില്ല (കല്ലിപ്പോ പഴുപ്പോ ഉണ്ടാ വും). ആദ്യത്തെ ദിവസങ്ങളിൽ കുഞ്ഞിന് വളരെ കുറച്ചു പാൽ മാത്രമേ വേണ്ടിവരുന്നുള്ളു. അതുകൊണ്ട് അധികമുള്ള പാൽ പിഴിഞ്ഞുകളയ ണം. മുലപ്പാൽ കുറവാണെങ്കിൽ അതിനെക്കുറിച്ച് വിഷമിക്കുകയോ നിരാശപ്പെടുകയോ ചെയ്യരുത്. ഇത് മുലപ്പാൽ ഉണ്ടാവുന്നതിനെ പ്രതി കൂലമായി ബാധിക്കും. കുഞ്ഞ് വലിച്ചുകുടിക്കുന്നതിനനുസരിച്ച് ധാരാളം പാലുണ്ടാവും).

മുലയൂട്ടുന്ന അമ്മ ദിവസവും സമീകൃതാഹാരം കഴിക്കാൻ ശ്രദ്ധി ക്കണം. വെള്ളവും മറ്റു പാനീയങ്ങളുമടക്കം 8–10 ഗ്ലാസ് കുടിക്കേണ്ട താണ്.

കുഞ്ഞിന് അപകടകരമായേക്കാവുന്ന മരുന്നുകൾ അമ്മമാർ കഴി ക്കരുത്.

മുലയൂട്ടുന്ന അമ്മ തന്റെ ശരീരം, പ്രത്യേകിച്ചും, സ്തനങ്ങളും കൈകളും വൃത്തിയായി വയ്ക്കാൻ ശ്രദ്ധിക്കണം. ഇല്ലെങ്കിൽ കുഞ്ഞിന് രോഗാണു ബാധയുണ്ടാവാനിടയുണ്ട്.

മുലയൂട്ടേണ്ട ക്രമം

ആദ്യത്തെ രണ്ടുദിവസങ്ങളിൽ 3–4 മണിക്കൂർ ഇടവിട്ട് മുലയൂട്ടണം. മൂന്നാംദിവസം മുതൽ കുഞ്ഞിന് വിശപ്പുള്ളപ്പോഴൊക്കെ പാൽ നല്കുന്ന രീതിയാണു നല്ലത്. പാൽ വേണ്ടപ്പോൾ കുഞ്ഞു കരയും. പാൽകുടിച്ചു വയർനിറഞ്ഞാൽ സുഖമായുറങ്ങുകയും ചെയ്യും. പക്ഷേ, കുഞ്ഞുകരയുന്നത് എപ്പോഴും വിശപ്പു കൊണ്ടാവണമെന്നില്ല എന്നോർമ്മിക്കുക (വയറുവേദനയോ മറ്റസുഖങ്ങളോ കൊണ്ടാവാം).

നവജാതശിശുവിന് മുലപ്പാലിനു പുറമേ വെള്ളം കൊടുക്കേണ്ടതില്ല. കുഞ്ഞു വലുതായ ശേഷം മുലപ്പാലിനു പുറമേ ആവശ്യമെങ്കിൽ (വേനല്ക്കാലത്ത്) തിളപ്പിച്ചാറ്റിയ വെള്ളം സ്പൂൺകൊണ്ട് കൊടുക്കാം.

ആദ്യത്തെ 4 മുതൽ 6 മാസം വരെ മുലപ്പാൽ മാത്രം കൊടുക്കുക. 4 മാസം കഴിയുമ്പോൾ എളുപ്പം ദഹിക്കുന്ന ഖരാഹാരങ്ങൾ (കൂവരക്, ഗോതമ്പ് തുടങ്ങിയവ കുറുക്കിയത്) കൊടുത്തു തുടങ്ങാം. അതോടൊപ്പം മുലയൂട്ടലും തുടരണം. മുലപ്പാൽ കഴിയുന്നത്രകാലം (ഒരു വയസുവരെയങ്കിലും) കുഞ്ഞിനു നല്കുന്നതാണു നല്ലത്.

കുഞ്ഞിനു വേണ്ടത്ര മുലപ്പാൽ കിട്ടുന്നുണ്ടോ എന്ന് അമ്മമാർക്ക് സംശയം തോന്നാം. വയർ നിറയെ പാൽ കുടിച്ചശേഷം കുഞ്ഞ് നന്നായുറങ്ങുകയോ കളിക്കുകയോ ചെയ്യും. ഇടയ്ക്കിടെ മൂത്രമൊഴിക്കുകയും മലവിസർജ്ജനം നടത്തുകയും ചെയ്യും. കുട്ടിയുടെ വളർച്ചയും തൂക്കവും തൃപ്തികരമെങ്കിലും വേണ്ടത്ര പാൽ കിട്ടുന്നുണ്ടെന്നു മനസ്സിലാക്കാം.

മുലപ്പാലിന്റെ ഗുണങ്ങൾ കുഞ്ഞുങ്ങൾക്ക്

- മുലപ്പാൽ വൃത്തിയുള്ളതും സുരക്ഷിതവുമാണ്.
- എളുപ്പത്തിൽ ദഹിക്കുന്നു
- രോഗപ്രതിരോധഘടകങ്ങൾ അടങ്ങിയതിനാൽ കുഞ്ഞിന് രോഗങ്ങളിൽ നിന്ന് ഒരു പരിധിവരെ സംരക്ഷണം കിട്ടുന്നു.
  മുലപ്പാലിനു ചെലവില്ല (പശുവിൻ പാലോ കൃത്രിമപ്പാലോ വാങ്ങുന്നതുപോലെ).
- മുലപ്പാൽ കുഞ്ഞിനു നേരിട്ടുകിട്ടുന്നു (പശുവിൻ പാലിൽ പല മാലിന്യങ്ങളും രോഗാണുക്കളും ഉണ്ടാവാം).
- കുഞ്ഞിനു യോജിച്ചതരത്തിൽ ഇളം ചൂടുള്ളതാണ് മുലപ്പാൽ.
- കുഞ്ഞിന് കാത്സ്യവും മഗ്നീഷ്യവും ലഭിക്കുന്നു.
- അലർജി ഉണ്ടാവുന്നത് തടയുന്നു
- കുഞ്ഞിന്റെ താടിയെല്ലിന്റെയും വായയുടെ മേൽത്തട്ടിന്റെയും വളർച്ചയ്ക്ക് മുലകുടി നല്ലൊരു വ്യായാമമാണ്.

മുലയൂട്ടുമ്പോൾ അമ്മയും കുഞ്ഞുമായുള്ള വൈകാരിക ബന്ധം കൂടുതൽ ഉറപ്പുള്ളതായിത്തീരുന്നു. കുഞ്ഞിന് സുരക്ഷിതത്വബോധം കിട്ടുന്നതിനാൽ പിന്നീട് വ്യക്തിത്വവികസനത്തിന് ഉപകാരമാവുന്നു.

അമ്മയ്ക്ക്

- പ്രസവശേഷമുള്ള രക്തസ്രാവം നിയന്ത്രിക്കാൻ സഹായിക്കുന്നു.
- പ്രസവശേഷം ഗർഭപാത്രം ചുരുങ്ങി പഴയതുപോലെയാവാൻ സഹായിക്കുന്നു.
- അമ്മയുടെ ശരീരഭാരം കൂടുന്നത് ഒരു പരിധിവരെ നിയന്ത്രിക്കുന്നു
- മുലയൂട്ടുമ്പോൾ അണ്ഡോല്പാദനം വൈകുന്നതിനാൽ ഗർഭധാരണസാദ്ധ്യത കുറയുന്നു. അതുകൊണ്ട് മുലയൂട്ടൽ ഒരു താല്ക്കാലിക ഗർഭനിരോധനോപാധിപോലെ പ്രവർത്തിക്കുന്നു.
- സ്ത്രീകളിൽ സ്തനങ്ങളിലും അണ്ഡാശയങ്ങളിലും ഉണ്ടാവുന്ന അർബ്ബുദം വരുന്നത് ഒരു പരിധിവരെ തടയാൻ മുലയൂട്ടൽ ഫലപ്രദമാണ്.

18

മുലയൂട്ടുന്ന സ്ത്രീകളിൽ സ്തനങ്ങളിലെ പഴുപ്പ് (Breast Abscess)

സ്തനങ്ങളിലെ പഴുപ്പ് സ്ത്രീകൾക്ക് ഏതുപ്രായത്തിലും ഉണ്ടാവാം. പക്ഷേ മുലയൂട്ടുന്ന അമ്മമാർക്കാണ് സ്തനങ്ങളിൽ പഴുപ്പ് (Breast Abscess) ഉണ്ടാവാൻ സാദ്ധ്യത കൂടുതൽ.

കാരണങ്ങൾ

പൊതുവേ സ്റ്റാഫിലോകോക്കസ് ഓറിയസ് (Staphylococcus aureus) എന്നു പേരുള്ള ഒരുതരം ബാക്ടീരിയവർഗ്ഗത്തിൽപ്പെട്ട രോഗാണുക്കളാണ് സ്തനങ്ങളിൽ പഴുപ്പുണ്ടാവാൻ കാരണം. മുലയൂട്ടുന്ന സ്ത്രീകൾക്ക് മുലക്കണ്ണ് വിണ്ടുകീറുന്നതും പൊട്ടുന്നതും സാധാരണമാണ്. ഇത്തരം വിണ്ടുപൊട്ടൽ വഴി രോഗാണുക്കൾ സ്തനത്തിനുള്ളിലെത്താം. മുല കുടിക്കുന്ന കുഞ്ഞിന് ചെറിയ പാൽപ്പല്ലുകൾ ഉണ്ടെങ്കിൽ പല്ലുകൊണ്ടും മുലക്കണ്ണിലോ സ്തനത്തിന്റെ ചർമ്മത്തിലോ മുറിവുണ്ടാവാം. ഈ മുറിവ് ക്രമേണ പഴുക്കാനിടയുണ്ട്. ആദ്യം മുലപ്പാൽ ഗ്രന്ഥികൾക്കു ചുറ്റുമുള്ള കൊഴുപ്പുനിറഞ്ഞ ഭാഗങ്ങളിൽ പഴുപ്പ് വ്യാപിക്കുന്നു. ഇതിന്റെ ഫലമായി മുലപ്പാലുണ്ടാക്കുന്ന ഗ്രന്ഥികളും മുലപ്പാലൊഴുകുന്ന കുഴലുകളും അമർത്തപ്പെടുന്നു. ഈ ഘട്ടത്തെ മാസ്റ്റൈറ്റിസ് (Mastitis) എന്നു പറയുന്നു. പഴുപ്പ് കൂടുതൽ ഉള്ളിലേക്കു വ്യാപിച്ചാൽ സ്തനത്തിനുള്ളിൽ ചലം കെട്ടിനില്ക്കുകയും പഴുത്ത് കുരുപോലെയാവുകയും (Breast Abscess) ചെയ്യുന്നു. ഇത് കീറി ചലം പുറത്തുകളയേണ്ടിവരും.

സ്തനങ്ങളിൽ ക്ഷതമോ ചതവോ ഉണ്ടായാൽ രക്തം കല്ലിച്ചുകിടക്കുകയും (Haematoma) അത് ക്രമേണ രോഗാണുബാധ കൊണ്ട് പഴുത്ത കുരുവായിത്തീരുകയും ചെയ്യാം.

ദീർഘകാലം നീണ്ടുനില്ക്കുന്ന പഴുപ്പിനു കാരണങ്ങൾ ക്ഷയം, സിഫിലിസ്സ്, പരജീവികൾ (Parasites) ഉണ്ടാക്കുന്ന രോഗങ്ങൾ, പൂപ്പൽരോഗങ്ങൾ തുടങ്ങിയവയാണ്.

മുലയൂട്ടൽ സമയത്തോ, മുലകളിൽ ക്ഷതത്തിന്റെ ഫലമായോ അല്ലാതെ മുലയിൽ പഴുപ്പു കാണുകയാണെങ്കിൽ അപൂർവ്വമായി അത് സ്തനാർബ്ബുദത്തിന്റെ സൂചനയാവാം.

ലക്ഷണങ്ങൾ

ആദ്യഘട്ടത്തിൽ രോഗിക്ക് പനി, അസ്വസ്ഥത, ക്ഷീണം, പഴുപ്പു ബാധിച്ച ഭാഗത്ത് വേദന എന്നിവയുണ്ടാവാം. സ്തനത്തിന് വീക്കം, ചുവപ്പുനിറം, തൊട്ടുനോക്കിയാൽ ചൂടും വേദനയും എന്നിവ കാണാം. ചികിത്സ കിട്ടാൻ വൈകുന്നതു മൂലം പഴുപ്പ് കൂടുതൽ വ്യാപിക്കുകയാണെങ്കിൽ കുളിരും വിറയലും കൂടിയുള്ള കടുത്തപനി, പഴുത്ത കുരു ഉള്ള ഭാഗത്ത് കഠിനവേദനയും കല്ലിപ്പും തുടങ്ങിയ ലക്ഷണങ്ങൾ കാണാം. സ്തനത്തിനുള്ളിൽ പഴുപ്പും ചലവും കെട്ടിക്കിടക്കുന്നു എന്നാണ് ഈ ലക്ഷണങ്ങൾ സൂചിപ്പിക്കുന്നത്. ഉടനെ ചികിത്സ തുടങ്ങിയില്ലെങ്കിൽ കുരുവിന്റെ വലുപ്പം കൂടുകയും സ്തനത്തിനുള്ളിൽ മുഴുവൻ വ്യാപിക്കുകയും ചിലപ്പോൾ ചർമ്മം പൊട്ടി ചലവും പഴുപ്പും പുറത്തേക്കുവരികയും ചെയ്യും. മുലപ്പാലൊഴുകുന്ന കുഴലുകളിലേക്ക് പഴുപ്പു പ്രവേശിച്ചാൽ മുലക്കണ്ണിലൂടെ പഴുപ്പു വരുന്നതും കാണാം. കഠിനമായ അണുബാധയാണെങ്കിൽ സ്തനത്തിന്റെ അതേവശത്ത് കക്ഷത്തിൽ കഴലവീക്കവും വേദനയും ഉണ്ടാവാം.

ചികിത്സ

മേല്പറഞ്ഞ ലക്ഷണങ്ങൾ കണ്ടാൽ ഡോക്ടറെ കാണിച്ച് കഴിയുന്നതും വേഗം ചികിത്സ തുടങ്ങേണ്ടതാണ്. നീരു വീക്കവും വേദനയും കുറയാനുള്ള വേദനസംഹാരി മരുന്നുകളും പഴുപ്പും മാറാനുള്ള ആന്റിബയോട്ടിക്കുകളും ഡോക്ടർ നല്കുന്നു. ഇതിനു പുറമേ പഴുപ്പുള്ള ഭാഗത്ത് ഇളം ചൂടുവെള്ളത്തിലോ തണുത്ത വെള്ളത്തിലോ മുക്കിയ തുണി ഇടയ്ക്കിടെ വയ്ക്കാനും ഡോക്ടർ നിർദ്ദേശിച്ചേക്കാം. വേദനയുള്ള സ്തനത്തിന് ആവശ്യമായ താങ്ങു നല്കണം. കാരണം പഴുപ്പുള്ള സ്തനം തൂങ്ങിക്കിടക്കുയാണെങ്കിൽ വേദന കൂടും. ഡോക്ടറുടെ നിർദ്ദേശമനുസരിച്ച് മുലയൂട്ടൽ തുടരാവുന്നതാണ്. പഴുപ്പ് മുലക്കണ്ണിനടുത്താണെങ്കിൽ, അഥവാ കടുത്ത വേദനയുണ്ടെങ്കിൽ മിക്കവാറും ഒരു പ്രത്യേക പമ്പുപയോഗിച്ച് മുലപ്പാൽ പിഴിഞ്ഞെടുക്കാറുണ്ട്. മറ്റേ ഭാഗത്തുള്ള സ്തനത്തിൽനിന്ന് മുലയൂട്ടൽ തുടരാം. സ്തനത്തിനുള്ളിൽ ചലം കെട്ടിക്കിടക്കുകയാണെങ്കിൽ മിക്കവാറും ഓപ്പറേഷൻ തീയേറ്ററിൽവെച്ച് കീറി ചലവും പഴുപ്പും പുറത്തുകളയുകയോ പഴുപ്പ് കുത്തിയെടുത്തു കളയുകയോ ചെയ്യേണ്ടിവരും.

സ്തനത്തിൽ പഴുപ്പുണ്ടാക്കാനിടയുള്ള സാഹചര്യങ്ങൾ

1. കുഞ്ഞിനു മുലയൂട്ടുന്ന രീതി ശരിയാവാതിരിക്കുക

കൃത്രിമ ഇടവേളകളിൽ ശരിയായ രീതിയിൽ കുഞ്ഞിനു മുലയൂട്ടേണ്ടതാണ്. രണ്ടുസ്തനങ്ങളിൽ നിന്നും മാറിമാറി മുലപ്പാൽ നല്കണം. അതല്ലെങ്കിൽ മുലപ്പാൽ കെട്ടിക്കിടക്കാനും പഴുപ്പുണ്ടാവാനുമിടയുണ്ട്.

2. അടിവസ്ത്രം (ബ്രേസിയർ)ഇറുക്കമുള്ളതാവുക

മുലയൂട്ടുന്ന അമ്മമാർ അധികം ഇറുക്കമുള്ള ബ്രേസിയർ ഉപയോഗിക്കരുത്. ഇറുക്കം കൂടിയാൽ സ്തനത്തിലും മുലപ്പാലുണ്ടാക്കുന്ന ഗ്രന്ഥികളിലും പാലൊഴുകന്ന കുഴലുകളിലുമെല്ലാം സമ്മർദ്ദവും വേദനയും ഉണ്ടാവാം.

3. മുലയൂട്ടൽ വേഗം നിർത്തുന്നത്

ചില സ്ത്രീകൾ സ്തനസൗന്ദര്യം നഷ്ടപ്പെടുമോ എന്നുഭയന്ന് മുലയൂട്ടൽ പെട്ടെന്നു നിർത്താറുള്ളത് ഒട്ടും ശരിയല്ല. സ്തനങ്ങളുടെ പ്രധാന ഉദ്ദേശ്യം കുഞ്ഞുങ്ങൾക്ക് മുലപ്പാൽ നല്കുക എന്നതാണ്. പെട്ടെന്ന് മുലയൂട്ടൽ നിർത്തുകയാണെങ്കിൽ പാൽ കെട്ടിക്കിടന്നു പഴുപ്പുണ്ടാവാം.

4. അമിതവണ്ണം

അമ്മമാർക്ക് അമിതവണ്ണമുണ്ടെങ്കിൽ സ്തനത്തിൽ പഴുപ്പുവരാൻ സാദ്ധ്യത കൂടാറുണ്ട്.

5. സ്തനങ്ങളിൽ മുമ്പ് പഴുപ്പുവന്നിട്ടുണ്ടെങ്കിൽ വീണ്ടും പഴുപ്പുവരാൻ സാദ്ധ്യത വർദ്ധിക്കുന്നു.

സ്തനത്തിൽ പഴുപ്പുവരുന്നത് തടയാൻ ശ്രദ്ധിക്കേണ്ട കാര്യങ്ങൾ

1. കുഞ്ഞിന് കൃത്യമായ ഇടവേളകളിൽ രണ്ടു സ്തനങ്ങളിൽ നിന്നും മാറിമാറി മുലയൂട്ടുക.
2. മുലക്കണ്ണുകൾ വരണ്ടുപോകാനും വിണ്ടുകീറിപ്പൊട്ടാനുമിടയുണ്ട്. മുലക്കണ്ണുകളുടെ ഈർപ്പം നിലനിർത്താനായി ഇടയ്ക്കിടെ കഴുകുകയോ ഡോക്ടറുടെ നിർദ്ദേശപ്രകാരം വാസ്ലിനോ ക്രീമോ പുരട്ടുകയോ ചെയ്താൽ മുലക്കണ്ണ് വിണ്ടുകീറുന്നത് തടയാം.
3. പ്രമേഹമുണ്ടെങ്കിൽ മരുന്നുകളും ഭക്ഷണക്രമീകരണവും കൊണ്ട് രോഗം നിയന്ത്രിക്കുക.
4. മുലപ്പാൽ കൊടുക്കുന്നത് നിർത്തേണ്ടിവന്നാൽ പെട്ടെന്നു നിർത്താതിരിക്കുക. കുറേ ആഴ്ചകൾ കൊണ്ട് ക്രമേണ നിർത്തുന്നതാണു നല്ലത്.

സ്തനത്തിൽ പഴുപ്പുണ്ടായാൽ ഒട്ടാകെ വ്യാപിക്കാനും കൂടുതൽ പ്രശ്നങ്ങളുണ്ടാവാനും സാദ്ധ്യതയുണ്ടെന്ന് ഓർമ്മിക്കുക. പഴുപ്പിന്റെ ആദ്യലക്ഷണങ്ങൾ കാണുകയാണെങ്കിൽ ഉടനെത്തന്നെ ഡോക്ടറെ സമീപിച്ച് ചികിത്സ തുടങ്ങേണ്ടത് അത്യാവശ്യമാണ്. അവഗണിക്കുകയാണെങ്കിൽ ചിലപ്പോൾ സ്തനം കീറി പഴുപ്പ് എടുത്തുകളയേണ്ടിവരും എന്നു ഓർമ്മിക്കുക. അതുകൊണ്ട് മുലയൂട്ടുന്ന അമ്മമാർ മേല്പറഞ്ഞ കാര്യങ്ങൾ പ്രത്യേകം ശ്രദ്ധിക്കണം.

19

സ്തനങ്ങളിലെ പ്രശ്നങ്ങളും രോഗങ്ങളും

സ്ത്രീശരീരത്തിലെ ഒരു പ്രധാന അവയവമാണ് സ്തനം. കൗമാരപ്രായത്തിൽ ഈസ്ട്രജൻ ഹോർമോണുകളുടെ പ്രവർത്തനഫലമായി പെൺകുട്ടികളിൽ സ്തനവളർച്ചയുണ്ടാകുന്നു. ഒരു ലൈംഗികാവയമെന്നതിലുപരി ശിശുവിനാവശ്യമായ മുലപ്പാൽ ഉല്പാദിപ്പിക്കുന്ന ഒരു ഗ്രന്ഥിയാണ് സ്തനം. സ്തനങ്ങളിൽ പലതരത്തിലുള്ള രോഗങ്ങളും പ്രശ്നങ്ങളും ഉണ്ടാവാറുണ്ട്. പലപ്പോഴും ലജ്ജകൊണ്ടും പുറത്തുപറയാനുള്ള മടികൊണ്ടും ചികിത്സ തുടങ്ങുന്നതിൽ സ്ത്രീകൾ കാലതാമസം വരുത്തുന്നു. സ്തനാർബ്ബുദം ചിലപ്പോൾ വളരെ വൈകിയ അവസ്ഥയിലാണ് കണ്ടുപിടിക്കപ്പെടുന്നത്.

സ്തനങ്ങളിലെ പ്രശ്നങ്ങൾ എന്തെല്ലാമാണെന്നു നോക്കാം.

1. സ്തനങ്ങളിൽ നിന്നു പഴുപ്പുവരിക

ശിശുക്കൾക്ക് മുലപ്പാൽ കൊടുക്കുന്ന സ്ത്രീകളിൽ ചിലപ്പോൾ മുലപ്പാൽ കെട്ടിക്കിടന്ന് സ്തനം നീരുവെച്ചു വീർക്കാറുണ്ട്. ക്രമേണ അതു പഴുക്കുകയും മുലക്കണ്ണിലൂടെ പഴുപ്പുവരികയും ചെയ്യും. ഉടനെ ചികിത്സ തുടങ്ങിയില്ലെങ്കിൽ പഴുപ്പ് കല്ലുപോലെയാവും. രോഗിയെ ബോധം കെടുത്തി, പഴുപ്പുള്ള സ്തനം കീറി പഴുപ്പു കളയേണ്ടിവരും.

2. സ്തനങ്ങളിൽ നിന്നും പാൽവരിക (ഗാലക്ടോറിയ) (Galactorrhoea)

ഗർഭിണിയല്ലാത്ത സ്ത്രീകൾക്ക് സ്തനങ്ങളിൽ നിന്നും പാൽ വരികയാണെങ്കിൽ അതിനുകാരണം രക്തത്തിൽ പ്രോലാക്ടിൻ (Prolactin) എന്ന ഹോർമോൺ കൂടുന്നതാണ്. സ്പെഷലിസ്റ്റിനെ കാണിച്ച്

ചികിത്സ തുടങ്ങേണ്ടത് ആവശ്യമാണ്.

3. സ്തനങ്ങളിൽ നിന്നും രക്തം വരിക

സ്തനങ്ങളിൽ നിന്നും രക്തംവരുന്നത് ഗംഭീരമായ പ്രശ്നം തന്നെയാണ്. ഇത് കാൻസറിന്റെ ലക്ഷണമാവാനിടയുണ്ട്. ഉടനെ ഡോക്ടറെ കാണിച്ച് ചികിത്സ തുടങ്ങണം.

4. മുലക്കണ്ണ് വിണ്ടുകീറുക (Cracked nipple)

ശിശുക്കൾക്ക് മുലപ്പാൽ കൊടുക്കുന്ന സ്ത്രീകളിൽ ഇത് കാണാറുണ്ട്. സാധാരണയായി ശിശു മുലപ്പാൽ വലിച്ചുകുടിക്കുമ്പോൾ മുലക്കണ്ണും അതിനു ചുറ്റുമുള്ള കറുത്ത ഭാഗവും (**Areola**) ശിശുവിന്റെ വായ്ക്കുള്ളിലാവേണ്ടതാണ്. അതിനുപകരം മുലക്കണ്ണുമാത്രം ശിശുവിന്റെ വായ്ക്കുള്ളിലാവുമ്പോൾ മുലക്കണ്ണിന്റെ ചർമ്മം വിണ്ടുകീറുകയും പിന്നീട് പഴുക്കുകയും ചെയ്യുന്നു. ഡോക്ടറെ സമീപിച്ച് ചികിത്സ നടത്തേണ്ടതാണ്.

5. ഉള്ളിലേക്കു വലിഞ്ഞ മുലക്കണ്ണ് (Retracted nipple)

ചില സ്ത്രീകളുടെ മുലക്കണ്ണുകൾ ഉള്ളിലേക്കു വലിഞ്ഞിരിക്കുന്നതായി കാണാം. അപ്പോൾ ശരിയായ രീതിയിൽ മുലപ്പാലൊഴുകാൻ തടസ്സം നേരിടുന്നു. അതുകൊണ്ട് ഗർഭിണിയെ ഡോക്ടർ പരിശോധിക്കുമ്പോൾ സ്തനപരിശോധനയും നടത്തേണ്ടതാണ്. മെല്ലെ വിരലുകൾ കൊണ്ട് മുലക്കണ്ണുതടവി പുറത്തേക്കു വലിക്കാൻ സ്ത്രീകളെ ഡോക്ടർ പഠിപ്പിച്ചുകൊടുക്കുന്നു. ഗർഭിണിയായിരിക്കുമ്പോൾ ഇങ്ങിനെ കൃത്യമായി ചെയ്യുകയാണെങ്കിൽ പ്രസവശേഷം മുലപ്പാൽ നല്കാൻ പ്രയാസം നേരിടുകയില്ല. വലിഞ്ഞിരിക്കുന്ന മുലക്കണ്ണ് ശരിയാവുന്നില്ലെങ്കിൽ മുലപ്പാൽ പിഴിഞ്ഞെടുത്ത് സ്പൂൺ കൊണ്ട് ശിശുവിനു നല്കാം.

6 സ്തനങ്ങളിലുണ്ടാകുന്ന മുഴകൾ

സ്തനങ്ങളിലുണ്ടാകുന്ന മുഴകൾ (Benign) നിരുപദ്രവകാരിയാവാം അല്ലെങ്കിൽ അർബ്ബുദം (കാൻസർ) കൊണ്ടായിരിക്കാം. നിരുപദ്രവകാരിയായ മുഴകൾ പലപ്പോഴും ഹോർമോണുകളുടെ ആധിക്യം കൊണ്ടായിരിക്കാം. അവയെ മരുന്നുകൾ നല്കി ചികിത്സിക്കുകയോ ശസ്ത്രക്രിയ വഴി നീക്കംചെയ്തു പരിശോധിക്കുകയോ ചെയ്യാം. എല്ലാ മുഴകളും കാൻസറായിരിക്കണമെന്നില്ലെങ്കിലും ചിലപ്പോൾ നിരുപദ്രവകാരിയായ മുഴകൾ (Benign) പിന്നീട് കാൻസർ ആയിത്തീർന്നേക്കാം.

i. ഫൈബ്രോഅഡിനോമ (Fibroadenoma)

യുവതികളിലും കന്യകമാരിലും കാണപ്പെടുന്ന ഒരുതരം മുഴയാണിത്.

സത്നത്തിനുള്ളിൽ എളുപ്പത്തിൽ ചലിപ്പിക്കാവുന്ന സാമാന്യം കട്ടിയുള്ള വേദനയില്ലാത്ത ഈ മുഴ ശസ്ത്രക്രിയകൊണ്ട് നീക്കം ചെയ്യാം. മുപ്പത്തഞ്ചുവയസ്സിനുശേഷം സ്ത്രീകളിൽ ഫൈബ്രോ അഡിനോമ കണ്ടുപിടിച്ചാൽ മാമ്മോഗ്രാഫി ചെയ്ത് അർബ്ബുദമുണ്ടോ എന്നു പരിശോധിക്കേണ്ടതാണ്.

ii. ഫൈബ്രോഅഡിനോസിസ് (Fibroadenosis) അഥവാ ഫൈബ്രോസിസ്റ്റിക് രോഗം (Fibrocystic disease)

ചില സ്ത്രീകളിൽ ആർത്തവകാലത്തു മാത്രം മാറിടത്തിൽ വേദനയും മുഴകളും ഉണ്ടാവാറുണ്ട്. മദ്ധ്യവയസ്കരിൽ കൂടുതൽ കാണപ്പെടുന്നു. ഇതിനെ ഫൈബ്രോ അഡിനോസിസ് എന്നു വിളിക്കുന്നു.

iii. ക്ഷയരോഗം

സ്തനത്തിൽ ക്ഷയരോഗം കൊണ്ട് മുഴകളും പഴുപ്പും (cold abscess) ഉണ്ടാവാനിടയുണ്ടണ്ട്. ഇതിന് ക്ഷയരോഗത്തിനുള്ള ചികിത്സ നല്കണം.

iv. സ്തനങ്ങൾക്കുണ്ടാകുന്ന ക്ഷതങ്ങളോ ചതവോ കാരണമായി മുഴകളുണ്ടാവാം.

ശ്രദ്ധിക്കേണ്ട കാര്യങ്ങൾ:

മുലപ്പാൽ നല്കുന്നതിനുമുമ്പ് സ്തനങ്ങളും മുലക്കണ്ണുകളും വൃത്തിയായി കഴുകിത്തുടയ്ക്കുക. സ്തനങ്ങൾ എപ്പോഴും വൃത്തിയായിവയ്ക്കുക. സ്തനങ്ങളിൽ മുലപ്പാൽ കെട്ടിക്കിടക്കാനിട വരുത്താതിരിക്കുക. ശിശുവിന് മുലപ്പാൽ കൊടുത്തശേഷവും കെട്ടിനില്ക്കുകയാണെങ്കിൽ അത് പിഴിഞ്ഞുകളയുകയോ പിഴിഞ്ഞെടുത്തു സൂക്ഷിച്ച് ശിശുവിനു നല്കുകയോ ചെയ്യുക. മുലപ്പാൽ കൊടുക്കുന്ന സ്ത്രീകൾ തീർച്ചയായും അനുയോജ്യമായ ബ്രാ ധരിച്ചിരിക്കണം. ഇത് സ്തനത്തിനാവശ്യമായ സപ്പോർട്ട് നല്കുന്നു.

സ്തനാർബ്ബുദം

കാൻസർ കൊണ്ടുണ്ടാകുന്ന മുഴകൾ അധികവും വേദനാരഹിതമായിരിക്കുമെങ്കിലും ചിലതരം കാൻസർ വേദനയുള്ള മുഴകൾ ഉണ്ടാക്കാറുണ്ട്. തുടക്കത്തിൽത്തന്നെ ചികിത്സിക്കുകയാണെങ്കിൽ പലപ്പോഴും കാൻസറിന്റെ വളർച്ച തടയാൻ കഴിയും.

സ്തനാർബ്ബുദം ഉണ്ടാവാൻകൂടുതൽ സാദ്ധ്യതയുള്ളവർ പ്രത്യേകം ശ്രദ്ധിക്കണം.

1. ആർത്തവം വളരെ നേരത്തെ (8–9 വയസ്സിൽ) തുടങ്ങിയവർ
2. വളരെ വൈകി ആർത്തവവിരമം (Menopause) വന്നവർ
3. സ്തനർബ്ബുദത്തിന്റെ കുടുംബപാരമ്പര്യമുള്ളവർ (അമ്മ, സഹോദരിമാർ, അല്ലെങ്കിൽ അടുത്തബന്ധുക്കൾ എന്നിവരിലാർക്കെങ്കിലും സ്തനാർബ്ബുദം വന്നിട്ടുണ്ടെങ്കിൽ).

4. 60–65 വയസ്സിനുശേഷം സ്തനാർബ്ബുദ സാദ്ധ്യത കൂടുന്നു. അതുകൊണ്ട് വർഷത്തിലൊരിക്കലെങ്കിലും സ്തനപരിശോധനയും മാമോഗ്രാഫിയും നടത്തേണ്ടതാണ്.
5. കൂടുതലളവിൽ ഹോർമോണുകൾ അടങ്ങിയ ഗർഭനിരോധന ഗുളികകൾ കഴിക്കുന്നവർ

മേല്പറഞ്ഞ ഗ്രൂപ്പുകളിൽപ്പെടുന്ന സ്ത്രീകൾ ഇടയ്ക്കിടെ പരിശോധനയ്ക്കു വിധേയരാവേണ്ടതാണ്.

സ്തനാർബ്ബുദത്തിന്റെ ലക്ഷണങ്ങൾ

1. വിശപ്പില്ലായ്മ
2. തൂക്കക്കുറയൽ
3. സ്തനത്തിൽ മുഴകൾ
4. സ്തനത്തന്റെ ഏതെങ്കിലും ഭാഗം കല്ലുപോലെ കട്ടി കൂടിയിരിക്കുക.
5. സ്തനത്തിലെ മുഴയ്ക്കുള്ളിലുള്ള ചർമ്മം അകത്തേക്കു വലിഞ്ഞ് ഓറഞ്ചുതൊലിപോലെ കാണപ്പെടുക.
6. സ്തനത്തിലെ മുഴയ്ക്കുമുകളിൽ മുലക്കണ്ണ് ഉള്ളിലേക്കു വലിഞ്ഞിരിക്കുക.
7. സ്തനത്തിൽ നീര്, ചുവപ്പുനിറം, തൊടുമ്പോൾ ചൂട് എന്നിവ.
8. മുലക്കണ്ണിലൂടെ രക്തമോ ചുവന്നദ്രാവകമോ ബ്രൗൺ നിറമുള്ള ദ്രാവകമോ വരിക.
9. കക്ഷത്തിൽ മുഴ
10. സ്തനങ്ങളുടെ വലിപ്പത്തിലോ ആകൃതിയിലോ വ്യത്യാസം.
11. മുലക്കണ്ണിൽ ചുവപ്പോ ചൊറിച്ചിലോ പൊറ്റകെട്ടലോ ഉണ്ടാവുക.

മേല്പറഞ്ഞ ലക്ഷണങ്ങൾ കണ്ടാൽ ഉടനെ ഡോക്ടറെ സമീപിച്ച് ചികിത്സ തുടങ്ങണം.

കാൻസർ തടയാൻ മാർഗ്ഗങ്ങൾ

1. അമിത വണ്ണം കുറയ്ക്കുക.
2. കൃത്യമായി വ്യായാമം ചെയ്യുക.
3. അധികം കൊഴുപ്പുള്ളതും എണ്ണയിൽവറുത്തതുമായ ഭക്ഷണങ്ങൾ ഒഴിവാക്കുക.
4. സമീകൃതാഹാരം കഴിക്കുക.
5. പുകവലി, മദ്യപാനം എന്നീ ശീലങ്ങൾ ഉണ്ടെങ്കിൽ ഉടനെ നിർത്തുക.
6. കുട്ടികൾക്ക് കഴിയുന്നത്ര മുലപ്പാൽ നല്കാൻ ശ്രമിക്കുക.
7. എല്ലാ മാസവും ആർത്തവത്തിനുശേഷം ഏകദേശം 7 ദിവസം കഴിയുമ്പോൾ സ്വയം സ്തനപരിശോധന നടത്തുക.
8. പ്രായത്തിനനുസരിച്ച് നിർദ്ദിഷ്ട കാലയളവിൽ ഡോക്ടറെക്കൊണ്ട് സ്തനപരിശോധനയും മാമ്മോഗ്രാഫിയും നടത്തിക്കുക.

20

ഹൃദ്രോഗം സ്ത്രീകളിൽ

ആധുനിക ജീവിതസൗകര്യങ്ങളും വ്യത്യസ്തമായ ജീവിതശൈലിയും വന്നതോടെ പുരുഷന്മാരെപ്പോലെ സ്ത്രീകൾക്കും ഹൃദ്രോഗവും ഹൃദയാഘാതവും ഉണ്ടാവാനുള്ള സാദ്ധ്യത വർദ്ധിച്ചിരിക്കുകയാണ്. ആദ്യകാലങ്ങളിൽ പുരുഷന്മാരിലായിരുന്നു ഹൃദ്രോഗം അധികം കാണപ്പെട്ടിരുന്നത്. സ്ത്രീകൾക്ക് ആർത്തവം നടക്കുന്ന യൗവ്വനാവസ്ഥയിൽ ഈസ്ട്രജൻ എന്ന ഹോർമോൺ ഹൃദ്രോഗമുണ്ടാവാതെ സംരക്ഷിക്കുന്നു. പക്ഷേ, ഇപ്പോൾ ഹൃദ്രോഗസാദ്ധ്യത സ്ത്രീകളിലും കൂടുതലാവുന്നു എന്നാണ് പഠനങ്ങൾ തെളിയിക്കുന്നത്. World Health Federation ന്റെ കണക്കുകൾ പ്രകാരം ലോകത്ത് പ്രതിവർഷം ഏകദേശം 9.1 ദശലക്ഷം സ്ത്രീകൾ ഹൃദ്രോഗം കൊണ്ട് മരിക്കുന്നുവത്രേ. 2020 ആവുമ്പോഴേക്കും സ്ത്രീകളിൽ ഹൃദ്രോഗസാദ്ധ്യത 120% ആയി വർദ്ധിക്കുമെന്നാണ് വിദഗ്ദ്ധരുടെ അഭിപ്രായം. ഇത് തീർച്ചയായും അപകടസൂചനയാണ്. ഹൃദ്രോഗം തടയാനായി സ്ത്രീകൾ എന്താണു ചെയ്യേണ്ടതെന്ന് നമുക്ക് മുനസ്സിലാക്കാൻ ശ്രമിക്കാം.

ഹൃദ്രോഗം വരാനുള്ള സാദ്ധ്യത വർദ്ധിപ്പിക്കുന്ന ഘടകങ്ങൾ

1. പാരമ്പര്യം; കുടുംബാംഗങ്ങൾക്ക് പ്രത്യേകിച്ചും അച്ഛനോ അമ്മയ്ക്കോ രണ്ടുപേർക്കുമോ ഹൃദ്രോഗചരിത്രമുണ്ടെങ്കിൽ സ്ത്രീകൾ പ്രത്യേകം ശ്രദ്ധിക്കണം. കാരണം പാരമ്പര്യമായി ഹൃദ്രോഗമുണ്ടാവാം.

2. അമിതവണ്ണം: തെറ്റായ ഭക്ഷണരീതിയും അലസമായ ജീവിതശൈലിയും വ്യായാമക്കുറവും കൊണ്ട് പൊണ്ണത്തടിയുള്ളവരുടെ സംഖ്യ ഇപ്പോൾ വർദ്ധിച്ചുവരികയാണ്. പൊണ്ണത്തടി പല ആരോഗ്യപ്രശ്നങ്ങളുമുണ്ടാക്കുന്നു. അമിതവണ്ണത്തോടൊപ്പം ജീവിതശൈലീരോഗങ്ങളായ

പ്രമേഹം, ഹൃദ്രോഗം, രക്താതിസമ്മർദ്ദം, ഉയർന്ന കൊളസ്റ്ററോൾ എന്നിവയും ഹൃദയാഘാതവും പക്ഷാഘാതവും മാനസികപ്രശ്നങ്ങളും ഉണ്ടാവാൻ സാദ്ധ്യത കൂടുന്നു.

അതുകൊണ്ട് ശരീരഭാരം ക്രമാതീതമായി കൂടാതെ നോക്കുക. ഭക്ഷണത്തിൽ അമിതമായ എണ്ണ, കൊഴുപ്പ്, മധുരം, ഉപ്പ് എന്നിവ ഇല്ലാതിരിക്കാൻ ശ്രദ്ധിക്കുകയും കൃത്യമായി വ്യായാമം ചെയ്യുകയും വേണം.

3. രക്തത്തിലെ കൊളസ്റ്ററോൾ: രക്തത്തിലെ കൊളസ്റ്ററോളും ട്രൈഗ്ലിസറൈഡുകളും അധികമായാൽ ഹൃദ്രോഗസാദ്ധ്യത വർദ്ധിക്കും. അതുകൊണ്ട് ഭക്ഷണത്തിൽ കൊഴുപ്പും എണ്ണയും കുറയ്ക്കുക, വ്യായാമം ചെയ്യുക, ശരീരഭാരം കൂടാതെ നോക്കുക, എന്നിവയ്ക്കു പുറമെ ഇടയ്ക്കിടെ രക്തത്തിലെ കൊഴുപ്പ് (Lipid profile) പരിശോധിപ്പിക്കണം. കൊളസ്റ്ററോളും ട്രൈഗ്ലിസറൈഡുകളും വർദ്ധിച്ചിട്ടുണ്ടെങ്കിൽ ഡോക്ടറുടെ നിർദ്ദേശപ്രകാരം അവ കുറയ്ക്കാനായി കൃത്യമായി മരുന്നുകൾ കഴിക്കുക.

4. രക്താതിസമ്മർദ്ദം: ഉയർന്ന ബി പി (രക്താതിസമ്മർദ്ദം) ഉള്ള സ്ത്രീകൾക്ക് ഹൃദ്രോഗം വരാൻസാദ്ധ്യത കൂടുന്നു. ഇടയ്ക്കിടെ ബി പി പരിശോധിപ്പിക്കണം. ബി പി കൂടുതലാണെങ്കിൽ ഭക്ഷണത്തിൽ ഉപ്പു കുറയ്ക്കുകയും ഡോക്ടറുടെ നിർദേശപ്രകാരം മരുന്നുകൾ കഴിക്കുകയും ചെയ്യുക.

5. പ്രമേഹം; പ്രമേഹമുള്ള സ്ത്രീകൾക്ക് ഹൃദ്രോഗമുണ്ടാവാൻ സാദ്ധ്യത കൂടുതലാണ്. പ്രമേഹമുള്ളപ്പോൾ പലപ്പോഴും നെഞ്ചുവേദനയില്ലാതെയാണ് ഹൃദയാഘാതം (Heart Attack) വരുന്നത് (Silent Heart Attack) എന്നോർമ്മിക്കുക. പ്രമേഹരോഗികൾ ഭക്ഷണനിയന്ത്രണത്തിനു പുറമേ ഡോക്ടറുടെ നിർദ്ദേശപ്രകാരം പ്രമേഹത്തിനുള്ള മരുന്നുകൾ (ഗുളികകൾ, ഇൻസുലിൻ) മുടങ്ങാതെ ശ്രദ്ധിക്കണം. കൃത്യമായി വ്യായാമവും ചെയ്യുക.

6. മദ്യപാനവും പുകവലിയും പോലുള്ള ദുശ്ശീലങ്ങൾ കൊണ്ട് ഹൃദ്രോഗസാദ്ധ്യത കൂടുന്നു. അതുകൊണ്ട് മദ്യപാദനവും പുകവലിയും പാടേ നിർത്തണം.

7. ആർത്തവവിരാമം: ആർത്തവം ഉള്ള സ്ത്രീകൾക്ക് ഹൃദ്രോഗം വരാതെ ഈസ്ട്രജൻ ഹോർമോൺ പരിരക്ഷിക്കുന്നു. അതുകൊണ്ട് സ്ത്രീകൾക്ക് പുരുഷന്മാരേക്കാൾ 10 വർഷം കഴിഞ്ഞാണ് ഹൃദ്രോഗമുണ്ടാവുന്നതും 20 വർഷം കഴിഞ്ഞാണ് ഹൃദയാഘാതമുണ്ടാവുന്നതും. പക്ഷേ ആർത്തവവിരാമത്തിനുശേഷം ഈസ്ട്രജൻ ഹോർമോൺ ഇല്ലാതാവുന്നതിനാൽ സ്ത്രീകൾക്ക് ഹൃദ്രോഗസാദ്ധ്യത കൂടുന്നു.

8. മാനസികസമ്മർദ്ദം: ആധുനികസ്ത്രീകൾ ഉയർന്ന വിദ്യാഭ്യാസം നേടുകയും അതിനനുസരിച്ച് വീട്ടിനുപുറത്തുപോയി ജോലി ചെയ്യാനും തുടങ്ങിയതോടെ കുടുംബവും ജോലിയും ഒന്നിച്ചുനിർത്തിക്കൊണ്ടുപോവുക എന്ന വിഷമകരമായ പ്രശ്നം സ്ത്രീകൾക്ക് മാനസിക സമ്മർദ്ദമു

ണ്ടാക്കാനിടയായി. അതോടൊപ്പം ജീവിതശൈലിക്കനുസരിച്ചോ മാനസിക സമ്മർദ്ദം കുറയ്ക്കനോ വേണ്ടി പുരുഷന്മാരെപ്പോലെ മദ്യ പാനവും പുകവലിയും എണ്ണയിൽ വറുത്തുപൊരിച്ച ഭക്ഷണങ്ങളും ജാങ്ക് ഫുഡും ഫാസ്റ്റുഫുഡുമെല്ലാം കഴിക്കുന്ന ആഹാരരീതിയും കൂടിയായ തോടെയാണ് സ്ത്രീകൾക്ക് ഹൃദ്രോഗസാദ്ധ്യത വർദ്ധിക്കാൻ തുടങ്ങി യത്. ഭക്ഷണകാര്യത്തിൽ ശ്രദ്ധിക്കുകയും മാനസികസംഘർഷം ഒഴി വാക്കുകയും മദ്യപാനവും പുകവലിയും നിർത്തുകയും ചെയ്യേണ്ടത് ഹൃദയാരോഗ്യത്തിന് ആവശ്യമാണ്.

9. മറ്റുഘടകങ്ങൾ

അനാവശ്യമായി ദീർഘകാലം ഗർഭനിരോധനഗുളികകൾ കഴിക്കുന്ന സ്ത്രീകൾക്കും നേരത്തെ തന്നെ ഗർഭപാത്രം എടുത്തുകളയേണ്ടിവന്ന സ്ത്രീകൾക്കും ഹൃദ്രോഗസാദ്ധ്യത കൂടുന്നു.

ഗർഭിണികൾക്ക് ഹൃദയാഘാതം ഉണ്ടാവാൻ സാദ്ധ്യത കൂടുതലാ ണ്, പ്രത്യേകിച്ചും ഗർഭാവസ്ഥയിൽ രക്താതിസമ്മർദ്ദം, പ്രമേഹം, വിളർച്ച (അനീമിയ) എന്നിവയും കൂടിയുണ്ടെങ്കിൽ. പ്രായം കൂടിയ സ്ത്രീകൾ ഗർഭം ധരിച്ചാൽ ഗർഭകാല പ്രശ്നങ്ങളുടെയും പ്രസവത്തിന്റെയും മറ്റു സങ്കീർണ്ണതകളുടെയും ഫലമായി ഹൃദയത്തിന് കൂടുതൽശക്തിയായി രക്തം പമ്പുചെയ്യേണ്ടിവരികയും കൂടുതൽ പ്രാവശ്യം മിടിക്കേണ്ടിവരി കയും ചെയ്യുന്നു. തൽഫലമായി ഹൃദ്രോഗം ഹൃദയപ്രവർത്തനം മന്ദീഭ വിക്കുക, ഹൃദയാഘാതം എന്നിവയുണ്ടാവാനിടയുണ്ട്.

ചെറുപ്പക്കാരായ സ്ത്രീകൾക്ക് ഈസ്ട്രജൻ ഹോർമോണിന്റെ സംരക്ഷണകാരണം ഹൃദ്രോഗം വരാൻസാദ്ധ്യത കുറവുതന്നെ. പക്ഷേ, പ്രമേഹരോഗികൾ പുകവലിയും മദ്യപാനവും ശീലമാക്കിയവർ, വർദ്ധിച്ച മാനസികസമ്മർദ്ദമുള്ളവർ, കൂടുതൽകാലം ഗർഭനിരോധന ഗുളികകൾ കഴിക്കുന്നവർ, രക്താതിസമ്മർദ്ദമുള്ളവർ എന്നീ വിഭാഗങ്ങളിൽപ്പെട്ട സ്ത്രീകൾ ചെറുപ്പക്കാരാണെങ്കിലും ഹൃദ്രോഗസാദ്ധ്യതയുള്ളവരാണ്. എന്നു മറക്കാതിരിക്കുക.

65 വയസ്സു കഴിഞ്ഞ സ്ത്രീകൾക്ക് ഹൃദയാഘാതസാദ്ധ്യത കൂടു തലാണ്.

ലക്ഷണങ്ങൾ

ഹൃദ്രോഗത്തിന്റെയും ഹൃദയാഘാതത്തിന്റെയും ലക്ഷണങ്ങൾ പല താണ്. നെഞ്ചിൽപിടുത്തമോ ഞെക്കുന്നതുപോലെയുള്ള തോന്നലോ ഭാരംവെച്ചതുപോലെയുള്ള തോന്നലോ ഉണ്ടാവാം. നെഞ്ചുവേദനയു ണ്ടായി ആ വേദന കഴുത്ത്, കീഴ്ത്താടിയെല്ല്, ഇടതുതോൾ, ഇടതുകൈ, വയർ എന്നിവിടങ്ങളിലേക്കു വ്യാപിക്കും. അതോടൊപ്പം തലചുറ്റൽ, മോഹാലസ്യം, വർദ്ധിച്ച ഹൃദയമിടിപ്പ്, നെഞ്ചെരിച്ചിൽ, അസ്വസ്ഥത,

ശ്വാസതടസ്സം, ശ്വാസംമുട്ടൽ, വിയർപ്പ്, അത്യധികമായ ക്ഷീണം, ശക്തിക്കുറവ് എന്നീ ലക്ഷണങ്ങളും ഉണ്ടാവാം. വെറും ഛർദ്ദി, ഓക്കാനം, വയറ്റിൽ ഗ്യാസ് നിറയുക, നെഞ്ചെരിച്ചിൽ എന്നീ ലക്ഷണങ്ങളായും ഹൃദ്രോഗം പ്രത്യക്ഷപ്പെടാം. ഈ ലക്ഷണങ്ങളോ അത്യധികമായ നെഞ്ചുവേദനയോ ഉണ്ടെങ്കിൽ ഉടനെത്തന്നെ ഡോക്ടറുടെ അടുത്ത് രോഗിയെ എത്തിക്കേണ്ടതാണ്.

പരിശോധനകൾ

ഹൃദ്രോഗം വരുന്നത് തടയാനും ഹൃദ്രോഗസാദ്ധ്യത നേരത്തെ കണ്ടുപിടിക്കാനുമായി ചില പരിശോധനകൾ ഇടയ്ക്കിടെ നടത്തേണ്ടത് ആവശ്യമാണ്.

1. രക്തസമ്മർദ്ദം: ഡോക്ടറെ കാണിച്ച് കൃത്യമായി ബി പി പരിശോധിക്കുന്നത് നല്ലതാണ്. ഉയർന്ന ബി പി (രക്താതിസമ്മർദ്ദം) ഉണ്ടെങ്കിൽ അതിനാവശ്യമായ ചികിത്സ തുടങ്ങുകയും മുടങ്ങാതെ മരുന്നുകൾ കഴിക്കുകയും ചെയ്യണം.

2. രക്തത്തിലെ കൊളസ്റ്ററോൾ: രക്തത്തിലെ കൊഴുപ്പിന്റെ നിലയളക്കുന്ന Lipid Profile എന്ന പരിശോധന ഇടയ്ക്കിടെ നടത്തേണ്ടതാണ്. രക്തത്തിൽ Total Cholesterol, LDL Cholesterol, Triglycerides എന്നീ കൊഴുപ്പുകൾ കൂടുന്നത് ഹൃദ്രോഗത്തിനു വഴിതെളിക്കാനിടയുണ്ട്. അതുകൊണ്ട് അവ കൂടുതലാണെങ്കിൽ ഡോക്ടറുടെ നിർദ്ദേശപ്രകാരം കൊഴുപ്പു കുറയ്ക്കാനുള്ള മരുന്നുകൾ കഴിക്കണം. HDL Cholesterol കൂടുന്നത് ഹൃദയത്തിനു നല്ലതാണ് (ഹൃദ്രോഗ സാദ്ധ്യത കുറയ്ക്കുന്നു)

പൊതുവേ പുരുഷന്മാരെ അപേക്ഷിച്ച് സ്ത്രീകൾക്ക് കൊളസ്റ്ററോൾ അല്പം കൂടുതലായിരിക്കും.

– പൂരിത കൊഴുപ്പുകൾ (Saturated fat) 10 ശതമാനത്തിൽ കൂടരുത്.

– ട്രാൻസ്ഫാറ്റിആസിഡുകൾ ഒരു ശതമാനത്തിൽ കൂടരുത്.

– ട്രൈഗ്ലിസറൈഡുകൾ 150 mg ൽ കുറയണം.

കൊളസ്റ്ററോൾ (Total Cholesterol) 300 mg ൽ കൂടരുത്.

LDL കൊളസ്റ്ററോൾ (ചീത്തകൊളസ്റ്ററോൾ) 100 mgൽ കുറയണം.

HDL കൊളസ്റ്ററോൾ (നല്ല കൊളസ്റ്ററോൽ 50 mgൽ കൂടുതലാവണം.

3. ശരീരഭാരവും BMI പരിശോധനയും

ഇടയ്ക്കിടെ ശരീരഭാരം പരിശോധിച്ചാൽ അമിതവണ്ണമുണ്ടാവുന്നത് മനസ്സിലാവും. ബോഡിമാസ് ഇൻഡെക്സ് (BMI) പരിശോധന അമിതവണ്ണത്തിന്റെ അളവ് മനസ്സിലാക്കാൻ സഹായിക്കും. ശരീരഭാരം കിലോ

ഗ്രാമിലും ഉയരം മീറ്ററിലും അളന്നശേഷം ശരീരഭാരത്തെ ഉയരത്തിന്റെ വർഗ്ഗംകൊണ്ട് ഹരിച്ചുകിട്ടുന്ന സംഖ്യയാണ് BMI. ഇത് 24.9 ൽ കൂടരുത്. 25 ൽ കൂടിയാൽ അമിതവണ്ണവും (Overweight) 30 ൽ കൂടിയാൽ ദുർമേദസ്സും (Obesity) 40 ൽ കൂടിയാൽ അപകടസൂചനയുമായി കണക്കാക്കുന്നു.

4. അരക്കെട്ടിന്റെ ചുറ്റളവ്: പൊണ്ണത്തടി വരുമ്പോൾ അരക്കെട്ടിനു ചുറ്റും അടിവയറ്റിലും അടിഞ്ഞുകൂടുന്ന കൊഴുപ്പ് ഹൃദയാരോഗ്യത്തിനു നല്ലതല്ല. അരക്കെട്ടിന്റെ ചുറ്റളവ് അളന്നു നോക്കുക സ്ത്രീകൾക്ക് ഇത് 80 സെ മീ ൽ കൂടാൻ പാടില്ല.

5. പ്രമേഹത്തിന്റെ പരിശോധന: പ്രമേഹരോഗികൾ ഇടയ്ക്കിടെ രക്തത്തിലെ പഞ്ചസാരയുടെ തോത് അളക്കേണ്ട പരിശോധന ചെയ്യണം. അതിനനുസരിച്ച് ഭക്ഷണവും മരുന്നുകളും ക്രമീകരിക്കാം. രക്തത്തിലെ പഞ്ചസാരയുടെ നിയന്ത്രണനില മനസ്സിലാക്കാൻ HB A എന്ന പരിശോധന നടത്തുന്നു. ഇതിന്റെ തോത് 7 ശതമാനത്തിൽ കുറവായിരിക്കണം.

ഹൃദ്രോഗവും ഹൃദയാഘാതവും തടയുന്നതെങ്ങിനെ?

1. **ഭക്ഷണരീതി:** ആരോഗ്യകരവും സമീകൃതവുമായ ആഹാരംകഴിക്കുന്നത് ഹൃദയാരോഗ്യത്തിനു വളരെ ആവശ്യമാണ്. ഭക്ഷണമുണ്ടാക്കാൻ ഡാൽഡ, വനസ്പതി എന്നിവ ഉപയോഗിക്കരുത്. സോയാബീൻ എണ്ണ, സാഫ്ളവർ എണ്ണ, നിലക്കടലയെണ്ണ, ഒലീവ് ഓയിൽ എന്നിവയാണ് നല്ലത്. ഇവ മാറി മാറി ഉപയോഗിക്കാം. വെളിച്ചെണ്ണ നല്ലതാണെങ്കിലും അധികം ഉപയോഗിക്കാതിരിക്കുക. അതുപോലെ 40–45 വയസ്സിനുശേഷം വെണ്ണ, നെയ്യ് എന്നിവയുടെ ഉപയോഗം കുറയ്ക്കേണ്ടതാണ്. ഭക്ഷണത്തിൽ എപ്പോഴും മധുരം, കൊഴുപ്പ്, ഉപ്പ്, എണ്ണ എന്നിവയുടെ അമിതമായ ഉപയോഗം ഒഴിവാക്കുന്നതാണ് നല്ലത്. വറുത്തതും പൊരിച്ചതുമായ ഭക്ഷ്യവസ്തുക്കൾ, കൃത്രിമപാനീയങ്ങൾ, ബേക്കറി പലഹാരങ്ങൾ, മൈദ, ഫാസ്റ്റ്ഫുഡ് ജങ്ക് ഫുഡ് എന്നിവയുടെ ഉപയോഗം കുറയ്ക്കുക. ബീഫ്, മട്ടൻ, കരൾ, തലച്ചോർ എന്നിവ കഴിക്കരുത്. തൊലി മാറ്റിയ കോഴിയിറച്ചി, കടൽമത്സ്യം എന്നിവ കഴിക്കാം. ചായ, കാപ്പി എന്നിവ അമിതമായി കഴിക്കരുത്. കൊഴുപ്പുനീക്കിയ പാൽ കുടിക്കാം (ആർത്തവവിരാമശേഷം കാത്സ്യം ശരീരത്തിനു ലഭിക്കാൻ കൊഴുപ്പു മാറ്റിയ പാലും പാലുല്പന്നങ്ങളും കഴിക്കാവുന്നതാണ്). കൂടുതൽ പച്ചക്കറികൾ, പഴങ്ങൾ, തവിട്ടുള്ള ധാന്യങ്ങൾ, പയറുവർഗ്ഗങ്ങൾ, നട്സ്, ഓട്സ്, ഇലക്കറികൾ എന്നിവ ഭക്ഷണത്തിലുൾപ്പെടുത്തുക.

അലസമായ ജീവിതരീതിയും ഇടയ്ക്കിടെ എന്തെങ്കിലും തിന്നുകൊണ്ടിരിക്കുന്ന സ്വഭാവവും വ്യായാമക്കുറവും കൊണ്ട് അമിതവണ്ണവുമുണ്ടാവാതെ ശ്രദ്ധിക്കുക.

2. വ്യായാമം: ഹൃദയാരോഗ്യത്തിനും പൊണ്ണത്തടി വരുന്നത് തടയാനും വ്യായാമം വളരെ ആവശ്യമാണ്. ദിവസവും അരമണിക്കൂറെങ്കിലും വ്യായാമത്തിനായി മാറ്റിവെക്കുക. നടത്തം, ജോഗിങ്, സ്കിപ്പിങ്, നീന്തൽ, ഡാൻസ്, സൈക്ലിങ് എന്നിങ്ങനെ പ്രായമനുസരിച്ച് ഏതു വ്യായാമവും ചെയ്യാം. പ്രായം ചെന്നവർ ഡോക്ടറുടെ ഉപദേശമനുസരിച്ച് നടത്തം പോലുള്ള ലളിതവ്യായാമങ്ങൾ ചെയ്യാവുന്നതാണ്. വ്യായാമം കൊണ്ട് ശരീരഭാരം കൂടാതിരിക്കുകയും നല്ല കൊളസ്റ്ററോൾ (HDL കൊളസ്റ്ററോൾ) കൂടുകയും ചെയ്യുന്നു. വ്യായാമം കൊണ്ട് മാനസികസമ്മർദ്ദം കുറയുകയും പൊതുവേ മനസ്സിനു സന്തോഷം കിട്ടുകയും ചെയ്യും.

3. ക്രമാതീതമായി, ദീർഘകാലം ഗർഭനിരോധന ഗുളികകൾ കഴിക്കാതിരിക്കുക. ഡോക്ടറെ സമീപിച്ച് സുരക്ഷിതവും ലളിതവുമായ ഗർഭനിരോധന മാർഗ്ഗങ്ങൾ സ്വീകരിക്കുക.

4. മദ്യപാനം, പുകവലി എന്നീ ദുശ്ശീലങ്ങൾ നിർത്തുക

പുകവലിക്കുന്ന സ്ത്രീകൾക്ക് പുകവലിക്കാത്തവരേക്കാൾ 2 1/2 ഇരട്ടി ഹൃദ്രോഗസാദ്ധ്യതയുണ്ട്. പുകവലി നിർത്തി രണ്ടുമൂന്നുവർഷത്തിനുള്ളിൽ ഹൃദ്രോഗസാദ്ധ്യത കുറയുകയും ചെയ്യും. പുകവലിക്കുന്നവർക്കുണ്ടാകുന്ന ഹൃദയാഘാതം അധികവും ജീവനുതന്നെ അപകടമുണ്ടാക്കുന്ന തരത്തിലുള്ളതായിരിക്കും. പുകവലിക്കുന്ന സ്ത്രീകൾ ദീർഘകാലം ഗർഭനിരോധന ഗുളികകൾ കൂടി കഴിക്കുകയാണെങ്കിൽ ഹൃദ്രോഗസാദ്ധ്യത വളരെ കൂടുന്നു.

5. അനാവശ്യമായി ശരീരഭാരം കൂട്ടാതിരിക്കുക

ശരീരഭാരം കൂടുമ്പോൾ ഹൃദയത്തിന് കൂടുതൽ ശക്തിയിൽ പ്രവർത്തിക്കേണ്ടിവരും. പൊണ്ണത്തടി കുറച്ചാൽ അതോടൊപ്പമുണ്ടാകുന്ന രക്താതിസമ്മർദ്ദം, പ്രമേഹം ഉയർന്ന കൊളസ്റ്ററോൾ എന്നീ പ്രശ്നങ്ങൾക്കും ഭേദമുണ്ടാവും. ഹൃദ്രോഗസാദ്ധ്യത കുറയുകയും ചെയ്യും.

6 നെഞ്ചുവേദന അവഗണിക്കാതിരിക്കുക

സ്ത്രീകൾ മറ്റു കുടുംബാംഗങ്ങളുടെ ആരോഗ്യകാര്യത്തിൽ ശ്രദ്ധിക്കുമെങ്കിലും സ്വന്തം ആരോഗ്യം അവഗണിക്കുകയാണു പതിവ്. സ്ത്രീകൾ ഹൃദ്രോഗം വരാതിരിക്കാൻ മുൻകരുതലുകളെടുക്കുകയും നെഞ്ചുവേദന ഉണ്ടായാൽ നിസ്സാരമായിക്കരുതി അവഗണിക്കാതിരിക്കുകയും ചെയ്യേണ്ടതാണ്. പുരുഷന്മാരിൽ പൊതുവേ ശാരീരികാദ്ധ്വാനത്തിനുശേഷമാണ് നെഞ്ചുവേദന കാണപ്പെടുന്നത്. എന്നാൽ സ്ത്രീകൾക്ക് വിശ്രമിക്കുമ്പോൾപ്പോലും മാനസികസമ്മർദ്ദമോ വൈകാരികപ്രശ്നങ്ങളോ ഉണ്ടായാൽ നെഞ്ചിന് അസ്വാസ്ഥ്യമോ നെഞ്ചെരിച്ചലോ ആയി ഹൃദയാഘാതം ഉണ്ടാവാം. പ്രമേഹരോഗികൾക്ക് നെഞ്ചു

വേദനയില്ലാതെ ഹൃദയാഘാതം ഉണ്ടാവാം. അതുകൊണ്ട് കുടുംബാംഗങ്ങൾ സ്ത്രീകളുടെ നെഞ്ചുവേദന മാനസികപ്രശ്നമോ ആകാംക്ഷാരോഗമോ, വെറുതെ സങ്കല്പിച്ചുണ്ടാക്കുന്ന വേദനയോ, മാംസപേശിയുടെ വേദനയോ ആണെന്നു കരുതി അവഗണിക്കാതിരിക്കുക. സ്ത്രീകൾക്കും ഹൃദയാഘാതം ഉണ്ടാവാമെന്നും നെഞ്ചുവേദന നിസ്സാരമായി തള്ളിക്കളയാതെ ഗൗരവമായെടുക്കണമെന്നും ഭർത്താക്കന്മാരും മറ്റു കുടുംബാംഗങ്ങളും ഓർമ്മിക്കണം.

7 വൈകാരികപ്രശ്നങ്ങളും മാനസികസമ്മർദ്ദവും

സ്ത്രീകളുടെ മനസ്സ് സ്നേഹവും സാന്ത്വനവും ആശ്വാസവുമാണ്. ആഗ്രഹിക്കുന്നത്. അനാവശ്യമായ മാനസികസംഘർഷവും വൈകാരികപ്രശ്നങ്ങളും നേരിടാൻ സ്ത്രീകൾക്കു പ്രയാസം തന്നെയാണ്. ജോലിയും കുടുംബവും ഒന്നിച്ചുകൊണ്ടുപോകുന്നതിനിടയിൽ സ്ത്രീകൾക്ക് അനവധി പ്രശ്നങ്ങൾ നേരിടേണ്ടിവരുന്നുണ്ട്.

ജോലിസ്ഥലത്തെ പ്രശ്നങ്ങൾ, കൃത്യസമയത്ത് ജോലി തീർക്കാനായി കൂടുതൽനേരം ജോലി ചെയ്യേണ്ടിവരിക, മേലധികാരികളുടെയും സഹപ്രവർത്തകരുടെയും സഹകരണമില്ലായ്മ, യാത്രാപ്രശ്നങ്ങൾ, ഡ്രൈവിങ് ചെയ്യുന്നുണ്ടെങ്കിൽ ഒറ്റയ്ക്ക് വാഹനമോടിക്കുമ്പോഴുള്ള പ്രശ്നങ്ങളും ടെൻഷനും, കുട്ടികളുടെ സംരക്ഷണത്തെക്കുറിച്ചുള്ള ആധി, സാമ്പത്തികപ്രശ്നങ്ങൾ എന്നിങ്ങനെ ജോലി ചെയ്യുന്ന സ്ത്രീകൾക്ക് നേരിടേണ്ടിവരുന്ന വിഷമങ്ങൾ പലതാണ്. മാനസികസംഘർഷം ഹൃദയാരോഗ്യത്തെ പ്രതികൂലമായി ബാധിക്കുന്നു. ഭർത്താവും ഭാര്യയെപ്പോലെ ജോലി ചെയ്യുന്നുണ്ടെങ്കിലും ജോലി കഴിഞ്ഞുവന്നാൽ ടെലിവിഷനു മുമ്പിൽ ഭർത്താവ് വിശ്രമിക്കുമ്പോൾ ഭാര്യക്ക് അടുക്കളക്കാര്യവും പാചകവും കുട്ടികളുടെ പഠനവുമെല്ലാം ശ്രദ്ധിക്കേണ്ടിവരുന്നു. ആവശ്യമായ വിശ്രമവും ഉറക്കവും ലഭിക്കാതിരിക്കുമ്പോൾ സ്ത്രീകൾക്ക് ദേഷ്യവും ജീവിതത്തിനോട് വെറുപ്പും ദുഃഖവും നിരാശയും തോന്നുന്നത് സ്വാഭാവികമാണ്. തൽഫലമായി ഉണ്ടാവുന്ന മാനസികസമ്മർദ്ദം ഹൃദ്രോഗവും ഹൃദയാഘാതവും ഉണ്ടാവാനുള്ള സാദ്ധ്യത വർദ്ധിപ്പിക്കുന്നു. സമചിത്തതയോടെ പ്രശ്നങ്ങൾ നേരിടാൻ ഭർത്താവിന്റെയും മറ്റു കുടുംബാംഗങ്ങളുടെയും പിന്തുണയും സഹായവും സാന്ത്വനവും സ്ത്രീകൾക്കാവശ്യമാണ്. വീട്ടിൽ ശാന്തമായ അന്തരീക്ഷമുണ്ടാക്കാനും മനസ്സിനെ വിഷമിപ്പിക്കുന്ന സന്ദർഭങ്ങൾ ഒഴിവാക്കാനും കുടുംബാംഗങ്ങൾ ശ്രദ്ധിക്കണം. സ്നേഹവും ക്ഷമയും കലർന്ന പെരുമാറ്റവും ആശ്വാസവാക്കുകളും നല്കിയാൽ സ്ത്രീകളുടെ മാനസികസംഘർഷം വളരെ കുറയും.

ദേഷ്യം ഹൃദയാരോഗ്യത്തിന് വളരെ അപകടകാരിയാണ്. ദേഷ്യം വന്ന് പൊട്ടിത്തെറിക്കുന്നതിനേക്കാൾ അപകടകാരിയാണ് മനസ്സിലടക്കിയവെച്ച ദേഷ്യം. ദേഷ്യംകൊണ്ട് മനസ്സ് പുകയുമ്പോൾ അഡ്രിനാലിൽ

പോലുള്ള ഹോർമോണുകൾ ശരീരത്തിൽ കൂടുതൽ ഉല്പാദിപ്പിക്കപ്പെടുകയും അതിന്റെ ഫലമായി രക്തസമ്മർദ്ദം കൂടുകയും ചെയ്യുന്നു. ക്രമേണ ഹൃദയാഘാതവും ഉണ്ടായേക്കാം. അതുകൊണ്ട് ഓഫീസിലും വീട്ടിലും ദേഷ്യം ഉണ്ടാവുന്ന സന്ദർഭങ്ങൾ ഒഴിവാക്കണം. ദേഷ്യംവരുമ്പോൾ ദീർഘനിശ്വാസമെടുത്ത് ഒന്നുമുതൽ പത്തുവരെ എണ്ണുകയോ മനസ്സിനെ ശാന്തമാക്കാനായി കണ്ണടച്ചിരുന്ന് കണ്ണിനുമുകളിൽ നില്ക്കുന്ന ഏതെങ്കിലും പ്രകൃതിദൃശ്യം മനസ്സിൽ കാണുകയോ ചെയ്യാം. അതിനുപുറമേ ധ്യാനം, വിശ്രമം, പ്രാർത്ഥന എന്നിവയെല്ലാം കൊണ്ട് ദേഷ്യം നിയന്ത്രിക്കാൻ കഴിയും.

അസൂയ, വെറുപ്പ് എന്നീ വികാരങ്ങളും ഒഴിവാക്കണം, വിഷാദരോഗം, ആകാംക്ഷ, സംശയരോഗം എന്നിവയും ഹൃദയാരോഗ്യത്തിനു നല്ലതല്ല. ദീർഘകാലം നീണ്ടുനില്ക്കുന്ന വിഷാദം, ദുഃഖം, കുറ്റബോധം, നിർവ്വികാരത എന്നിവ ക്രമേണ രോഗിയുടെ ജീവിതത്തിൽ മാറ്റങ്ങളുണ്ടാക്കുന്നു. ലൈംഗികബന്ധത്തിൽ താല്പര്യക്കുറവ്, ഭക്ഷണത്തോട് വെറുപ്പോ അത്യാർത്തിയോ, ഉറക്കക്കുറവ് എന്നിവയും ഉണ്ടാവാം.

അനാവശ്യമായ മാനസികസമ്മർദ്ദവും മാനസിക സംഘർഷവും ഒഴിവാക്കാൻ ചില മാർഗ്ഗങ്ങൾ ശ്രദ്ധിക്കുക

1. തിരക്കേറിയ ജീവിതത്തിനിടയിൽ വിശ്രമവും ആവശ്യത്തിന് ഉറക്കവും ലഭിക്കാൻ സമയം കണ്ടെത്തണം.
2. കൂട്ടുകാരുടെയും കുടുംബാംഗങ്ങളുടെയുമൊപ്പം അല്പനേരമെങ്കിലും സന്തോഷപൂർവ്വം സമയം ചെലവഴിക്കുക.
3. ഭർത്താവുമായി സന്തോഷപ്രദമായ ലൈംഗികബന്ധവും സ്നേഹബന്ധവും തുടരുക.
4. ഓഫീസിലെ പ്രശ്നങ്ങൾ വീട്ടിലും വീട്ടിലെ പ്രശ്നങ്ങൾ ഓഫീസിലും കൊണ്ടുപോവാതിരിക്കുക.
5. യോഗ, പ്രാണായാമം, ധ്യാനം എന്നിവ ചെയ്ത് മനസ്സ് ശാന്തമായിരിക്കാൻ ശ്രമിക്കുക.
6. പ്രാർത്ഥന നടത്തുക. ദൈവത്തിൽ വിശ്വാസം നിലനിർത്തുക.
7. മനസ്സിനു വിഷമം തോന്നുമ്പോൾ ഭർത്താവുമായി പങ്കുവെക്കുക, ഡയറിയെഴുതുക, ഇഷ്ടപ്പെട്ട പാട്ടുകൾ കേൾക്കുക എന്നിവ ചെയ്യാം.
8. ഏതെങ്കിലും ഹോബികൾ ചെയ്യുന്നത് നല്ലതാണ് (ചിത്രംവര, പാട്ടുപാടുക, നൃത്തം, എഴുത്ത്, വായന തുടങ്ങിയവ).
9. വർഷത്തിലൊരിക്കൽ അവധിയെടുത്ത് കുടുംബാംഗങ്ങളോടൊപ്പം വിനോദയാത്രയ്ക്കു പോവുകയോ ടൂറിസ്റ്റുകേന്ദ്രങ്ങൾ സന്ദർശിക്കുകയോ ചെയ്യാം.
10. നേടാൻ കഴിയുന്ന ലക്ഷ്യങ്ങൾമാത്രം ജീവിതത്തിലുണ്ടാവുന്നതാണു നല്ലത്. അനാവശ്യമായ മോഹങ്ങളും നേടാൻകഴിയാത്ത ലക്ഷ്യങ്ങളും കൊണ്ട് കുറ്റബോധവും നിരാശയും അപകർഷതാബോധവും മാനസികസമ്മർദ്ദവും ഉണ്ടാവുന്നു.

11. ജീവിതത്തിലും ജോലിയിലും സമതുലിതാവസ്ഥ (balance) നിലനിർത്താൻ ശ്രമിക്കുക.
12. ഭർത്താവിന് മദ്യപാനം, സംശയരോഗം, ലഹരിപദാർത്ഥങ്ങൾ സേവിക്കുക. തുടങ്ങിയ പ്രശ്നങ്ങളുണ്ടെങ്കിൽ മനശ്ശാസ്ത്രജ്ഞനെയും ഡോക്ടറെയും സമീപിച്ച് ചികിത്സ തുടങ്ങുക. ദാമ്പത്യപ്പൊരുത്തക്കേടുകളുണ്ടെങ്കിൽ തുടക്കത്തിൽത്തന്നെ പരിഹാരം തേടുക.

സ്ത്രീകൾ സ്വന്തം ആരോഗ്യകാര്യത്തിൽ പ്രത്യേകം ശ്രദ്ധിക്കേണ്ടതാണ്. ഹൃദയാരോഗ്യം സംരക്ഷിക്കാനായി കൃത്യമായി വ്യായാമം ചെയ്യുകയും ശരിയായ ഭക്ഷണരീതി സ്വീകരിക്കുകയും ചെയ്യുക. ഇടയ്ക്കിടെ പരിശോധനകൾ നടത്തുക. പ്രമേഹം, രക്താതിസമ്മർദ്ദം, അമിതവണ്ണം, ഉയർന്ന കൊളസ്റ്ററോൾ എന്നിവയുണ്ടെങ്കിൽ അവ മരുന്നുകൊണ്ടും വ്യായാമം ഭക്ഷണനിയന്ത്രണം എന്നിവകൊണ്ടും നിയന്ത്രിക്കണം. പ്രമേഹരോഗികളായ സ്ത്രീകൾക്ക് ഹൃദയാഘാതമുണ്ടാവാൻ 3–7 ഇരട്ടിസാദ്ധ്യത കൂടുതലാണ്. അതുപോലെ പ്രമേഹരോഗത്തിൽ നെഞ്ചുവേദനയില്ലാതെയും ഹൃദയാഘാതം വരാം. മാനസികസമ്മർദ്ദമൊഴിവാക്കുകയും കുടുംബാംഗങ്ങളോടൊപ്പം ഉല്ലാസപൂർവ്വം സമയം ചെലവഴിക്കുകയും വേണ്ടത്ര വിശ്രമവും ഉറക്കവും കിട്ടാൻ ശ്രദ്ധിക്കുകയും ചെയ്യണം. സ്ത്രീകളുടെ നെഞ്ചുവേദന ഒരിക്കലും അവഗണിക്കാതിരിക്കുക. പ്രശ്നങ്ങൾ സമചിത്തതയോടെ നേരിടുകയും സന്തോഷത്തോടെ ജീവിക്കുകയും ചെയ്തുകൊണ്ട് ഹൃദയാരോഗ്യം സംരക്ഷിക്കുക.

21

സ്ത്രീകളിലെ അസ്ഥിക്ഷയം (Osteoporosis)

നാം യൗവ്വനത്തിൽ നിന്ന് വാർദ്ധക്യത്തിലേക്കു നീങ്ങുന്നതിനനുസരിച്ച് ശരീരത്തിലെ അസ്ഥികളുടെ കട്ടി കുറഞ്ഞുവരികയും ബലം കുറയുകയും ചെയ്യുന്നതിനെയാണ് അസ്ഥിക്ഷയം (osteoporosis) എന്നു വിളിക്കുന്നത്. ഇന്ത്യയിലെ സ്ത്രീകളിൽ 50 ശതമാനം പേർക്കും പുരുഷന്മാരിൽ 36 ശതമാനം പേർക്കും അസ്ഥിക്ഷയം വരുന്നതായി കണക്കുകൾ സൂചിപ്പിക്കുന്നു. അസ്ഥിക്ഷയം ഉണ്ടാവാൻ സാദ്ധ്യത കൂടുതൽ ആർത്തവവിരാമമെത്തിയ സ്ത്രീകൾക്കാണ്. കാര്യമായ ലക്ഷണങ്ങളൊന്നുമില്ലാതെ നിശ്ശബ്ദമായി സംഭവിക്കുന്ന അസ്ഥിക്ഷയം കൂടുതലാവുമ്പോൾ ചെറിയ വീഴ്ചകൊണ്ടുപോലും എല്ലുകൾ പൊട്ടാനിടയാവുന്നു.

കാരണങ്ങൾ:

1. വാർദ്ധക്യസംബന്ധമായി ഉണ്ടാവുന്ന അസ്ഥിക്ഷയം

60–70 വയസ്സിനു ശേഷമുണ്ടാവുന്ന അസ്ഥിക്ഷയം സ്ത്രീപുരുഷന്മാരിൽ ഒരേപോലെ കാണപ്പെടുന്നു.

2. സ്ത്രീകളിൽ അസ്ഥിക്ഷയം

ആർത്തവം, ഗർഭാവസ്ഥ, മുലയൂട്ടുന്ന അവസ്ഥ എന്നീ സമയങ്ങളിൽ സ്ത്രീകൾക്ക് കാത്സ്യത്തിന്റെ ആവശ്യം കൂടുതലാണ്. അതുകൊണ്ട് പാലും പാലുല്പന്നങ്ങളും ഇലക്കറികളും മറ്റുമടങ്ങിയ സന്തുലിതാഹാരം കഴിക്കണം. അതിനുപുറമേ കാത്സ്യം ഗുളികകളും വേണ്ടിവരും. പോഷകാഹാരക്കുറവു കൊണ്ട് സ്ത്രീകൾക്ക് അസ്ഥിക്ഷയം ഉണ്ടാവാം.

3. ആർത്തവവിരാമത്തിലെത്തിയ സ്ത്രീകൾ

സ്ത്രീകളിലെ ഈസ്ട്രജൻ എന്ന ഹോർമോണും കാത്സ്യവുമായി പരസ്പരബന്ധമുണ്ട്. ആർത്തവവിരാമം വരുമ്പോൾ ഈസ്ട്രജന്റെ അളവു പെട്ടെന്നു കുറയുകയും അതിന്റെ ഫലമായി സ്ത്രീശരീരത്തിലെ എല്ലിന്റെ കാത്സ്യത്തിന്റെ അളവ് വളരെയധികം കുറയുകയും ചെയ്യുന്നു. തത്ഫലമായി എല്ലിന്റെ കട്ടിയും ശക്തിയും കുറയുന്നു. അതുകൊണ്ട് സ്ത്രീകളിൽ അസ്ഥികൾക്കുണ്ടാവുന്ന പൊട്ടലുകളും ചതവുകളും പുരുഷന്മാരേക്കാൾ നാലിരട്ടി കൂടുതലാണ്.

ആർത്തവവിരാമത്തിനുശേഷം ഭക്ഷണത്തിൽ കാത്സ്യം കുറയുകയാണെങ്കിൽ അസ്ഥിക്ഷയത്തിനു സാദ്ധ്യത കൂടുകയും ചെയ്യും.

4. വ്യായാമക്കുറവ്, തെറ്റായ ജീവിതശൈലി എന്നിവയുടെ ഫലമായി പൊണ്ണത്തടി ഉണ്ടാവുമ്പോൾ അസ്ഥിക്ഷയമുണ്ടാവുന്നു. ശരീരഭാരം മുഴുവൻ വഹിക്കേണ്ടിവരുന്ന അസ്ഥികൾക്ക് തേയ്മാനം സംഭവിക്കനിടയുണ്ട്.

5. എല്ലുകളുടെ ആരോഗ്യം നിലനിർത്താനാവശ്യം കൃത്യമായ വ്യായാമമാണ്. ശരീരമനങ്ങാതെയുള്ള ജീവിതരീതി കൊണ്ടും അസ്ഥിക്ഷയം വരാം.

6. വാർദ്ധക്യത്തിലുണ്ടാവുന്ന മറ്റു രോഗങ്ങൾ (ഉദാ: രക്താതിസമ്മർദ്ദം, കാഴ്ചക്കുറവ്, പ്രമേഹം, കേൾവിക്കുറവ്, വാതരോഗം) കൊണ്ട് പൊതുവെ ശരീരത്തിനു ക്ഷീണമോ സ്വതന്ത്രമായി നടക്കാനുള്ള അസൗകര്യമോ വ്യായാമക്കുറവോ ഉണ്ടാവുമ്പോൾ അസ്ഥിക്ഷയത്തിനു സാദ്ധ്യത കൂടുന്നു.

അസ്ഥിക്ഷയം വരാൻ സാദ്ധ്യത കൂടുതലുള്ളവർ

1. വൃദ്ധജനങ്ങൾ.
2. ആർത്തവവിരാമത്തിലെത്തിയ സ്ത്രീകൾ.
3. വ്യായാമക്കുറവുകൊണ്ട് അമിതവണ്ണമുള്ളവർ.
4. സന്തുലിതാഹാരം കഴിക്കാത്തവർ. കാത്സ്യം, വിറ്റാമിൻ ഡി, പ്രോട്ടീൻ എന്നിവയുടെ കുറവുകൊണ്ട് അസ്ഥിക്ഷയം കൂടുതലാവുന്നു.
5. അമിതമായി പുകവലിയും മദ്യപാനവും നടത്തുന്നവർ.
   പുകയിലടങ്ങിയ നിക്കോട്ടിനും മദ്യത്തിലടങ്ങിയ ആൽക്കഹോളും അസ്ഥിസാന്ദ്രത കുറയ്ക്കുന്നു.
6. പാരമ്പര്യമായി അസ്ഥിക്ഷയത്തിന്റെ കുടുംബചരിത്രമുള്ളവർ.
7. ദഹനേന്ദ്രിയ വ്യവസ്ഥയിലെ തകരാറുകൊണ്ട് ഭക്ഷണത്തിൽനിന്നും ശരീരത്തിനാവശ്യമായ കാത്സ്യവും വിറ്റാമിൻ ഡിയും ആഗിരണം ചെയ്യാൻ കഴിയാതെ വരുന്ന രോഗികൾ.
8. അസ്ഥിരോഗങ്ങൾ, വാതരോഗങ്ങൾ, അസ്ഥികളിൽ അർബ്ബുദം, മറ്റു

തരം അർബ്ബുദങ്ങൾ എന്നിവയുള്ള രോഗികൾ.

9. ദീർഘകാലം കിടപ്പിലാവുന്ന രോഗികൾ.
10. വൃക്കരോഗങ്ങളുള്ളവർ.
11. തൈറോയ്ഡ് ഗ്രന്ഥിയുടെ മാന്ദ്യത (Hypothyroidism) ഉള്ളവർ
12. സ്റ്റീറോയ്ഡ് പോലുള്ള ചിലതരം മരുന്നുകൾ കഴിക്കുന്നവരും, ആസ്ത്മ, അപസ്മാരം, കാൻസർ തുടങ്ങിയവയ്ക്കു വേണ്ടി ദീർഘകാലം മരുന്നുകൾ കഴിക്കുന്നവരും.

ഇത്തരം രോഗികൾ ഡോക്ടറുടെ നിർദ്ദേശപ്രകാരം കാത്സ്യവും വിറ്റാമിൻ ഡിയും അടങ്ങിയ ഗുളികകൾ കഴിക്കണം.

ലക്ഷണങ്ങൾ

അസ്ഥിക്ഷയത്തിന് സാധാരണയായി പ്രത്യേകിച്ചു ലക്ഷണങ്ങളൊന്നും കാണാറില്ല. ചെറിയ വീഴ്ച പറ്റുമ്പോൾപ്പോലും അസ്ഥികൾക്കു ക്ഷതവും പൊട്ടലുമുണ്ടാവാം. അസ്ഥിക്ഷയം പുരോഗമിക്കുന്നതിനനുസരിച്ച് നടുവേദന, സന്ധിവേദന, ചലനശേഷിക്കുറവ്, കൂനിക്കൂടിയുള്ള നടത്തം, ഉയരക്കുറവ് എന്നിവയെല്ലാം ഉണ്ടാവാം.

കണ്ടുപിടിക്കുന്നതെങ്ങനെ?

ലക്ഷണങ്ങൾ കുറവായതുകൊണ്ട് അസ്ഥിശോഷണം കണ്ടെത്തുമ്പോഴേക്കും അസ്ഥിയുടെ കട്ടി 30 ശതമാനത്തിലധികം കുറഞ്ഞിട്ടുണ്ടാവാം. അതുകൊണ്ട് ലക്ഷണങ്ങൾ പ്രത്യക്ഷപ്പെടുന്നതിനു മുമ്പുതന്നെ അസ്ഥിക്ഷയവും നിർണ്ണയിക്കേണ്ടതാണ്. ഇതിനുവേണ്ടി അസ്ഥിസാന്ദ്രത (Bone mineral density BMD) അളക്കുന്നു. ഇതിനുള്ള പരിശോധനയാണ് ഡെക്സാ സ്കാൻ (DEXA Scan - Dual Energy x-ray Absorptiometry). നട്ടെല്ലിന്റെയും ഇടുപ്പുസന്ധികളുടെയും ബലക്ഷയം ഇതുപയോഗിച്ചു കണ്ടെത്താം.

അൾട്രാസൗണ്ട്, ഡിജിറ്റൽ എക്സ്റേ തുടങ്ങിയ മറ്റു പരിശോധനകളുണ്ടെങ്കിലും ഇവയ്ക്ക് അസ്ഥിക്ഷയം നിർണ്ണയിക്കാനുള്ള കൃത്യത കുറവാണ്.

ആരെല്ലാമാണ് അസ്ഥിസാന്ദ്രതാപരിശോധന (DEXA Scan) നടത്തേണ്ടത്?

1. മേല്പറഞ്ഞതുപോലെ അസ്ഥിക്ഷയത്തിനു സാദ്ധ്യത കൂടുതലുള്ള സ്ത്രീകളും പുരുഷന്മാരും.
2. 65 വയസ്സിനു ശേഷമുള്ള സ്ത്രീകൾ
3. 65 വയസ്സിനു താഴെയുള്ള ആർത്തവവിരാമമെത്തിയ സ്ത്രീകൾ.
4. 70 വയസ്സിനു ശേഷമുള്ള പുരുഷന്മാർ
5. 70 വയസ്സിൽ താഴെയാണെങ്കിലും എല്ലുകൾ പൊട്ടാൻസാദ്ധ്യത

കൂടുതലുള്ള പുരുഷന്മാർ.
6. ദീർഘകാലരോഗങ്ങൾക്കു മരുന്നു കഴിക്കുന്നവർ.
7. അസ്ഥിക്ഷയത്തിനു ചികിത്സ ലഭിക്കുന്ന രോഗികളുടെ പുരോഗതി അറിയാൻ.

ചികിത്സകൾ

1. ജീവിതശൈലിയിൽ വ്യത്യാസം വരുത്തുക.
- വ്യായാമം
- അമിതവണ്ണം കുറയ്ക്കുക
- അമിതമായ പുകവലിയും മദ്യപാനവും കുറയ്ക്കുക.

2. മരുന്നുകൾ

അസ്ഥിക്ഷയം കുറയ്ക്കുകയും അസ്ഥികളുടെ രൂപീകരണം വർദ്ധിപ്പിക്കുകയും ചെയ്യുന്ന, കാത്സ്യവും വിറ്റാമിൻ ഡിയും മറ്റും അടങ്ങിയ മരുന്നുകൾ രോഗിക്കു നല്കുന്നു.

3. ആർത്തവവിരാമത്തിലെത്തിയ സ്ത്രീകളെ നന്നായി പരിശോധിച്ചശേഷം ഹോർമോൺ റീപ്ലേസ്മെന്റ് തെറാപ്പി (ഈസ്ട്രജൻ ഹോർമോണടങ്ങിയ മരുന്നുകൾ) നല്കണമോ വേണ്ടയോ എന്ന കാര്യം ഡോക്ടർ തീരുമാനിക്കും. ഈസ്ട്രജൻ ഹോർമോൺ ചികിത്സ നടത്തുമ്പോൾ അതിന് പല ദൂഷ്യഫലങ്ങളും ഉണ്ടാവനിടയുണ്ട്.

4. അസ്ഥിക്ഷയത്തിനു കാരണമായ രോഗങ്ങളുടെ ചികിത്സ.

അസ്ഥിക്ഷയം തടയുന്നതെങ്ങനെ

1. അമിതവണ്ണം വരാതെ നോക്കുക.
ഭക്ഷണനിയന്ത്രണവും വ്യായാമവും ചെയ്തുകൊണ്ട് പൊണ്ണത്തടി വരാതെ ശ്രദ്ധിക്കുക.
2. കൃത്യമായി വ്യായാമം നടത്തുക.
സാധാരണയായി ആഴ്ചയിൽ മൂന്നുനാലു ദിവസങ്ങളിൽ ചുരുങ്ങിയത് അരമണിക്കൂറെങ്കിലും വ്യായാമം ചെയ്യേണ്ടതാണ്. പ്രായം കൂടുന്നതിനനുസരിച്ച് ഡോക്ടറുടെ നിർദ്ദേശപ്രകാരം ലഘുവ്യായാമത്തിൽ ചെയ്യാം. ഏറ്റവും എളുപ്പമായ വ്യായാമം 20 മിനിട്ടെങ്കിലും വേഗത്തിൽ നടക്കുക എന്നതാണ്.
3. സന്തുലിതാഹാരം
ശരീരത്തിൽ കാത്സ്യം ഉണ്ടാക്കപ്പെടുന്നില്ല. എല്ലുകളുടെ ആരോഗ്യം നിലനിർത്താൻ കാത്സ്യവും വിറ്റാമിൻ ഡിയും പ്രോട്ടീനുമടങ്ങിയ സന്തുലിതാഹാരം കഴിക്കണം. പാൽ, പാലുല്പന്നങ്ങൾ (തൈര്, മോര്, വെണ്ണ, പാല്ക്കട്ടി തുടങ്ങിയവ) ഇലക്കറികൾ, മുട്ട, മീൻ, ബീൻസ്, നട്ട്സ്, പച്ചക്കറികൾ എന്നിവ ഭക്ഷണത്തിൽ ഉൾപ്പെടു

ത്താൻ ശ്രദ്ധിക്കുക.

4. കഴിക്കാൻ പാടില്ലാത്ത ഭക്ഷണങ്ങൾ
ഉപ്പും കൊഴുപ്പും മിതമായി മാത്രം കഴിക്കുക. ശീതളപാനീയങ്ങളും കാപ്പിയും കുറയ്ക്കുക. മാംസാഹാരം വളരെ കുറയ്ക്കുക.
5. ശരീരത്തിലേക്ക് കാത്സ്യം വലിച്ചെടുക്കാൻ വിറ്റാമിൻ ഡി ആവശ്യമാണ്. സൂര്യപ്രകാശത്തിൽ വിറ്റാമിൻ ഡി ഉള്ളതുകൊണ്ട് കുറഞ്ഞത് പതിനഞ്ചുമിനിട്ടെങ്കിലും വീട്ടിനു പുറത്തുപോയി സൂര്യപ്രകാശമേല്ക്കുക.
6. പുകവലിയും മദ്യപാനവും കുറയ്ക്കുക.
7. ആർത്തവവിരാമത്തിലെത്തിയ സ്ത്രീകളും 60 വയസ്സിനുശേഷമുള്ള സ്ത്രീപുരുഷന്മാരും ഡോക്ടറുടെ നിർദ്ദേശപ്രകാരം കാത്സ്യവും വിറ്റാമിൻ ഡി യുമടങ്ങിയ സപ്ലിമെന്റ് ഗുളികകൾ കഴിക്കുക.
8 അസ്ഥിക്ഷയമുണ്ടാക്കുന്ന മരുന്നുകൾ ദീർഘകാലം കഴിക്കുന്ന രോഗികളും എല്ലുപൊട്ടലോ പക്ഷാപാതമോ കൊണ്ട് ദീർഘകാലം കിടക്കയിൽ കിടക്കേണ്ടിവരുന്ന രോഗികളും ഡോക്ടറുടെ നിർദ്ദേശപ്രകാരം കാത്സ്യവും വിറ്റാമിൻ ഡിയുമടങ്ങിയ ഗുളികകൾ കഴിക്കുക.

9. വീഴ്ചകൾ തടയുക

വീഴാതിരിക്കാൻ ആവശ്യമായ മുൻകരുതലുകളെടുക്കുക. മിനുസമുള്ളതും തെന്നിവീഴാൻ സാദ്ധ്യതയുള്ളതുമായ നിലത്തു നടക്കുമ്പോൾ ശ്രദ്ധിക്കുക. വഴുക്കുന്ന തരം ചെരിപ്പുകളും മടമ്പുയർന്ന ചെരിപ്പുകളും ഉപയോഗിക്കരുത്. കാഴ്ചക്കുറവ്, തലചുറ്റൽ, ക്ഷീണം, രക്താതിസമ്മർദ്ദം, പ്രമേഹം എന്നിവയുള്ള രോഗികൾ വീഴാതിരിക്കാൻ പ്രത്യേകം ശ്രദ്ധിക്കുക. വൃദ്ധരായ സ്ത്രീപുരുഷന്മാർ ബാത്ത്റൂമിലും മുറ്റത്തുമെല്ലാം നടക്കുമ്പോൾ പ്രത്യേകം ശ്രദ്ധിക്കേണ്ടതുണ്ട്.

അസ്ഥിക്ഷയത്തെക്കുറിച്ച് ബോധമുള്ളവരാവുകയും ഡോക്ടറുടെ നിർദ്ദേശപ്രകാരം അസ്ഥിസാന്ദ്രതയളക്കാനുള്ള പരിശോധനകൾ നടത്തുകയും ചെയ്യണം. അസ്ഥിക്ഷയം വരാതെ തടയാനുള്ള മാർഗ്ഗങ്ങൾ സ്വീകരിക്കുകയും ഭക്ഷണകാര്യത്തിൽ പ്രത്യേകം ശ്രദ്ധിക്കുകയും ചെയ്യുക.

22

ജീവിതശൈലീരോഗങ്ങൾ സ്ത്രീകളിൽ

ആധുനിക ജീവിതശൈലി നമ്മുടെ ജീവിതത്തിൽ ഉണ്ടാക്കിയ ഏറ്റവും പ്രധാനമായ ആരോഗ്യപ്രശ്നമാണ് ജീവിതശൈലീരോഗങ്ങൾ (Lifestyle diseases). കേരളീയരുടെ ഇടയിൽ അടുത്തകാലത്ത് അമിത വണ്ണവും അതിന്റെ ഫലമായി ഉണ്ടാവുന്ന രക്താതിസമ്മർദ്ദം, പ്രമേഹം ഹൃദ്രോഗം, ഉയർന്ന കൊളസ്റ്ററോൾ, വാതം, പക്ഷാഘാതം എന്നീ ആരോഗ്യപ്രശ്നങ്ങളും കൂടിവരികയാണെന്നാണ് കണക്കുകൾ സൂചിപ്പിക്കുന്നത്. ഈ ആരോഗ്യപ്രശ്നങ്ങളെയാണു നാം ജീവിതശൈലീരോഗങ്ങൾ എന്നുവിളിക്കുന്നത്. ലോകത്ത് ഏറ്റവുമധികം പ്രമേഹരോഗികളും ഹൃദ്രോഗികളും ഉള്ളത് ഇന്ത്യയിലാണെന്നും അതിൽത്തന്നെ ഏറ്റവുമധികം രോഗികൾ കേരളത്തിലുമാണെന്ന് കണ്ടുപിടിക്കപ്പെട്ടിട്ടുണ്ട്. കുട്ടികൾക്കുപോലും തടി കൂടിവരികയാണ്. കേരളത്തിൽ 15 മുതൽ 49 വയസ്സുവരെയുള്ള സ്ത്രീകളിൽ 35% പേർക്കും അമിതവണ്ണമുണ്ട് എന്ന് കണക്കുകൾ തെളിയിച്ചിരിക്കുന്നു. നഗരങ്ങളിൽ 40% സ്ത്രീകൾക്കും ഗ്രാമങ്ങളിൽ 30% സ്ത്രീകൾക്കും അമിതവണ്ണമുണ്ടത്രേ. എന്താണിതിനു കാരണം?

പുരുഷന്മാരുടേതുപോലെ സ്ത്രീകളുടെയും ജീവിതശൈലി മാറിവന്നതാണ് ഇതിനു കാരണം. ആധുനിക ജീവിതത്തിൽ നമ്മുടെ സഹായത്തിനായി നൂതനോപകരണങ്ങളും യന്ത്രങ്ങളും മറ്റും വന്നതോടെ നമ്മുടെ ശരീരത്തിന് വ്യായാമം കുറയുകയാണു ചെയ്തത്. നാം യാത്ര ചെയ്യുന്നത് മിക്കവാറും വാഹനത്തിലായിരിക്കും എന്നതിനാൽ നടക്കുന്നത് കുറഞ്ഞു. ജോലിയെടുക്കുന്ന സ്ത്രീകളുടെ കാര്യമാണെങ്കിൽ അധികവും ഇരുന്നുകൊണ്ടുള്ളതോ അല്പദൂരം നടന്നുകൊണ്ടുള്ളതോ ആയ ജോലിയായിരിക്കും. ബഹുനിലക്കെട്ടിടങ്ങളിലുള്ള ഫ്ളാറ്റുകളിലാണ് താമസിക്കുന്നതെങ്കിൽ കയറിയെത്താനും ഇറങ്ങാനും ലിഫ്റ്റു

ണ്ടായിരിക്കും. അതുപോലെ ഓഫീസിലും ഷോപ്പിങ് മാളുകളിലുമെല്ലാം ലിഫ്റ്റോ എലിവേറ്ററോ നമ്മെ സുഗമമായി മുകളിലും താഴെയുമെത്തിക്കുന്നു.

വീട്ടമ്മയ്ക്കാണെങ്കിൽ പണ്ടുകാലത്തേതുപോലെ അടിച്ചുവാരുക, നിലം തുടയ്ക്കുക, പാത്രം തേച്ചുകഴുകുക, തുണിയലക്കുക, വെള്ളം കോരുക, അരിയരയ്ക്കുക, അരിയിടിക്കുക എന്നു തുടങ്ങിയ ശരീരാദ്ധ്വാനമുള്ള ജോലികളൊന്നും ഇപ്പോൾ ചെയ്യേണ്ട ആവശ്യമില്ലാതായിരിക്കുന്നു. വീട്ടമ്മയുടെ സഹായത്തിന് ഇക്കാലത്ത് വാക്വം ക്ലീനർ, ഡിഷ്വാഷർ, വാഷിങ് മെഷീൻ, മിക്സർ ഗ്രൈൻഡർ എന്നിങ്ങനെ എത്ര നൂതനോപകരണങ്ങളുണ്ട്. പണ്ട് വിറകടുപ്പുകളിൽ വളരെ വിഷമിച്ച് ഭക്ഷണം പാകം ചെയ്തിരുന്ന വീട്ടമ്മമാരുടെ ജോലി ഇപ്പോൾ ഗ്യാസ് സ്റ്റൗ, ഇലക്ട്രിക് കുക്കർ, മൈക്രോ വേവ് ഓവൻ, സോളാർ കുക്കർ എന്നിങ്ങനെയുള്ള ഉപകരണങ്ങൾ വളരെ എളുപ്പമാക്കിയിരിക്കുന്നു. അതുകൊണ്ട് വേഗം വീട്ടുജോലികൾ തീർത്തശേഷം വീട്ടമ്മമാർ ടിവിക്കു മുമ്പിലിരുന്നു സമയം കളയാനും അതോടൊപ്പം ബേക്കറി പലഹാരങ്ങൾ, കോള, വറുത്തുപൊരിച്ച പലഹാരങ്ങൾ എന്നിവ കഴിക്കാനും തുടങ്ങിയതോടെയാണ് അമിതവണ്ണം എന്ന ആരോഗ്യപ്രശ്നം തുടങ്ങിയത്. ജോലിചെയ്യുന്ന സ്ത്രീകളുടെ കാര്യം വ്യത്യസ്തമല്ല. രാവിലെ നേരത്തെ വീട്ടിൽനിന്ന് ഓഫീസിലെത്തി വൈകുന്നേരം ജോലിചെയ്തു തളർന്നെത്തുമ്പോൾ അവർക്ക് പലപ്പോഴും ഭക്ഷണമുണ്ടാക്കാനുള്ള സമയമോ സൗകര്യമോ ആഗ്രഹമോ ഉണ്ടാവാറില്ല. അപ്പോൾ അവർ അധികവും ജാങ്ക്ഫുഡോ ഫാസ്റ്റ് ഫുഡോ കഴിച്ചു വിശപ്പടക്കുന്നു. കല്യാണം കഴിച്ചവരായ സ്ത്രീകളാണെങ്കിൽ ജോലി കഴിഞ്ഞെത്തുമ്പോൾ അവരും അവരുടെ കുടുംബങ്ങളും ഇതേ തെറ്റായ ഭക്ഷണരീതിതന്നെ തുടരുകയും ചെയ്യുന്നു. കൗമാരപ്രായക്കാരികളായ പെൺകുട്ടികളുടെ ജീവിതശൈലിയും ഇതുപോലെയൊക്കെയായിരിക്കും. ഇപ്രകാരം തെറ്റായ ഭക്ഷണശീലവും അതിന്റെ ഫലമായുണ്ടാവുന്ന പോഷകാഹാരക്കുറവും വ്യായാമത്തിന്റെ അഭാവവും ഒത്തുവരുമ്പോൾ പൊണ്ണത്തടിയും അതിന്റെ ഫലമായി ജീവിതശൈലീരോഗങ്ങളും ഉണ്ടാവുന്നു.

എന്താണ് ജീവിതശൈലീ രോഗങ്ങൾ?

പൊണ്ണത്തടിയുണ്ടാവുമ്പോൾ അത് നമ്മുടെ ശരീരത്തിനെ മൊത്തമായി ബാധിക്കുകയും പലതരം രോഗങ്ങൾക്കിടയാക്കുകയും ചെയ്യും.

പൊണ്ണത്തടി (Obesity)

അമിതമായ വണ്ണം ഒരു ആരോഗ്യപ്രശ്നം മാത്രമല്ല മറ്റുപല മഹാരോഗങ്ങളും ഉണ്ടാക്കാനിടയുള്ള ഒരു രോഗം തന്നെയാണ് എന്നു നാം മനസ്സിലാക്കേണ്ടതാണ്. നമ്മുടെ ജീവിതശൈലിയിലെ മാറ്റങ്ങളാണ് പൊണ്ണത്തടിയെ ഒരു ആഗോളആരോഗ്യപ്രശ്നമാക്കി മാറ്റിയത് എന്നുപ

റയാം. കൊഴുപ്പും എണ്ണയും കൂടുതലടങ്ങിയ തെറ്റായ ഭക്ഷണരീതിയും വ്യായാമമോ ശാരീരികാദ്ധ്വാനമോ ഒട്ടുമില്ലാത്ത ജീവിതശൈലിയുമാണ് പൊണ്ണത്തടി ഉണ്ടാവാൻ കാരണം. പ്രസവത്തിനുശേഷവും ആർത്തവ വിരാമത്തിനുശേഷവും സ്ത്രീകൾക്ക് അമിതവണ്ണമുണ്ടാവാം.

തടി വളരെയധികം കൂടുമ്പോൾ വയറിനുചുറ്റും കൊഴുപ്പടിഞ്ഞു കൂടി കുടവയറുണ്ടാവുകയും തുടകൾ, അരക്കെട്ട്, നിതംബം എന്നീ ഭാഗങ്ങളിൽ കൊഴുപ്പടിഞ്ഞുകൂടി ശരീരത്തിന്റെ താഴത്തെ പകുതിക്ക് വണ്ണം കൂടുകയോ ചെയ്യാം. സ്ത്രീകൾക്ക് പൊണ്ണത്തടിയുണ്ടായാൽ ആർത്തവത്തകരാറുകൾ, വന്ധ്യത, പ്രസവസമയത്തും ഗർഭാവസ്ഥയിലും പ്രശ്നങ്ങൾ, അണ്ഡാശയത്തിൽ സിസ്റ്റുകളുണ്ടാകുന്ന PCOS (പോളിസിസ്റ്റിക് ഓവേറിയൻ സിൻഡ്രോം) എന്ന അസുഖം എന്നിവയ്ക്കു പുറമേ ഹോർമോൺനിലയിൽ തകരാറുകളും ഉണ്ടാവാൻ സാദ്ധ്യത കൂടുതലാണ്.

രക്താതിസമ്മർദ്ദം (Hypertension) പക്ഷാഘാതം (Stroke)

പൊണ്ണത്തടിയുള്ളവർക്ക് രക്തസമ്മർദ്ദം (BP) കൂടുതലാവാനുള്ള സാദ്ധ്യത തടി കുറഞ്ഞവരേക്കാൾ ഇരട്ടിയിലധികമാണ്. അമിതവണ്ണമുള്ളവർക്ക് പക്ഷാഘാതം (സ്ട്രോക്ക്- Stroke) ഉണ്ടാവാനും സാദ്ധ്യത കൂടുന്നു. ഇതിനു കാരണം രക്തക്കുഴലുകളിൽ കൊഴുപ്പ് അടിഞ്ഞുകൂടുന്നതും അതിന്റെ ഫലമായി തലച്ചോറിലേക്കുള്ള രക്തപ്രവാഹം കുറയുന്നതുമാണ്. രക്താതിസമ്മർദ്ദമുള്ളവർക്ക് ചിലപ്പോൾ തലച്ചോറിനുള്ളിൽ രക്തസ്രാവം ഉണ്ടായേക്കാം.

ഹൃദ്രോഗവും ഹൃദയാഘാതവും

ഹൃദയത്തിലേക്ക് രക്തം വഹിച്ചുകൊണ്ടുപോകുന്ന രക്തക്കുഴലുകളിൽ (Coronary arteries) കൊഴുപ്പടിഞ്ഞു കൂടുമ്പോൾ ഹൃദയത്തിലേക്കുള്ള രക്തപ്രവാഹം കുറയും. അതിന്റെ ഫലമായി ഹൃദയത്തിന്റെ ജോലിഭാരം കൂടുന്നതിനാൽ നെഞ്ചുവേദനയും ഹൃദ്രോഗവും ഉണ്ടാവാം. കൊഴുപ്പടിഞ്ഞുകൂടിയ രക്തക്കുഴലുകളുടെ ഭിത്തികൾ ചുരുങ്ങുകയും അവയിൽ തടസ്സമുണ്ടാവുകയും ചെയ്യുമ്പോൾ ഹൃദയാഘാതം (Heart Attack) ഉണ്ടാവാൻ സാദ്ധ്യതയുണ്ട്. അതിനാൽ പൊണ്ണത്തടിയുള്ളവർക്ക് ഹൃദ്രോഗവും ഹൃദയാഘാതവും ഉണ്ടാവാൻ സാദ്ധ്യത കൂടുന്നു.

പ്രമേഹം:

പൊണ്ണത്തടിയോടൊപ്പം കാണപ്പെടുന്ന ഒരു ജീവിതശൈലി രോഗമാണ് ടൈപ്പ് 2 വിഭാഗത്തിൽപ്പെട്ട പ്രമേഹം. ശരീരത്തിലെ പഞ്ചസാരയുടെ അളവ് നിയന്ത്രിക്കുന്നതിൽ ഉണ്ടാവുന്ന പ്രശ്നങ്ങളാണ് ഇത്തരം പ്രമേഹമുണ്ടാക്കുന്നത്.

ഉയർന്ന കൊളസ്റ്ററോൾ

പൊണ്ണത്തടിയുള്ളവരിൽ രക്തത്തിലെ കൊളസ്റ്ററോൾ നില ഉയർന്നതായി കാണാറുണ്ട്. അമിതമായ തോതിൽ കൊഴുപ്പടങ്ങിയ ഭക്ഷണം കഴിക്കുമ്പോൾ ശരീരത്തിലെ ചീത്ത കൊളസ്റ്ററോളായ LDL കൊളസ്റ്ററോളും ട്രൈഗ്ലിസറൈഡുകളും വർദ്ധിക്കാനിടയാവുന്നു. നല്ല കൊളസ്റ്ററോളായ HDL കൊളസ്റ്ററോൾ കുറയുകയും ചെയ്യുന്നു. ഇതിന്റെ ഫലമായി ഹൃദ്രോഗം ഉണ്ടാവാൻ സാദ്ധ്യത കൂടുന്നു.

വാതം (Arthritis) ഗൗട്ട് (Gout)

പൊണ്ണത്തടിയുള്ളവർക്ക് സന്ധിരോഗങ്ങളായ ഗൗട്ട്, വാതം എന്നിവ ഉണ്ടാവാൻ സാദ്ധ്യത കൂടുന്നു. പൊണ്ണത്തടിയുണ്ടാവുമ്പോൾ ശരീരത്തിന്റെ അമിതഭാരം വഹിക്കേണ്ടിവരുന്നതിനാൽ കാൽമുട്ടുകൾക്ക് തേയ്മാനവും നീരും വേദനയും ഉണ്ടാവാനിടയുണ്ട്.

അർബ്ബുദം (കാൻസർ)

അമിതവണ്ണമുള്ള സ്ത്രീകൾക്ക് സ്തനാർബ്ബുദം ഉണ്ടാവാൻ സാദ്ധ്യത കൂടുതലാണ് എന്നു പഠനങ്ങൾ തെളിയിക്കുന്നു. പിത്താശയം, വൻകുടൽ, ഗർഭപാത്രം എന്നീ അവയവങ്ങളിലും അർബ്ബുദം ഉണ്ടാവാൻ സാദ്ധ്യത കൂടുന്നു.

മെറ്റബോളിക് സിൻഡ്രോം (Metabolic syndrome)

പൊണ്ണത്തടിയുള്ളവരിൽ രക്താതിസമ്മർദ്ദം, ഉയർന്ന കൊളസ്റ്ററോൾ, അരക്കെട്ടിന്റെ വലുപ്പം കൂടുക, ഇൻസുലിൻ ഹോർമോണിന്റെ പ്രവർത്തനത്തിൽ തകരാറ് എന്നിങ്ങനെ അപകടകരമായ പല ഘടകങ്ങളും ഒത്തുചേരുന്ന അവസ്ഥയാണിത്. ഇവയ്ക്ക് പ്രമേഹം, ഹൃദ്രോഗം പക്ഷാഘാതം, ഹൃദയാഘാതം എന്നിവ ഉണ്ടാവാൻ സാദ്ധ്യത കൂടുന്നു.

ജീവിതശൈലീ രോഗങ്ങൾ തടയുന്നതെങ്ങനെ?

ഏറ്റവും പ്രധാനപ്പെട്ട കാര്യം അമിതവണ്ണം കുറയ്ക്കുക എന്നതാണ്. ശരിയായ ഭക്ഷണരീതിയും കൃത്യമായ വ്യായാമവും ആരോഗ്യകരമായ ജീവിതശൈലിയും കൊണ്ട് അമിതവണ്ണം കുറയ്ക്കുവാനും ജീവിതശൈലി രോഗങ്ങൾ ഒരു പരിധിവരെ തടയാനും കഴിയും

ശ്രദ്ധിക്കേണ്ട കാര്യങ്ങൾ

ഭക്ഷണരീതി

1. ഫാസ്റ്റ്ഫുഡ്, ജങ്ക് ഫുഡ് എന്നിവ ഒഴിവാക്കുക. ബേക്കറിപ്പലഹാരങ്ങൾ,. എണ്ണയിൽ വറുത്തുപൊരിച്ച ഭക്ഷണപദാർത്ഥങ്ങൾ എന്നി

വയുടെ ഉപയോഗം കുറയ്ക്കുകയോ നിർത്തുകയോ ചെയ്യണം.

2. ഇറച്ചി, മുട്ട, വെണ്ണ, നെയ്യ് എന്നിവയുടെ ഉപയോഗം കുറയ്ക്കുക.
3. മത്സ്യം, കോഴിയിറച്ചി തുടങ്ങിയവ കഴിയുന്നതും വേവിച്ചു കഴിക്കണം (വറുത്തു പൊരിച്ച് കഴിക്കാതിരിക്കുക).
4. കൊഴുപ്പു കുറഞ്ഞതോ പാല്പാട നീക്കം ചെയ്തതോ ആയ പാൽ ഉപയോഗിക്കാം.
5. മൈദയുടെ ഉപയോഗം കുറയ്ക്കുക.
6. നാരടങ്ങിയ ഭക്ഷണപദാർത്ഥങ്ങൾ (ഉദാ: ഓട്ട്സ്, നട്ട്സ്, തവിടു കളയാത്ത ധാന്യങ്ങൾ, ഇലക്കറികൾ) ഭക്ഷണത്തിലുൾപ്പെടുത്തുക.
7. സന്തുലിതാഹാരം കഴിക്കുക. ഭക്ഷണത്തിൽ ധാരാളം പഴങ്ങളും പച്ചക്കറികളും ഉൾപ്പെടുത്തണം.

വ്യായാമം

1. കൃത്യമായി ആഴ്ചയിൽ മൂന്നുപ്രാവശ്യമെങ്കിലും വ്യായാമം ചെയ്യണം. ഡോക്ടറുടെ ഉപദേശമനുസരിച്ച് വ്യായാമം തുടങ്ങാം. പ്രായം കൂടിയവർക്ക് നടത്തമാണ് ഏറ്റവും യോജിച്ച വ്യായാമം.
2. കഴിയുന്നത്ര നടക്കാൻ ശ്രമിക്കുക. ചെറിയ യാത്രകൾക്ക് വാഹനം വേണ്ടെന്നു വയ്ക്കുക.
3. ലിഫ്റ്റിനുപകരം കോണിപ്പടികൾ കയറിയിറങ്ങുന്നത് ശീലമാക്കാം.

ജീവിതശൈലിയിൽ മാറ്റങ്ങൾ വരുത്തുക

1. പുകവലി, മദ്യപാനം എന്നീ ദുശ്ശീലങ്ങളുണ്ടെങ്കിൽ അതു നിർത്തുക.
2. അനാവശ്യമായ മാനസികസമ്മർദ്ദം (ടെൻഷൻ) കുറയ്ക്കുക. യോഗ, ധ്യാനം, സകാരാത്മകചിന്തകൾ, സംഗീതം കേൾക്കുക, ഇഷ്ടപ്പെട്ട ഹോബികളിലേർപ്പെടുക എന്നിവ മനസ്സിനു ശാന്തി നല്കാനും മാനസിക സമ്മർദ്ദം കുറയ്ക്കുവാനും സഹായിക്കും.
3. ഉറക്കമൊഴിക്കാതിരിക്കുക. മാനസികാരോഗ്യം നിലനിർത്താനും മാനസികസംഘർഷം ഒഴിവാക്കാനും ഉറക്കം വളരെ ആവശ്യമാണ്.
4. കുടുംബാംഗങ്ങളോടൊത്ത് പിക്നിക്കിനു പോവുകയോ പുറത്തു കറങ്ങാൻ പോവുകയോ ചെയ്യുക. സന്തോഷകരമായി സമയം ചെലവഴിക്കുക.
5. അയൽക്കാരും സുഹൃത്തുക്കളുമായി നല്ല ബന്ധം നിലനിർത്തുക. വഴക്കും പിണക്കവും ഒഴിവാക്കുക.
6. ജീവിതശൈലീ രോഗങ്ങൾ നേരത്തെ കണ്ടുപിടിക്കാനും ചികിത്സ തുടങ്ങാനുമായി ഇടയ്ക്കിടെ കൃത്യമായ ഇടവേളകളിൽ ഡോക്ടറുടെ നിർദ്ദേശപ്രകാരം വൈദ്യപരിശോധനകൾ നടത്തുക.

23

അർബ്ബുദവും സ്ത്രീകളും

അർബ്ബുദം അഥവാ കാൻസർ എന്ന വാക്കുകേൾക്കുമ്പോൾ ത്തന്നെ നമ്മുടെ മനസ്സിൽ ഭയമുണ്ടാവുന്നു. മാരകമായ ഒരു രോഗമാണ് കാൻസർ എന്നു നമുക്കറിയാം. പക്ഷേ, പണ്ടു ഭയപ്പെട്ടതുപോലെ കാൻസർ ഭയാനകമല്ല ഇന്ന്. കാരണം ശാസ്ത്രപുരോഗതിക്കനുസരിച്ച് രോഗനിർണ്ണയത്തിനുള്ള പുതിയ ഉപകരണങ്ങളും രീതികളും ഇന്നുണ്ട്. ആധുനിക ചികിത്സാസൗകര്യങ്ങളുമുണ്ട്. എങ്കിലും കാൻസറിനെക്കുറിച്ചും കാൻസർ വരാതെ തടയുന്നതിനെക്കുറിച്ചും കാൻസർ മുൻകൂട്ടി കണ്ടുപിടിക്കാനുള്ള പരിശോധനകളെക്കുറിച്ചുമെല്ലാം എല്ലാവരും പ്രത്യേകിച്ച് സ്ത്രീകൾ അറിഞ്ഞിരിക്കേണ്ടതാണ്. കാരണം സ്ത്രീകളുടെ ഉത്തരവാദിത്വമാണ് ഒരു കുടുംബത്തിന്റെ ആരോഗ്യം. വീട്ടമ്മയായ സ്ത്രീ സ്വന്തം ആരോഗ്യവും കുടുംബത്തിന്റെ ആരോഗ്യവും ശ്രദ്ധിക്കേണ്ടതാണ്.

ശ്വാസകോശം, വായ, തൊണ്ട, ആമാശയം, അന്നനാളം, കുടൽ, പിത്തസഞ്ചി, കരൾ, പാൻക്രിയാസ്, തലച്ചോറ്, തൈറോയ്ഡ് ഗ്രന്ഥി എന്നിങ്ങനെ വിവിധ അവയവങ്ങളിലുണ്ടാകുന്ന കാൻസർ പുരുഷന്മാരിലെത്തുന്നതുപോലെ സ്ത്രീകൾക്കും ഉണ്ടാവാം. അതുപോലെ രക്താർബ്ബുദം (ലുക്കേമിയ), ത്വക്കിലെ അർബ്ബുദം, ലസികാഗ്രന്ഥികളിലെ (Lymph glands), അർബ്ബുദമായ ലിംഫോമ (Lymphoma), എല്ലിനെ ബാധിക്കുന്ന അർബ്ബുദം എന്നിങ്ങനെയുള്ള കാൻസറുകളും സ്ത്രീകൾക്കും പുരുഷന്മാർക്കും ഒരുപോലെ ഉണ്ടാവാൻ സാദ്ധ്യതയുണ്ട്. പക്ഷേ, സ്ത്രീകളിൽ മാത്രം കാണപ്പെടുന്ന അർബ്ബുദങ്ങളാണ് സ്തനാർബ്ബുദവും സ്ത്രീജനനേന്ദ്രിയവ്യവസ്ഥയിലെ വിവിധ അവയവങ്ങളിലുണ്ടാവുന്ന അർബ്ബുദങ്ങളും.

സ്ത്രീകളിൽ ഏറ്റവുമധികം കാണപ്പെടുന്ന കാൻസർ സ്തനാർബ്ബു

ദമാണ്. അതു കഴിഞ്ഞാൽ ഗർഭാശയ ഗളകാൻസർ, ഗർഭാശയ കാൻസർ, അണ്ഡാശയകാൻസർ എന്നിവ കൂടുതലായി കാണപ്പെടുന്നു.

കാൻസറിന്റെ കാരണങ്ങൾ

ശരീരത്തിലെ കോശങ്ങളിൽ പെട്ടെന്നുണ്ടാകുന്ന അസാധാരണവും അനിയന്ത്രിതവുമായ വളർച്ചയാണ് ട്യൂമറുകൾക്കും കാൻസറുകൾക്കുമിടയാക്കുന്നത്. ജീവിതസാഹചര്യങ്ങൾ, ഭക്ഷണരീതി, ജീവിതശൈലി, പുകവലി, മദ്യപാനം, പുകയിലയുടെ ഉപയോഗം എന്നിവയിലെല്ലാമുള്ള തകരാറുകളും ക്രമക്കേടുകളും കാൻസറിനു കാരണമാവാം. ശുചിത്വമില്ലായ്മ, പൊണ്ണത്തടി, വ്യായാമരഹിതമായ ജീവിതം, പരിസരമലിനീകരണം, കീടനാശിനികൾ, റേഡിയേഷൻ, ചിലതരം വൈറസുകൾ, മലിനജലം, കരിച്ചുവറുത്ത ആഹാരം, എണ്ണയും കൊഴുപ്പും അന്നജവും അമിതമായി ഉപയോഗിക്കുക. കൃത്രിമാഹാരങ്ങൾ, ഉപ്പ് കൂടുതലായി ചേർത്തു ടിന്നിലച്ച ഭക്ഷ്യവസ്തുക്കൾ, മാംസാഹാരം, ആഹാരത്തിലെ വിറ്റാമിനുകളുടെയും ധാതുക്കളുടെയും കുറവ്, പ്രതിരോധശക്തിയുടെ കുറവ് എന്നിങ്ങനെ കാൻസർ ഉണ്ടാക്കുന്ന കാരണങ്ങൾ അനവധിയാണ്.

കാൻസർ തടയുന്നതെങ്ങനെ?

കാൻസർ വരാതിരിക്കാൻ നാം ചെയ്യേണ്ടത് നല്ലതരത്തിലുള്ള ജീവിതശൈലിയും ശരിയായ ഭക്ഷണരീതിയും സ്വീകരിക്കുക എന്നതാണ്. അതോടൊപ്പം ഡോക്ടറുടെ നിർദ്ദേശപ്രകാരം കൃത്യമായി ഇടയ്ക്കിടെ വൈദ്യപരിശോധനകൾ നടത്തുകയും വേണം. കാൻസർ മുൻകൂട്ടി കണ്ടുപിടിക്കാൻ ഇത്തരം പരിശോധനകൾ കൊണ്ടു സാധിക്കും. കാൻസറിന്റെ ആദ്യഘട്ടമാണെങ്കിൽ ചികിത്സിച്ചു ഭേദമാക്കാനും കഴിഞ്ഞുവെന്നു വരാം.

കാൻസർ വരാതിരിക്കാൻ എന്തുഭക്ഷണം കഴിക്കാതിരിക്കണം?

1. എണ്ണയിൽ വറുത്തുപൊരിച്ചതും പുകച്ചതും കരിച്ചതുമായ ഭക്ഷണപദാർത്ഥങ്ങൾ ഒഴിവാക്കുക.
   ഭക്ഷണപദാർത്ഥങ്ങൾ വേവിച്ചു കഴിക്കുന്നതാണുത്തമം. ഗ്രിൽഡ് ചിക്കനേക്കാൾ നല്ലത് വേവിച്ച കോഴിക്കറിയാണ്.
2. മൃഗക്കൊഴുപ്പ് ഒഴിവാക്കുക. ചുവന്ന മാംസം (പന്നി, ആട്, പശു, കാള, പോത്ത്, തുടങ്ങിയവയുടെ Red Meat) കഴിക്കാതിരിക്കുക. ഇവ സ്തനാർബ്ബുദവും കുടലിലെ അർബ്ബുദവും ഉണ്ടാക്കാൻ സാദ്ധ്യതയുണ്ട്.
3. ഭക്ഷണത്തിൽ അമിതമായ ഉപ്പ്, കൊഴുപ്പ്, എണ്ണ, മധുരം എന്നിവ

ഒഴിവാക്കുക.

4. അമിതമായ ഉപ്പിട്ടുണക്കി സൂക്ഷിക്കുന്ന ഭക്ഷണവും (ഉദാ: ഉണക്കമീൻ) അച്ചാർ, ഉപ്പിലിട്ടത് എന്നിവയും അധികം ഉപയോഗിക്കരുത്.
5. കേടുവരാതിരിക്കാനായി രാസവസ്തുക്കൾ ചേർത്ത് ടിന്നിലടച്ചതും സംസ്കരിച്ചതുമായ ഭക്ഷണവസ്തുക്കൾ കഴിക്കാതിരിക്കുക.
6. കൃത്രിമ നിറവും മണവും രുചിയും കലർത്തപ്പെട്ട ഭക്ഷ്യവസ്തുക്കളും പാനീയങ്ങളും ഒഴിവാക്കുക.
7. വെണ്ണ, നെയ്യ്, പാല്ക്കട്ടി എന്നിവയുടെ ഉപയോഗം കുറയ്ക്കുക.
8. പൂപ്പൽ പിടിച്ച ധാന്യങ്ങൾ, പയറുവർഗ്ഗങ്ങൾ, നിലക്കടല എന്നിവ കഴിക്കരുത്. ഇവ കരളിലെ കാൻസർ ഉണ്ടാക്കാനിടയുണ്ട്.

കാൻസർ തടയാനായി കഴിക്കേണ്ട ഭക്ഷണസാധനങ്ങൾ

1. സസ്യാഹാരമാണ് മാംസാഹാരത്തേക്കാൾ ശരീരത്തിനു നല്ലത്. ഭക്ഷണത്തിൽ കൂടുതൽ പച്ചക്കറികൾ ഉൾപ്പെടുത്തുക.
2. നാരുകൾ കൂടുതലടങ്ങിയ ഭക്ഷണം നല്ലതാണ്. പഴങ്ങൾ, പച്ചക്കറികൾ, ഇലക്കറികൾ, തവിടുകളയാത്ത ധാന്യങ്ങൾ, നിലക്കടല, ബദാംപരിപ്പ്, അണ്ടിപ്പരിപ്പ് തുടങ്ങിയവ ഇതിൽപ്പെടുന്നു. വെളുത്ത അരിയേക്കാൾ നല്ലത് പുഴുങ്ങിയ അരിയാണ് (boiled rice)
3. നിറമുള്ള പഴങ്ങളും പച്ചക്കറികളും ഭക്ഷണത്തിൽ ഉൾപ്പെടുത്തുക. മഞ്ഞ, പച്ച, ഓറഞ്ച് നിറങ്ങളിലുള്ള പഴങ്ങളിലും പച്ചക്കറികളിലുമടങ്ങിയ ബീറ്റാകരോട്ടിനും ആന്റി ഓക്സിഡന്റുകളും കാൻസറിനെ പ്രതിരോധിക്കാൻ സഹായിക്കുന്നു. ചീര, കാരറ്റ്, മുരിങ്ങയില, പപ്പായ, കാബേജ് തക്കാളി, തണ്ണിമത്തൻ, കോളിഫ്ളവർ, ബ്രോക്കാളി എന്നിവയെല്ലാം നല്ലതാണ്.
4. നെല്ലിക്ക, ചെറുനാരങ്ങ, ഓറഞ്ച്, മുന്തിരി എന്നിവയും ശരീരത്തിനു നല്ലതാണ്.
5. അമിതമായി ചായയും കാപ്പിയും കുടിക്കാതിരിക്കുക. ഗ്രീൻ ടീ കുടിക്കുന്നത് ആരോഗ്യത്തിനു നല്ലതാണ്. ഇതിലടങ്ങിയ ആന്റി ഓക്സിഡന്റുകളും വിറ്റാമിനുകളും കാൻസറിനെ തടയുന്നതായി പഠനങ്ങൾ തെളിയിച്ചിട്ടുണ്ട്.
6. മഞ്ഞൾ, മല്ലി, ഉലുവ, വെളുത്തുള്ളി, കുരുമുളക് എന്നിവ പലതരം അർബ്ബുദങ്ങൾ വരാതെ തടയാൻ സഹായിക്കുന്നു.
7. സന്തുലിതാഹാരം കഴിക്കേണ്ടതാവശ്യമാണ്. പോഷകക്കുറവ് കൂടുതലാണെങ്കിൽ അതു പരിഹരിക്കാൻ ഡോക്ടറുടെ നിർദ്ദേശപ്രകാരം വിറ്റാമിൻ ഗുളികകൾ കഴിക്കാം.
8. സോയാബീൻ പരിപ്പും സോയാബീൻ ഉല്പന്നങ്ങളും കഴിക്കുന്നതു നല്ലതാണ്. ആർത്തവ വിരാമമെത്തിയ സ്ത്രീകൾ ദിവസേന

സോയാബീൻ ഉല്പന്നങ്ങൾ കഴിക്കുന്നത് സ്തനാർബ്ബുദം തടയാൻ സഹായിക്കും. ഇതുപോലെ കുടൽ, വായ, കരൾ, പാൻക്രിയാസ്, ശ്വാസകോശം എന്നീ അവയങ്ങളിലെ കാൻസറുകളും പുരുഷന്മാരിലെ പ്രോസ്റ്റേറ്റ് ഗ്രന്ഥിയിലെ കാൻസറും തടയാൻ സോയാബീൻ ഫലപ്രദമാണ്.

ശ്രദ്ധിക്കേണ്ട കാര്യങ്ങൾ

1. ശരീരത്തിന്റെ പ്രതിരോധശക്തി കൂട്ടുകയും പോഷകക്കുറവ് തടയുകയും ചെയ്യുന്നതായി വിവിധ പോഷകങ്ങളടങ്ങിയ സന്തുലിതാഹാരം കഴിക്കാൻ ശ്രദ്ധിക്കുക.
2. എല്ലാ ദിവസവും വ്യായാമം ചെയ്യുക. വിഷമമാണെങ്കിൽ നടത്തം, ലഘുവ്യായാമങ്ങൾ എന്നിവ ആഴ്ചയിൽ അഞ്ചുദിവസമെങ്കിലും ചെയ്യുവാൻ ശ്രദ്ധിക്കുക.
3. പൊണ്ണത്തടി വരാതെ നോക്കുക. അമിതമായി ഭക്ഷണം കഴിക്കാതിരിക്കുക.
4. പൊണ്ണത്തടി കുറയ്ക്കാൻ ആഹാരക്രമീകരണവും വ്യായാമവും ചെയ്യുക.
5. ശരീരശുദ്ധിയിൽ ശ്രദ്ധിക്കുക. വായയും പല്ലുകളും വൃത്തിയായി വയ്ക്കുക. ജനനേന്ദ്രിയങ്ങൾ വൃത്തിയായി സൂക്ഷിക്കുക.
6. പരിസര മലിനീകരണം കുറയ്ക്കുക.
7. കീടനാശിനികൾ കലരാനിടയുള്ള പച്ചക്കറികളും ധാന്യങ്ങളും പരിപ്പുവർഗ്ഗങ്ങളും നന്നായി കഴുകി ഉപയോഗിക്കാൻ ശ്രദ്ധിക്കുക.
8. ജീവിതത്തിൽ ശുഭാപ്തിവിശ്വാസം നിലനിർത്തുക. അനാവശ്യമായ കോപം, മാനസിക സംഘർഷം എന്നിവ ഒഴിവാക്കുക.

ഇതിനു പുറമേ ഡോക്ടറുടെ നിർദ്ദേശപ്രകാരം കൃത്യമായി മെഡിക്കൽ പരിശോധനകൾ നടത്തണം. കാൻസർ കുടുംബാംഗങ്ങൾക്കോ ബന്ധുക്കൾക്കോ ഉണ്ടായിട്ടുള്ള ചരിത്രമുള്ളവർ പ്രത്യേകം മുൻകരുതലെടുക്കുകയും കാൻസർ മുൻകൂട്ടി കണ്ടുപിടിക്കാൻ പരിശോധനകൾ നടത്തുകയും ചെയ്യുക.

കാൻസർ ഉണ്ടെന്നു സൂചന നല്കുന്ന ലക്ഷണങ്ങൾ

1. മലമൂത്രവിസർജ്ജനങ്ങളിൽ പെട്ടെന്നു വരുന്ന മാറ്റങ്ങൾ.
2. ശരീരത്തിലെവിടെയെങ്കിലും കാണപ്പെടുന്ന ഉണങ്ങാത്ത വ്രണങ്ങൾ
3. അസാധാരണമായ സ്രാവവും (discharge), രക്തംപോക്കും.
4. സ്തനങ്ങളിലോ ശരീരത്തിലെ ഏതെങ്കിലും ഭാഗങ്ങളിലോ കാണപ്പെടുന്ന മുഴകൾ.
5. ഭക്ഷണം ഇറക്കാനോ വിഴുങ്ങാനോ വിഷമം.

6. ദഹനപ്രശ്നങ്ങൾ.
7. നിർത്താതെയുള്ള വരണ്ട ചുമ, ദീർഘകാലം നീണ്ടുനില്ക്കുന്ന ചുമ എന്നിവ.
8. ശബ്ദത്തിനു വരുന്ന മാറ്റം (ഉദാ: പരുപരുത്ത ശബ്ദമായിത്തീരുക).
9. ശരീരത്തിലുള്ള മറുകിനോ അരിമ്പാരയ്ക്കോ നിറവ്യത്യാസം, പെട്ടെന്നുള്ള വലുപ്പം വയ്ക്കൽ എന്നീ മാറ്റങ്ങൾ

മേല്പറഞ്ഞ ലക്ഷണങ്ങൾ കാണുകയാണെങ്കിൽ ഉടനെത്തന്നെ ഡോക്ടറെ കാണിക്കുകയും വിദഗ്ദ്ധചികിത്സ തുടങ്ങുകയും ചെയ്യേണ്ടതാണ്. കാൻസറിന്റെ ലക്ഷണങ്ങൾ, കാൻസർ തുടങ്ങുന്നതെങ്ങനെ എന്നീകാര്യങ്ങളെക്കുറിച്ചുള്ള ബോധവല്ക്കരണം കൊണ്ട് ഒരു പരിധിവരെയെങ്കിലും നമുക്ക് കാൻസർ എന്ന മാരകരോഗം നിയന്ത്രിക്കാനാവും.

24

സ്ത്രീകളും പ്രമേഹവും

ആധുനികകാലത്ത് ജനങ്ങളുടെ ജീവിതരീതി മാറിയതോടെ ഉണ്ടാവാൻ തുടങ്ങിയ ജീവിതശൈലീ രോഗങ്ങളിലൊന്നാണ് പ്രമേഹം. (Diabetes). ഇന്ത്യയിൽ 2025 ആവുമ്പോഴേക്കും 55 ദശലക്ഷം പ്രമേഹരോഗികളുണ്ടാവാൻ സാദ്ധ്യതയുണ്ടത്രെ. 2025 ആകുമ്പോൾ ലോകത്തിലൊട്ടാകെ 30 കോടിയോളം പ്രമേഹരോഗികളുണ്ടാവുമെന്ന് WHO പറയുന്നു. ജനങ്ങൾക്ക് പ്രമേഹരോഗത്തെക്കുറിച്ച് അറിവുണ്ടാവേണ്ടത് വളരെ ആവശ്യമായതിനാൽ നവംബർ 14-ാം തീയതി എല്ലാവർഷവും പ്രമേഹ ദിനമായി ആചരിക്കപ്പെടുന്നു. പ്രമേഹചികിത്സയിലുപയോഗിക്കുന്ന മരുന്നും മനുഷ്യശരീരത്തിലെ ഒരു ഹോർമോണുമായ ഇൻസുലിൻ കണ്ടുപിടിച്ച ഡോ. ഫ്രേഡറിക് ബാന്റിങ് എന്ന ശാസ്ത്രജ്ഞന്റെ ജന്മദിനമാണ് നവംബർ 14-ാം തീയതി.

സ്ത്രീകൾക്ക് പ്രത്യേകിച്ചും ആർത്തവവിരാമത്തിനുശേഷം ടൈപ്പ് 2 വിഭാഗത്തിൽപ്പെട്ട പ്രമേഹം ഉണ്ടാവാൻ സാദ്ധ്യത കൂടുന്നു. പൊണ്ണത്തടി, തെറ്റായ ഭക്ഷണരീതി, വ്യായാമക്കുറവ് ഇതെല്ലാമാണ് ഇതിനു കാരണം.

പണ്ടുകാലത്ത് സ്ത്രീകൾ വീട്ടുപണികൾ മുഴുവൻ സ്വയം ചെയ്യുകയായിരുന്നല്ലോ പതിവ്. ഇടിക്കുക, അരയ്ക്കുക, തിരുമ്പുക, അടിച്ചുവാരുക, നിലം തുടയ്ക്കുക എന്നു തുടങ്ങിയ വീട്ടുജോലികൾ കൊണ്ട് സ്ത്രീകളുടെ ശരീരത്തിനാവശ്യമായ വ്യായാമം കിട്ടിയിരുന്നു. പക്ഷേ, ഇന്നാണെങ്കിൽ മിക്സർ ഗ്രൈൻഡർ, വാഷിങ് മെഷീൻ, വാക്വം ക്ലീനർ എന്നീ യന്ത്രങ്ങൾ ആ പണികൾ ഏറ്റെടുത്തിരിക്കുന്നു. അതല്ലെങ്കിൽ വീട്ടുജോലിക്കാരികളായിരിക്കും വീട്ടുപണികൾ ചെയ്യുന്നത്. വീട്ടമ്മമാർ പൊതുവേ അലസതയോടെ എന്തെങ്കിലും കൊറിച്ചുകൊണ്ട് ടി വിക്കു മുമ്പിലിരിക്കുന്ന കാഴ്ചയാണ് മിക്ക വീടുകളിലും കാണുന്നത്. ജോലിക്കുപോകുന്ന സ്ത്രീകളാണെങ്കിൽ തിരിച്ചുവരുമ്പോൾ ക്ഷീണം കാരണം

വീട്ടുപണികളെടുക്കാൻ പ്രയാസം തോന്നും. അപ്പോൾ വീട്ടുവേലക്കാരെ ആശ്രയിക്കേണ്ടിവരുന്നു. അല്ലെങ്കിൽ എളുപ്പം ഉണ്ടാക്കാൻ കഴിയുന്ന ഫാസ്റ്റ് ഫുഡ്, ജങ്ക് ഫുഡ്, റെഡിമെയ്ഡ് ഫുഡ് എന്നിവ കൊണ്ട് ഭക്ഷണപ്രശ്നം പരിഹരിക്കുന്നു. ഇത്തരം ഭക്ഷണപദാർത്ഥങ്ങളുടെ (എണ്ണ, കൊഴുപ്പ്, മധുരം, ഉപ്പ് എന്നിവ കൂടുതലടങ്ങിയവയാണ് ഇവ) അമിതോപയോഗം മാനസികസമ്മർദ്ദം വ്യായാമമില്ലാത്ത ജീവിതം എന്നീ കാരണങ്ങൾകൊണ്ട് സ്ത്രീകൾക്ക് അമിതവണ്ണവും അതിന്റെ ഫലമായി പ്രമേഹം, ഉയർന്ന കൊളസ്റ്ററോൾ, രക്താതിസമ്മർദ്ദം, ഹൃദ്രോഗം തുടങ്ങിയ ജീവിതശൈലീ രോഗങ്ങളും ഉണ്ടാകുന്നു. പ്രമേഹരോഗം പൂർണ്ണമായി ചികിത്സിച്ചു മാറ്റാൻ കഴിയില്ല. ഭക്ഷണം ക്രമീകരിക്കുക, മാനസികസമ്മർദ്ദം കുറയ്ക്കുക. വ്യായാമം ചെയ്യുക എന്നിങ്ങനെ ജീവിതശൈലിയിൽ മാറ്റം വരുത്തിയും മരുന്നുകളും കഴിച്ചും പ്രമേഹം നിയന്ത്രിക്കാവുന്നതാണ്. പ്രമേഹം ജീനുകളിലൂടെ അടുത്ത തലമുറകളിലേക്കും കൈമാറ്റം ചെയ്യപ്പെടാം.

എന്താണ് പ്രമേഹം?

ശരീരത്തിലെ പഞ്ചസാരയുടെ തോത് നിയന്ത്രിക്കുന്ന ഇൻസുലിൻ എന്ന ഹോർമോൺ ആഗ്നേയഗ്രന്ഥിയിൽ (പാൻക്രിയാസ്) നിന്നാണ് ഉല്പാദിപ്പിക്കപ്പെടുന്നത്. ഇൻസുലിൻ ഹോർമോണിന്റെ ഉല്പാദനക്കുറവോ പ്രവർത്തനവൈകല്യമോ ശരീരകോശങ്ങൾ ഇൻസുലിനോട് ശരിയായ രീതിയിൽ പ്രതികരിക്കാതിരിക്കുന്നതോ കൊണ്ട് ശരീരത്തിലെ പഞ്ചസാരയുടെ തോത് നിയന്ത്രിക്കപ്പെടാതിരിക്കുകയും ക്രമേണ പഞ്ചസാര കൂടുകയും ചെയ്യുമ്പോഴാണ് പ്രമേഹം (Diabetes) ഉണ്ടാവുന്നത്. പ്രമേഹം രണ്ടുതരത്തിലുണ്ട്- ടൈപ്പ് ഒന്നും രണ്ടും. ഇൻസുലിൻ ഉല്പാദനം ഇല്ലാതിരിക്കുമ്പോൾ ടൈപ്പ് ഒന്ന് വിഭാഗത്തിൽപ്പെട്ട പ്രമേഹവുമുണ്ടാവുന്നു. ഇത് കുട്ടികളിലും ചെറുപ്പക്കാരിലുമാണ് സാധാരണ കാണപ്പെടുന്നത്. ഇത്തരം പ്രമേഹത്തിന് ദിവസേന ഇൻസുലിൻ കുത്തിവെപ്പ് എടുക്കേണ്ടിവരുന്നതാണ് ചികിത്സ. രക്തത്തിലെ പഞ്ചസാരയുടെ അളവ് ഇടയ്ക്കിടെ പരിശോധിച്ച് അതനുസരിച്ച് ഇൻസുലിന്റെ അളവ് കൂട്ടുകയും കുറയ്ക്കുകയുംചെയ്യുന്നു. ഒരു ജീവിതശൈലീരോഗമായ ടൈപ്പ് 2 പ്രമേഹം മദ്ധ്യവയസ്കരിലാണ് (40 വയസ്സിനുമുകളിൽ) കാണപ്പെടുന്നതെങ്കിലും തെറ്റായ ജീവിതരീതി കൊണ്ട് ചെറുപ്പക്കാരിലും ഇതുണ്ടാവാൻ സാദ്ധ്യതയുണ്ട്. ഇത്തരം പ്രമേഹത്തിനുള്ള ചികിത്സ ചിട്ടയായ ഭക്ഷണരീതി, വ്യയാമം, ജീവിതരീതിയിൽ മാറ്റം വരുത്തുക, മരുന്നുകൾ (ഭക്ഷണത്തിനു മുമ്പും ശേഷവും കഴിക്കാനുള്ള ഗുളികകൾ) എന്നിവയാണ്. മരുന്നുകൾകൊണ്ട് പ്രമേഹം നിയന്ത്രിക്കാൻ കഴിയാതെ വരിക. ഗർഭിണികൾക്ക് പ്രമേഹം വരിക. പ്രമേഹത്തിനൊപ്പം മറ്റു സങ്കീർണ്ണതകളുണ്ടാവുക. പ്രമേഹരോഗിക്ക് ശസ്ത്രക്രിയ നടത്തേണ്ടിവരികയോ ഗൗരവമേറിയ അണുബാധയുണ്ടാവുകയോ ചെയ്യുക എന്നീ

അവസ്ഥകളിൽ ഇൻസുലിൻ കുത്തിവെപ്പ് നല്കേണ്ടിവരുന്നു.

പ്രമേഹം വരാൻ സാദ്ധ്യത കൂടുതലുള്ളവർ

1. പാരമ്പര്യം – അച്ഛനമ്മമാരിൽ ആർക്കെങ്കിലും പ്രമേഹമുണ്ടെങ്കിൽ ജീനുകളിലൂടെ അത് കുട്ടികളിലേക്ക് കൈമാറ്റം ചെയ്യപ്പെടാം. രണ്ടു പേർക്കും പ്രമേഹമുണ്ടെങ്കിൽ മക്കൾക്ക് രോഗം വരാൻ 90% – 100% വരെ സാദ്ധ്യതയുണ്ട്. അച്ഛനമ്മമാരിൽ ഒരാൾക്കു മാത്രമാണ് പ്രമേഹമുണ്ടെങ്കിൽ ഇത് 40%–45% ആയി കുറയുന്നു.
2. നാല്പതു വയസ്സു കഴിഞ്ഞാൽ പ്രായം കൂടുന്നതിനനുസരിച്ച് പ്രമേഹം ഉണ്ടാവാൻ സാദ്ധ്യത കൂടുന്നു.
3. അമിതവണ്ണം ഉള്ളവർ, അരയുടെ വണ്ണം കൂടുതലുള്ളവർ (കുടവയറുള്ളവർ) രക്താതിസമ്മർദ്ദമോ ഹൃദ്രോഗമോ ഉയർന്ന കൊളസ്റ്ററോളോ ഉള്ളവർ എന്നിവർക്ക് പ്രമേഹ സാദ്ധ്യത കൂടുതലാണ്.
4. ഗർഭാവസ്ഥയിൽ പ്രമേഹമുണ്ടായ സ്ത്രീകൾക്കും, അമിത ഭാരമുള്ള കുട്ടിയെ പ്രസവിച്ച സ്ത്രീകൾക്കും, പോളിസിസ്റ്റിക് ഓവറി ഡിസീസ് (PCOD) എന്ന അസുഖമുള്ള സ്ത്രീകൾക്കും പ്രമേഹം വരാൻ സാദ്ധ്യതകൂടും.

ലക്ഷണങ്ങൾ

പ്രമേഹത്തിന് തുടക്കത്തിൽ കാര്യമായ ലക്ഷണങ്ങളൊന്നും കാണാറില്ല. അതുകൊണ്ടുതന്നെ പലപ്പോഴും കൃത്യസമയത്ത് അത് കണ്ടുപിടിക്കാനും കഴിയാറില്ല. ലക്ഷണങ്ങൾ തുടക്കത്തിൽ കുറവായതിനാൽ രോഗികൾ പ്രാരംഭഘട്ടത്തിൽ ഡോക്ടറെ സമീപിക്കാറുമില്ല. മറ്റേതെങ്കിലും രോഗങ്ങളുടെ പരിശോധനയുടെ ഭാഗമായോ സാധാരണ വൈദ്യപരിശോധനയുടെ സമയത്തോ രക്തത്തിലെ പഞ്ചസാര പരിശോധിക്കുമ്പോഴും, പെട്ടെന്ന് തലചുറ്റിവീഴുകയോ പ്രമേഹരോഗത്തിന്റെ ഫലമായി എന്തെങ്കിലും സങ്കീർണ്ണതകളുണ്ടാവുകയോ ചെയ്യുമ്പോൾ ഉടനെ രക്തത്തിലെ പഞ്ചസാരയുടെ തോത് പരിശോധിക്കുമ്പോഴും മറ്റുമായിരിക്കാം പ്രമേഹ രോഗം ഉണ്ടെന്ന് മനസ്സിലാവുന്നത്. പക്ഷേ, അപ്പോഴക്കും പ്രമേഹം കൊണ്ട് ശരീരത്തിനുള്ളിലെ അവയവങ്ങൾക്ക് കേടു സംഭവിച്ചിരിക്കും. മദ്ധ്യവയസ്സിനുശേഷം കാണപ്പെടുന്ന പ്രമേഹത്തിനൊപ്പം രക്താതിസമ്മർദ്ദം, ഉയർന്ന കൊളസ്റ്ററോൾ,. ഹൃദ്രോഗം എന്നീ രോഗങ്ങളും (ജീവിതശൈലീരോഗങ്ങൾ) ഉണ്ടാവാൻ സാദ്ധ്യതയുണ്ട്.

ലക്ഷണങ്ങളിൽ ചിലത് ഇവയാണ്

1. അമിതമായ ദാഹവും വിശപ്പും
2. ക്ഷീണവും ശക്തിക്കുറവും ഇടയ്ക്കിടെ തലചുറ്റലും
3. എത്ര നന്നായി ഭക്ഷണം കഴിച്ചാലും മെലിഞ്ഞിരിക്കുക അല്ലെങ്കിൽ

അമിതവണ്ണമുണ്ടാവുക.

4. മുറിവുകളുണ്ടായാൽ ഉണങ്ങാൻ കാലതാമസം വരിക.
5. കൈകാലുകൾ തരിപ്പ്
6. കാഴ്ചയ്ക്ക് തകരാറ്
7. ഇടയ്ക്കിടെ മൂത്രമൊഴിക്കേണ്ടിവരിക (പ്രത്യേകിച്ചും രാത്രിയിൽ)
9. ജനനേന്ദ്രിയത്തിലും തുടയിടുക്കിലും ചൊറിച്ചിൽ. കുരുക്കൾ, പൂപ്പൽ ബാധ (ഫംഗസ് ബാധ) എന്നിവ.

സ്ത്രീകളും പ്രമേഹവും

സ്ത്രീകൾക്ക് പ്രമേഹം വന്നാൽ പുരുഷന്മാരേക്കാളധികം പ്രശ്നങ്ങളുണ്ടാവാനിടയുണ്ട്.

ഗർഭകാലത്തുണ്ടാവുന്ന പ്രമേഹം അമ്മയ്ക്കും നവജാതശിശുവിനും പല പ്രശ്നങ്ങൾക്കും കാരണമാവുന്നു. മാസം തികയാതെ പ്രസവം, മൂത്രത്തിൽ ഇടയ്ക്കിടെ പഴുപ്പ്, ഗർഭപാത്രത്തിനുള്ളിലെ ദ്രാവകം കൂടുക എന്നിവയുണ്ടാവാം. നവജാതശിശുവിന് വലുപ്പവും തൂക്കവും കൂടുക, കുട്ടിയുടെ ശരീരത്തിലെ അവയവങ്ങൾക്ക് പലതരത്തിലുള്ള വൈകല്യങ്ങൾ, മഞ്ഞപ്പിത്തം എന്നിവയും കാണാം. ഗർഭകാലപ്രമേഹം 80% സ്ത്രീകളിൽ പ്രസവത്തിനുശേഷം ഇല്ലാതാവാറുണ്ട്. പക്ഷേ, ഇവരിൽ പലർക്കും 5–10 വർഷങ്ങൾക്കുള്ളിൽ വീണ്ടും പ്രമേഹം വരുന്നതായി കാണപ്പെടുന്നു.

സ്ത്രീകൾക്ക് പ്രമേഹമുണ്ടാവുമ്പോൾ ആദ്യലക്ഷണങ്ങളിലൊന്നാണ് യോനിയിൽ ചൊറിച്ചിലും പൂപ്പൽബാധയും (ഫംഗസ്സ് മൂലമുള്ള രോഗം).

പ്രമേഹത്തെത്തുടർന്ന് ഹൃദ്രോഗവും ഹൃദയാഘാതവും ഉണ്ടാവാനിടയുണ്ട്. ആർത്തവം നടക്കുന്ന കാലഘട്ടത്തിൽ ഈസ്ട്രജൻ ഹോർമോൺ സ്ത്രീകളെ ഹൃദയാഘാതത്തിൽ നിന്നു രക്ഷിക്കാറുണ്ട്. അതുകൊണ്ട് അവർക്ക് ഹൃദ്രോഗസാദ്ധ്യത കുറവാണ്. പക്ഷേ, ആർത്തവവിരാമത്തിനുശേഷം സ്ത്രീകൾക്ക് ഹൃദയസ്തംഭനം വരാൻ സാദ്ധ്യത കൂടുന്നു. (ഈസ്ട്രജൻ ഹോർമോൺ ഉല്പാദനം ഇല്ലാതാവുന്നതിനാൽ) പ്രമേഹ രോഗികൾക്ക് ഉണ്ടാവുന്ന ഹൃദയാഘാതം അധികവും നെഞ്ചുവേദനയില്ലാത്തതായിരിക്കും (Silent Heart Attack) എന്നതിനാൽ രോഗി ഡോക്ടറെ സമീപിക്കാൻ വൈകാനും രോഗനിർണ്ണയത്തിന് വിഷമം ഉണ്ടാവാനും സാദ്ധ്യതയുണ്ട്.

പ്രമേഹം വരുന്നത് തടയാൻ കഴിയുമോ?

ജനിതകമായ കാരണങ്ങൾ കൊണ്ട് പാരമ്പര്യമായി ലഭിക്കുന്ന പ്രമേഹം തടയാൻ നമുക്കു കഴിയില്ല. പക്ഷേ ജീവിതശൈലീരോഗമായി ഉണ്ടാവുന്ന പ്രമേഹം തടയാൻ ഒരു പരിധിവരെ നമുക്കു കഴിഞ്ഞേക്കാം. താഴെപ്പറയുന്ന കാര്യങ്ങൾ ശ്രദ്ധിക്കേണ്ടതാണ്.

1. രക്തസമ്മർദ്ദം (ബി പി) കൂടുതലാണെങ്കിൽ അതു നിയന്ത്രിക്കാനുള്ള ചികിത്സ (മാനസിക സമർദ്ദം കുറയ്ക്കുക, ഉപ്പു കുറയ്ക്കു

ക, മരുന്നുകൾ കഴിക്കുക എന്നിവ) നടത്തേണ്ടതാണ്. രക്താതിസമ്മർദ്ദം (Hypertension) ഉള്ളവർക്ക് പ്രമേയം ഉണ്ടാവാൻ സാദ്ധ്യത കൂടുന്നു.

2. അമിതവണ്ണമുണ്ടെങ്കിൽ കുറയ്ക്കുക. തടി കൂടാതിരിക്കാൻ ശ്രദ്ധിക്കുക. അരയ്ക്കു ചുറ്റുമുള്ള അളവ് സ്ത്രീകൾക്ക് 80 സെ മീ ൽ കൂടുതലാണെങ്കിൽ പ്രമേഹ സാദ്ധ്യത കൂടുന്നു.
3. രക്തത്തിൽ കൊളസ്റ്ററോൾ കൂടുതലാണെങ്കിൽ അതോടൊപ്പം പ്രമേഹവും ഉണ്ടാവാം. അതുകൊണ്ട് കൊളസ്റ്ററോൾ നിയന്ത്രിക്കാൻ ഭക്ഷണക്രമീകരണം, വ്യായാമം, ചികിത്സ എന്നിവ ചെയ്യുക.
4. അധികം കൊഴുപ്പ്, എണ്ണ, മധുരം, ഉപ്പ് എന്നിവയടങ്ങിയ ഭക്ഷണ പദാർത്ഥങ്ങൾ ഒഴിവാക്കുക. ഭക്ഷണത്തിൽ ധാരാളം പച്ചക്കറികൾ, മധുരം കുറഞ്ഞ പഴങ്ങൾ, നാരടങ്ങിയ ഭക്ഷ്യവസ്തുക്കൾ എന്നിവ ഉൾപ്പെടുത്തുക സമീകൃതാഹാരം കഴിക്കാൻ ശ്രദ്ധിക്കുക.
5. വ്യായാമം ശരീരത്തിനാവശ്യമാണ്. മദ്ധ്യവയസ്സിനുശേഷം പ്രായത്തിനനുസരിച്ച് ഡോക്ടറുകളുടെ നിർദ്ദേശപ്രകാരമുള്ള വ്യായാമങ്ങൾ ചെയ്യാം. ആഴ്ചയിൽ 6 ദിവസമെങ്കിലും നടത്തം പോലുള്ള ലഘു വ്യായാമങ്ങൾ ചെയ്യാവുന്നതാണ്.
6. മദ്യപാനം, പുകവലി എന്നിവ ഒഴിവാക്കുക.
7. മാനസികസമ്മർദ്ദം കുറയ്ക്കാനായി യോഗ, ധ്യാനം, ഹോബികൾ, സുഹൃദ് ബന്ധങ്ങൾ എന്നീ മാർഗ്ഗങ്ങൾ സ്വീകരിക്കുക.
8. ഇടയ്ക്കിടെ ഡോക്ടറെ സമീപിച്ച് വൈദ്യപരിശോധന നടത്തുക.

വീട്ടമ്മമാർ ശ്രദ്ധിക്കേണ്ട കാര്യങ്ങൾ

ഒരു വീട്ടിലെ കുടുംബാംഗങ്ങളുടെ ആരോഗ്യവും ഭക്ഷണകാര്യവും ശ്രദ്ധിക്കുന്നത് വീട്ടമ്മയാണല്ലോ. താൻ സ്വയം പ്രമേഹരോഗിയാണെങ്കിലും വീട്ടിൽ പ്രമേഹരോഗികളുണ്ടെങ്കിലും ഒരു വീട്ടമ്മ പ്രത്യേകം ശ്രദ്ധിക്കേണ്ടതായ ചില കാര്യങ്ങളുണ്ട്.

1. ഭക്ഷണനിയന്ത്രണം

പ്രമേഹരോഗിയുടെ ഭക്ഷണനിയന്ത്രണം വളരെ പ്രധാനമാണ്. അമിതമായി ഭക്ഷണം കഴിക്കുന്നതും ഭക്ഷണങ്ങൾ (ഉദാ: പ്രാതൽ) കഴിക്കാതിരിക്കുന്നതും പ്രമേഹരോഗികൾക്ക് നല്ലതല്ല. മധുരപലഹാരങ്ങളും പഞ്ചസാരയും നിർത്തുകയോ വളരെയധികം കുറയ്ക്കുകയോ ചെയ്യണം. അധികം ഉപ്പും ഉപയോഗിക്കരുത്. ഭക്ഷണത്തിന്റെ അളവ് കുറയ്ക്കുകയും പച്ചക്കറികൾ സാലഡ് രൂപത്തിൽ ഇടയ്ക്കിടെ കഴിക്കുകയും ചെയ്യാം. അരിയും ഗോതമ്പും മിതമായി കഴിക്കുക. മൈദ ഒഴിവാക്കണം. തവിടുകളയാത്ത അരിയും ഗോതമ്പുമാണ് നല്ലത്. പ്രമേഹമുള്ളപ്പോൾ അരിയേക്കാൾ നല്ലത് ഗോതമ്പാണ് എന്നുപറയപ്പെടുന്നു. കൊഴുപ്പ്, എണ്ണയിൽ വറുത്തുപൊരിച്ച ഭക്ഷ്യവസ്തുക്കൾ, ബേക്കറി

സാധനങ്ങൾ, മുട്ട, മാംസം, പാൽ, വെണ്ണ എന്നിവയുടെ ഉപയോഗം വളരെ കുറയ്ക്കുക. കോളപോലുള്ള മധുരപാനീയങ്ങൾ, പാക്കറ്റിൽ ലഭിക്കുന്ന ഫ്രൂട്ട് ജൂസുകൾ (ഇവയിൽ മധുരം കൂടുതലാണ്) എന്നിവ ഒഴിവാക്കണം. നാരടങ്ങിയ ഭക്ഷണപദാർത്ഥങ്ങൾ (ഉദാ: പച്ചക്കറികൾ, ധാന്യങ്ങൾ, ഇലക്കറികൾ, നട്ട്സ്) ഭക്ഷണത്തിൽ ഉൾപ്പെടുത്താം. പഞ്ചസാര, വെല്ലം, തേൻ, ഗ്ലൂക്കോസ്, മധുരപലഹാരങ്ങൾ, അച്ചാർ, സർബ്ബത്ത്, ശീതളപാനീയങ്ങൾ, കേക്ക്, പേസ്ട്രി, ഐസ്ക്രീം, ജാം, ജെല്ലി, മാർമലേഡ്, ചോക്ലേറ്റ്, മിഠായി എന്നിവ പ്രമേഹരോഗികൾ ഒഴിവാക്കുന്നതായിരിക്കും നല്ലത്. കൃത്യസമയത്ത് ഭക്ഷണം കഴിക്കണം. ദാഹിക്കുമ്പോൾ വെള്ളത്തിനു പുറമേ പച്ചക്കറിസൂപ്പോ ഉപ്പിട്ട നാരങ്ങാവെള്ളമോ കുടിക്കാം. ഇടവേളകളിൽ ലഘുവായ ഭക്ഷണ വസ്തുക്കൾ കഴിക്കാം. പച്ചക്കറികളും തക്കാളിയും സലാഡ് രൂപത്തിൽ കഴിക്കാം. മുളപ്പിച്ച പയർ, നട്ട്സ്, മധുരം കുറഞ്ഞതും നാരങ്ങവർഗ്ഗത്തിൽപ്പെട്ടതുമായ പഴങ്ങൾ എന്നിവ കഴിക്കാം. അന്നജം, കൊഴുപ്പ്, ലവണങ്ങൾ, പ്രോട്ടീൻ എന്നിവ കൃത്യമായ അളവിലടങ്ങിയ സമീകൃതാഹാരമാണ് കഴിക്കേണ്ടത്.

2. ഉപവാസം

പ്രമേഹരോഗികൾ കഴിയുന്നതും ഉപവാസവും നോമ്പും ഒഴിവാക്കുന്നതായിരിക്കും നല്ലത്. ഉപവാസം ശരീരത്തിന് അനാവശ്യമായ സമ്മർദ്ദം ഉണ്ടാക്കുന്നതിനാൽ ശരീരത്തിൽ ഇൻസുലിനെതിരായി പ്രവർത്തിക്കുന്ന ഹോർമോണുകളുടെ തോത് കൂടാനിടയുണ്ട്. ക്രമേണ അബോധാവസ്ഥയിലേക്കു നയിക്കുന്ന Diabetic Keto acidosis എന്ന അപകടകരമായ അവസ്ഥയുണ്ടാവാം. ടൈപ്പ് ഒന്ന് പ്രമേഹം. ഉള്ള രോഗികൾ ഉപവസിക്കാൻ പാടില്ല. ഒരു നേരം മാത്രം ഭക്ഷണം കഴിക്കുന്ന സ്വഭാവമുണ്ടെങ്കിൽ അതു നിർത്തണം. അതുപോലെ ദിവസവും കഴിക്കുന്ന ഭക്ഷണത്തിന്റെ അളവിൽ പെട്ടെന്നു വ്യത്യാസം വരുത്തരുത്. അതായത് അധികം വാരിവലിച്ചു തിന്നുന്നതും, ഉപവസിക്കുന്നതും ഭക്ഷണത്തിലേതെങ്കിലും കഴിക്കാതിരിക്കുന്നതുമെല്ലാം പ്രമേഹരോഗികൾക്ക് പ്രശ്നങ്ങളുണ്ടാക്കാനിടയുണ്ട്.

3. കൃത്യമായ വ്യായാമം

പ്രമേഹരോഗികൾക്ക് ഭക്ഷണനിയന്ത്രണത്തോടൊപ്പം വ്യായാമവും വേണം. രോഗിയുടെ പ്രായം, ശരീരഘടന, മറ്റു രോഗങ്ങൾ, ആരോഗ്യസ്ഥിതി, ജോലി എന്നിങ്ങനെയുള്ള കാര്യങ്ങൾ കണക്കിലെടുത്ത് ഡോക്ടർ നിർദ്ദേശിക്കുന്ന പ്രകാരം വ്യായാമങ്ങൾ ചെയ്യാം. പ്രായം കൂടിയവർക്ക് നടത്താമെന്ന് യോജിച്ച ലളിതവ്യായാമം. രക്തത്തിലെ പഞ്ചസാരയുടെ അളവ് വളരെ കുറവോ കൂടുതലോ ആയിരിക്കുമ്പോൾ വ്യായാമം ചെയ്യരുത്. ഹൃദ്രോഗവും രക്താതിസമ്മർദ്ദവും സന്ധിവാതവും ഉള്ളവർ ഡോക്ടറുടെ നിർദ്ദേശപ്രകാരം മാത്രം വ്യായാമം ചെയ്യുക.

4. രോഗനിയന്ത്രണം

പ്രമേഹത്തിനുള്ള മരുന്നുകൾ കൃത്യമായി, മുടങ്ങാതെ ശരിയായ ഡോസിൽ കഴിക്കാൻ ശ്രദ്ധിക്കുക. ഇൻസുലിൻ കുത്തിവെപ്പിന്റെ കാര്യം പ്രത്യേകം ശ്രദ്ധിക്കേണ്ടതാണ്. ഇടയ്ക്കിടെ വീട്ടിൽവെച്ച് ഗ്ലൂക്കോമീറ്റർകൊണ്ടോ, പുറത്ത് ലാബറട്ടറിയിൽ വെച്ചോ രക്തത്തിലെ പഞ്ചസാരയുടെ തോത് പരിശോധിക്കണം. അതിന്റെ ഒരു റെക്കോർഡും സൂക്ഷിക്കണം. അതായത് പരിശോധിക്കുന്ന തീയതി, സമയം, പഞ്ചസാരയുടെ തോത് എന്നിവ ഡയറിയിൽ രേഖപ്പെടുത്തിവയ്ക്കുകയും ഡോക്ടറുടെ അടുത്ത് ചെല്ലുമ്പോൾ അത് ഡോക്ടറെ കാണിക്കുകയും വേണം. അതിനനുസരിച്ച് ഡോക്ടറുടെ നിർദ്ദേശപ്രകാരം മരുന്നിന്റെയും ഇൻസുലിന്റെയും തോത് വ്യത്യാസപ്പെടുത്താം.

പ്രമേഹരോഗികൾക്ക് ഉണ്ടാവാനിടയുള്ള അടിയന്തിരഘട്ടങ്ങൾ

പ്രധാനമായി രണ്ടുതരം അടിയന്തിരഘട്ടങ്ങളാണ് പ്രമേഹരോഗത്തിൽ ഉണ്ടാവാൻ സാദ്ധ്യതയുള്ളത്.

രക്തത്തിലെ പഞ്ചസാരയുടെ തോത് അധികമായാൽ (Hyperglycemia)

രക്തത്തിൽ പഞ്ചസാരയുടെ അളവ് കൂടിയാൽ ക്ഷീണം, വയറുവേദന, അധികം മൂത്രം പോവുക, ഛർദ്ദി, വിശപ്പില്ലായ്മ, ശ്വാസമെടുക്കാൻ പ്രയാസം, അമിതമായ വിശപ്പും ദാഹവും എന്നിങ്ങനെ പല ലക്ഷണങ്ങൾ കാണാം. ക്രമേണ രോഗി അബോധാവസ്ഥയിലായേക്കാം.

ശ്രദ്ധിക്കേണ്ട കാര്യങ്ങൾ: പ്രമേഹത്തിനുള്ള മരുന്നുകൾ മുടക്കാതിരിക്കുക. പനി, ഛർദ്ദി, വയറിളക്കം തുടങ്ങിയ രോഗങ്ങൾ ഉണ്ടായാൽ സ്വയം ചികിത്സിക്കുകയോ തനിയെ മാറാൻ കാത്തിരിക്കുകയോ ചെയ്യാതെ ഡോക്ടറെ കാണിക്കണം. ഭക്ഷണം കുറയ്ക്കുകയോ അധികം കഴിയ്ക്കുകയോ പട്ടിണി കിടക്കുകയോ ചെയ്യരുത്. ചിലതരം രോഗാണുബാധകൾ കൊണ്ടും രക്തത്തിലെ പഞ്ചസാരയുടെ തോത് കൂടാം.

പ്രഥമശുശ്രൂഷ: രോഗിക്ക് മധുരമില്ലാത്ത പാനീയങ്ങൾ കുറേശ്ശെ കൊടുക്കാം. അബോധാവസ്ഥയിലാണെങ്കിൽ ഒന്നുംകുടിക്കാൻ കൊടുക്കരുത്. രോഗി മരിച്ചുപോവാനിടയുള്ളതിനാൽ കഴിയുന്നതും വേഗം ആസ്പത്രിയിലെത്തിക്കുക.

രക്തത്തിലെ പഞ്ചസാര ക്രമാതീതമായി കുറഞ്ഞാൽ (Hypoglycemia)

മുമ്പ് വിവരിച്ച അവസ്ഥയേക്കാൾ അപകടകരമായ ഒരു അടിയന്തിരഘട്ടമാണിത്. തലക്കറക്കം, തലവേദന, തലയ്ക്ക് ഭാരം, ഹൃദയമി

ടിപ്പ് കൂടുക, വിയർക്കുക, കാഴ്ച മങ്ങുക, അമിതമായ ദാഹം, ദേഹം തണുക്കുക എന്നിങ്ങനെ പല ലക്ഷണങ്ങളും കാണാം. രോഗി ക്രമേണ അബോധാവസ്ഥയിലെത്തുകയും ചികിത്സ ലഭിച്ചില്ലെങ്കിൽ മരിച്ചുപോവുകയും ചെയ്യാം.

ശ്രദ്ധിക്കേണ്ട കാര്യങ്ങൾ

പ്രമേഹരോഗികൾ തങ്ങൾക്ക് പ്രമേഹമുണ്ടെന്നും ഏതുതരം മരുന്നാണ്. (ഇൻസുലിനാണെങ്കിൽ അതും) കഴിക്കുന്നതെന്നുമുള്ള വിവരം എഴുതിയ കടലാസോ കാർഡോ എപ്പോഴും കൂടെ കരുതണം. വീട്ടിനു പുറത്തുപോകുമ്പോൾ പഞ്ചസാരയോ ചോക്ലേറ്റോ ഗ്ലൂക്കോസ്സോ കൈവശം ഉണ്ടായിരിക്കണം. രക്തത്തിൽ പഞ്ചസാര കുറയുന്നതായി എന്തെങ്കിലും ലക്ഷണങ്ങൾ കണ്ടാൽ രോഗി തന്റെ കൈയിലുള്ള പഞ്ചസാരയോ ചോക്ലേറ്റോ ഗ്ലൂക്കോസ്സോ ഉടനെ വായിലിടണം.

പ്രഥമശുശ്രൂഷ

രക്തത്തിൽ പഞ്ചസാര കുറയുന്നതിന്റെ ലക്ഷണങ്ങൾ കാണുകയാണെങ്കിൽ രോഗിയോ ബന്ധുക്കളോ ഉടനെ അതിനുള്ള പ്രതിവിധി ചെയ്യണം. രോഗിക്ക് ഗ്ലൂക്കോസ്സോ പഞ്ചസാരയോ വെള്ളത്തിൽ കലക്കി കൊടുക്കുകയോ നേരിട്ട് വായിലിട്ടുകഴിക്കാൻ കൊടുക്കുകയോ ചെയ്യണം. ഒന്നും കിട്ടിയില്ലെങ്കിൽ മധുരപാനീയമോ കരിക്കുവെള്ളമോ നാരങ്ങ വെള്ളമോ കൊടുക്കാം. രോഗി 5–10 മിനിട്ടിനുള്ളിൽ ശരിയായിട്ടില്ലെങ്കിൽ കഴിയുന്നതും വേഗം ആസ്പത്രിയിലെത്തിക്കണം. അബോധാവസ്ഥയിലാണെങ്കിൽ ഒന്നും കുടിക്കാൻ കൊടുക്കരുത്. ഉടനടി ആസ്പത്രിയിലെത്തിക്കുക.

പ്രമേഹരോഗികളുടെ കാര്യത്തിൽ വീട്ടമ്മമാരുടെ ഉത്തരവാദിത്വം വളരെ കൂടുതലാണ്. കുട്ടികളായാലും മുതിർന്നവരായാലും അവരുടെ ആരോഗ്യകാര്യത്തിൽ വീട്ടമ്മയുടെ പ്രത്യേക ശ്രദ്ധം വേണം. വീട്ടമ്മ സ്വയം പ്രമേഹരോഗിയാണെങ്കിൽ അവർ വളരെയധികം ശ്രദ്ധിക്കേണ്ടതുണ്ട്. പക്ഷേ, പ്രമേഹരോഗമുണ്ടെന്നു കരുതി അനാവശ്യമായി പരിഭ്രമിക്കുകയോ അപകർഷതാബോധം തോന്നുകയോ ചെയ്യേണ്ട കാര്യമില്ല. ഇപ്പോൾ പ്രമേഹം വളരെ സാധാരണയായ ഒരു ജീവിതശൈലീ രോഗമായതിനാൽ സമൂഹം പണ്ടുകാലത്തേതുപോലെ പ്രമേഹരോഗിയെ അത്ഭുതത്തോടെ വീക്ഷിക്കാറില്ല. മുമ്പുപറഞ്ഞതുപോലെയുള്ള അടിയന്തിരഘട്ടങ്ങളെക്കുറിച്ചും അതിനുള്ള പ്രഥമ ശുശ്രൂഷയെക്കുറിച്ചും രോഗിക്കും കുടുംബാംഗങ്ങൾക്കും ബന്ധുക്കൾക്കും അറിവുണ്ടായിരിക്കുന്നത് നല്ലതാണ്. ആവശ്യമായ മുൻകരുതലുകളും ശരിയായ ഭക്ഷണരീതിയും പ്രമേഹത്തെക്കുറിച്ചുള്ള അറിവും രോഗനിയന്ത്രണവുമുണ്ടായാൽ പ്രമേഹരോഗിക്ക് വലിയ പ്രശ്നങ്ങളൊന്നുമില്ലാത്ത ജീവിതം നയിക്കാൻ കഴിയും. വീട്ടമ്മയ്ക്കോ കുടുംബാംഗങ്ങൾക്കോ പ്രമേഹമുണ്ടെങ്കിൽ മേല്പറഞ്ഞ കാര്യങ്ങളെല്ലാം ശ്രദ്ധിക്കുന്നത് നന്നായിരിക്കും.

25

വെള്ളപോക്ക് സ്ത്രീകളിൽ

പ്രായഭേദമെന്യേ മിക്ക സ്ത്രീകളെയും വളരെയധികം വിഷമിപ്പിക്കുന്ന ഒരു ആരോഗ്യപ്രശ്നമാണ് വെള്ളപോക്ക് അഥവാ ലൂക്കോറിയ (Leucorrhoea). ഇത് ചികിത്സിച്ചു മാറ്റാമെങ്കിലും വീണ്ടും ഉണ്ടായേക്കാം. വെള്ളപോക്ക് ഒരു രോഗമല്ല, ഒരു ശാരീരികലക്ഷണമാണ്. ഇത് ശരീരത്തിന്റെയോ ലൈംഗികാവയവങ്ങളുടെയോ രോഗങ്ങളെ സൂചിപ്പിക്കുന്നു.

എന്താണീ വെള്ളപോക്ക്?

സ്ത്രീകളുടെ യോനിയിൽ നിന്ന് വെളുത്ത നിറത്തിലുള്ള ഒരു ദ്രാവകം പുറത്തേക്കു വരുന്നതിനെയാണ് വെള്ളപോക്ക് എന്നുപറയുന്നത്. ഈ ദ്രാവകത്തിന്റെ നിറം എല്ലായ്പോഴും വെളുത്തനിറമാവണമെന്നില്ല. ചിലപ്പോൾ മഞ്ഞനിറമോ ഇളം പച്ചനിറമോ ആവാനും വഴിയുണ്ട്. ഈ ദ്രാവകത്തിന് ചിലപ്പോൾ കട്ടികൂടിയെന്നുവരാം. മാത്രമല്ല, ദുർഗ്ഗന്ധം ഉണ്ടാവാനുമിടയുണ്ട്. ചില സ്ത്രീകളുടെ യോനിയിൽനിന്ന് സാധാരണയിൽ കവിഞ്ഞതരത്തിൽ, ദുർഗ്ഗന്ധമോ നിറവ്യത്യാസമോ ഇല്ലാത്തതും ചൊറിച്ചിലുണ്ടാക്കാത്തതുമായ വെളുത്ത ദ്രാവകം പുറത്തേക്കു വരാറുണ്ട്. ഇത് വെള്ളപോക്കാണെന്ന് തെറ്റിദ്ധരിക്കപ്പെടാറുണ്ടെങ്കിലും വാസ്തവത്തിൽ ഇതു വെള്ളപോക്കല്ല.

വെള്ളപോക്കിനോടനുബന്ധിച്ച് ബാഹ്യലൈംഗികാവയവങ്ങളിൽ ചൊറിച്ചിൽ, മൂത്രമൊഴിക്കുമ്പോൾ നീറ്റൽ, ലൈംഗിക ബന്ധത്തിലേർപ്പെടുമ്പോൾ യോനിയിൽ വേദന, നടുവേദന എന്നീ ലക്ഷണങ്ങൾ സാധാരണയാണ്. യോനിയിൽ നിന്നുവരുന്ന ദ്രാവകത്തിനു ദുർഗ്ഗന്ധമുണ്ടാവുമെന്നു മാത്രമല്ല, ചിലപ്പോൾ അതിൽ രക്തവും കണ്ടെന്നുവരും.

വെള്ളപോക്കിന്റെ കാരണങ്ങൾ:

യോനീനാളവും (vagina), ഗർഭാശയമുഖവും (cervix) ബാക്ടീരിയ, പൂപ്പൽ (Fungus) പ്രോട്ടോസോവ എന്നീ വിഭാഗങ്ങളിൽപ്പെട്ട പല രോഗാണുക്കളുടെയും അക്രമണത്തിനു വിധേയമാകാറുണ്ട്. ഇതിനു പ്രധാനകാരണം ശുചിത്വക്കുറവാണ്. കൃത്യമായി കുളിക്കാതിരിക്കുകയോ മുഷിഞ്ഞുവൃത്തികെട്ട അടിവസ്ത്രങ്ങൾ ധരിക്കുകയോ ചെയ്യുന്ന സ്ത്രീകളിൽ പെട്ടെന്നു രോഗാണുബാധയുണ്ടാവാനിടയാവുന്നു.

ട്രൈക്കോമോനാസ് വജൈനാലിസ് (Trichomonas Vaginalis) എന്ന രോഗാണുക്കൾ യോനീനാളത്തെ ആക്രമിക്കുന്നതാണ് വെള്ളപോക്കിന്റെ പ്രധാനകാരണം. സ്ത്രീകളിൽ യോനീനാളത്തിലും പുരുഷന്മാരിൽ മൂത്രനാളം, പ്രോസ്റ്റേറ്റ് ഗ്രന്ഥി എന്നിവയിലുമാണ് ഈ അണുക്കളെ കണ്ടുവരുന്നത്.

വെള്ളപോക്കിന്റെ മറ്റു പ്രധാനകാരണങ്ങൾ താഴെപ്പറയുന്നവയാണ്.

1. ഗർഭാശയമുഖത്തുള്ള മുഴകൾ (cervical polyps), യോനീനാളത്തിലും മറ്റുമുണ്ടാവുന്ന മുറിവുകൾ, പഴുപ്പുണ്ടാക്കുന്ന രോഗങ്ങൾ,
2. ഗർഭാശയത്തിന്റെ സ്ഥാനഭ്രംശം (Prolapse) ശരിയാക്കാനുള്ള പെസ്സറി (Pessary) പോലുള്ള ഉപകരണങ്ങൾ, യോനിയിലിടുന്ന ഗർഭനിരോധനോപകരണങ്ങൾ (ഉദാ: ഡയഫ്രം വജൈനൽ കൈപ്) അനധികൃതമായി ഗർഭമലസിപ്പിക്കാൻ യോനീനാളത്തിലൂടെ ഗർഭാശയത്തിലേക്കുകടത്തിവിടുന്ന ഉപകരണങ്ങൾ എന്നിവകൊണ്ട് വെള്ളപോക്കുണ്ടാവാം.
3. ക്ഷയരോഗം, രക്തക്കുറവ്, പോഷകാഹാരക്കുറവ്, ലൈംഗികരോഗങ്ങൾ, ഗർഭാശയരോഗങ്ങൾ, ലൈംഗികാവയവങ്ങളെ ബാധിക്കുന്ന അർബ്ബുദങ്ങൾ.
4. ട്രൈക്കോമോനസ് വർഗ്ഗത്തിൽപ്പെട്ട രോഗാണുക്കൾ കൊണ്ട് രോഗമുള്ള പുരുഷനുമായി ലൈംഗികബന്ധം നടത്തുന്ന സ്ത്രീകൾക്കും ലിംഗവുമായി സാമ്യമുള്ള വസ്തുക്കൾ ഉപയോഗിച്ച് സ്വയംഭോഗം നടത്തുന്ന സ്ത്രീകൾക്കും വെള്ളപോക്കുണ്ടാവാം.
5. ആർത്തവസമയത്ത് ഉപയോഗിക്കുന്ന ടാമ്പണുകൾ (Tampons) യോനിയിൽനിന്നു എടുത്തുമാറ്റാൻ മറന്നാൽ വെള്ളപോക്കും ചിലപ്പോൾ പഴുപ്പും ഉണ്ടാവാം.
6. ആർത്തവവിരാമത്തിനുശേഷം യോനീനാളത്തിലെ നേർത്തപാടപോലുള്ള ആവരണം ക്രമേണ ദ്രവിച്ച് ഇല്ലാതാകുന്നത് രോഗാണുബാധയുണ്ടാവാനും വെള്ളപോക്കുണ്ടാവാനുമിടയാക്കാം.
7. അപൂർവ്വമായിട്ടാണെങ്കിലും നൂൽവിരയുടെ (Thread worm) ശല്യം കൊണ്ട് വെള്ളപോക്കുണ്ടാവാം.
8. രോഗാണുക്കളെ നശിപ്പിക്കാൻ നല്കുന്ന ആന്റിബയോട്ടിക്കുകൾ

അനാവശ്യമായി കൂടുതൽ കാലയളവിൽ കഴിക്കുന്നവരിലും പ്രമേഹരോഗികളിലും ഗർഭിണികളിലും മൊനീലിയ (Monilia) എന്ന പൂപ്പൽ (Fungus) കൊണ്ടുള്ള അണുബാധ വെള്ളപോക്കുണ്ടാകാം.

പെൺകുട്ടികളേക്കാൾ മുതിർന്ന സ്ത്രീകളിലാണ് വെള്ളപോക്ക് കൂടുതലായി കണ്ടുവരുന്നത്. വെള്ളപോക്കിന്റെ അളവ് വർദ്ധിക്കുന്നതിനുള്ള പ്രധാനകാരണങ്ങൾ ഇവയാണ്.

1. ലൈംഗികോത്തേജനമുണ്ടാവുമ്പോൾ യോനിയിലെ ഗ്രന്ഥികളിൽ നിന്ന് (Bartholin glands) കൂടുതൽ സ്രവം ഉല്പാദിപ്പിക്കപ്പെടുന്നു.
2. ആർത്തവത്തിനു രണ്ടോ മൂന്നോ ദിവസങ്ങൾക്കുമുമ്പ് യോനീസ്രവം കൂടുതലാകുന്നു.
3. അണ്ഡോല്പാദനസമയത്ത് (ovulation) ഈസ്ട്രജൻ എന്ന ഹോർമോണിന്റെ അളവ് രക്തത്തിൽ കൂടുന്നതുകൊണ്ട് ഗർഭാശയമുഖത്തുള്ള ഗ്രന്ഥികൾ (endocervical glands) കൂടുതൽ സ്രവം ഉല്പാദിപ്പിക്കുന്നു.
4. ഗർഭവതികളായ സ്ത്രീകളിൽ അടിവയറ്റിൽ പെൽവിക് കഞ്ചഷൻ (Pelvic congestion) ഉണ്ടാവുന്നതുകൊണ്ടും യോനിയിൽ നിന്ന് കൂടുതൽ സ്രവം ഉല്പാദിപ്പിക്കപ്പെടുന്നതു കൊണ്ടും വെള്ളപോക്ക് വർദ്ധിക്കാം.
5. പലപ്പോഴും ചൊറിച്ചിലോ ദുർഗ്ഗന്ധമോ രക്തമോ ഇല്ലാത്തതരം വെളുത്തദ്രാവകം യോനിയിൽനിന്ന് ആർത്തവാരംഭത്തിനു തൊട്ടുശേഷമോ അതോടൊപ്പമോ കൺജെനിറ്റൽ സെർവിക്കൽ ഇറോഷൻ (Congenital Cervical Erosion) കൊണ്ട് ഉണ്ടാവാറുണ്ട്.
6. ഗർഭവതിയായിരിക്കുമ്പോഴോ പ്രസവത്തിനുശേഷമോ സ്ത്രീകളിൽ സെർവിക്കൽ ഇറോഷൻ (cervical erosion) കൊണ്ട് യോനീസ്രവം വർദ്ധിക്കാറുണ്ട്.

പലതരം വെള്ളപോക്ക്

വെള്ളപോക്ക് പലതരത്തിലുണ്ട്. രോഗാണുബാധകൊണ്ട് ഉണ്ടാവുകയും രോഗാണുബാധ കൊണ്ടല്ലാതെ ഉണ്ടാവുന്നവയും. രോഗാണുബാധ കൊണ്ട് ഉണ്ടാവുന്ന വെള്ളപോക്കിൽ പ്രധാനപ്പെട്ടത് ട്രൈക്കോമോനിയാസിസും (Trichomoniasis) മൊനീലിയാസിസും (Moniliasis) ആണ്.

ട്രൈക്കോമോനിയാസിസ് ഉണ്ടാക്കുന്നത് ട്രൈക്കോമോനാസ് വജൈനാലിസ് (Trichomonas Vaginalis) എന്ന രോഗാണുവാണ്. മൊനീലിയാസിസിനു കാരണം കാൻഡിഡാ ആൽബിക്കൻസ് (Candida Albicans) എന്ന രോഗാണുവാണ്.

രോഗാണുബാധ കൊണ്ടല്ലാതെ ഉണ്ടാവുന്ന വെള്ളപോക്ക് പ്രധാനമായി രണ്ടുതരത്തിലുണ്ട്. ഗർഭാശയമുഖം സംബന്ധമായതും (Cervical) യോനീ സംബന്ധമായതും (Vaginal).

അത്യധികമായതും കട്ടികുറഞ്ഞതും മഞ്ഞയോ ഇളംപച്ചയോ നിറമുള്ളതും പതയുള്ളതും ചൊറിച്ചിലുണ്ടാക്കുന്നതുമായ വെള്ളപോക്കുണ്ടാവുന്നത് ട്രൈക്കോമോനിയാസിസ് ആണ്. ഇടയ്ക്കിടെ മൂത്രമൊഴിക്കാൻ തോന്നുകയും മൂത്രമൊഴിക്കുമ്പോൾ വേനദയുണ്ടാവുകയും ചെയ്യും. യോനീനാളത്തിന്റെ ഭിത്തിയിൽ തൊടുമ്പോൾ വേദനയുണ്ടാവാം. ട്രൈക്കോമൊനാസ് രോഗാണുക്കൾക്കു പുറമേ പഴുപ്പുണ്ടാക്കുന്ന മറ്റു രോഗാണുക്കൾ കൂടി ബാധിക്കുമ്പോൾ പതയുള്ള യോനീസ്രവത്തിനു പകരം പഴുപ്പുള്ള യോനീസ്രവമുണ്ടാവാം.

കാൻഡിഡ ആൽബിക്കൻസ് എന്ന പേരുള്ള പൂപ്പൽ ബാധ കൊണ്ട് ഉണ്ടാവുന്ന മൊനീലിയാനിസ് ഗർഭിണികളിലും പ്രമേഹരോഗികളായ സ്ത്രീകളിലും കൂടുതലായി കണ്ടുവരുന്നു. ആന്റിബയോട്ടിക്കുകൾ ദീർഘകാലം അനാവശ്യമായി ഉപയോഗിക്കുന്നതുകൊണ്ടും ഇതുണ്ടാവാം. അത്യധികമായ യോനീസ്രവം, കടുത്ത ചൊറിച്ചിൽ, യോനീ നാളത്തിൽ വേദന, തട്ടിപ്പ് എന്നിവ ഇതിന്റെ പ്രത്യേകതകളാണ്.

ദീർഘകാലമായി ഗർഭാശയമുഖത്തുണ്ടാവുന്ന രോഗബാധ, മുഴകൾ, മുറിവുകൾ എന്നിവകൊണ്ട് ഗർഭാശയമുഖസംബന്ധമായ വെള്ളപോക്ക് (cervical leucorrhoea) ഉണ്ടാവാനിടയാവുന്നു. പ്രസവസമയത്ത് ഗർഭാശയമുഖത്തുണ്ടാവുന്ന മുറിവുകൾ ഉണങ്ങുമ്പോൾ ഗർഭാശയമുഖം പുറത്തേക്കു വിടരുകയും ഗ്രന്ഥികൾ പുറത്തേക്കു തള്ളിനില്ക്കുകയുംചെയ്യുന്നതുകൊണ്ട് വെള്ളപോക്ക് വർദ്ധിക്കാറുണ്ട്. ഗർഭിണികളായ സ്ത്രീകളിൽ യോനീ സംബന്ധമായ വെള്ളപോക്ക് അധികമായി കാണപ്പെടുന്നു. അണ്ഡാശയരോഗങ്ങൾ, മലബന്ധം, യോനീനാളരോഗങ്ങൾ എന്നിവ യോനീസംബന്ധമായ വെള്ളപോക്ക് (Vaginal leucorrhoea) വർദ്ധിപ്പിക്കും.

യോനീസ്രാവങ്ങൾ പലതരത്തിൽ

വെള്ളപോക്കിനു കാരണമായ യോനീസ്രാവം പലതരത്തിൽ പ്രത്യക്ഷപ്പെടാറുണ്ട്.

1. ദുർഗ്ഗന്ധമുള്ള യോനീസ്രാവം: ട്രൈക്കോമോണാസ് രോഗാണുക്കൾ ബാധിക്കുമ്പോഴും, ഗർഭാശയ അർബ്ബുദം, പഴുപ്പുബാധിച്ച ഗർഭാശയമുഴകൾ എന്നിങ്ങനെ ലൈംഗികാവയവങ്ങളെ ദ്രവിച്ചുകൊണ്ടിരിക്കുന്ന രോഗങ്ങളുണ്ടാവുമ്പോഴും, യോനിയിൽ അന്യവസ്തുക്കളോ ടാമ്പണുകളോ മറന്നുവെക്കുമ്പോഴും ദുർഗ്ഗന്ധമുള്ള യോനീസ്രാവം ഉണ്ടാവാനിടയുണ്ട്.

2. വെള്ളം പോലുള്ള യോനീസ്രാവം: ഇത് വളരെ അപൂർവ്വമാണ്. ഗർഭപാത്രത്തിന്റെ ഉള്ളിൽ ഗർഭസ്ഥശിശുവിനെ പൊതിഞ്ഞിരിക്കുന്ന ആവരണം പൊട്ടി അതിനുള്ളിലെ ദ്രാവകം (amniotic fluid) പുറത്തേ

ക്കൊഴുക്കുമ്പോഴും മൂത്രനാളികൾ യോനിയുമായി ബന്ധപ്പെടുന്ന യൂറിനറി ഫിസ്റ്റുല (Unirnary Fistula) വഴി മൂത്രം യോനിയിലൂടെ ഒഴുകുമ്പോഴും മറ്റും വെള്ളം പോലുള്ള യോനീസ്രാവമുണ്ടാവാം.

3. മഞ്ഞനിറമുള്ള യോനീസ്രാവം: ഗർഭാശയത്തിലോ ഗർഭാശമുഖത്തേ പഴുപ്പുണ്ടാക്കുന്ന ഏതുരോഗവും യോനിയിലൂടെ മഞ്ഞനിറമുള്ള ദ്രാവകം ഒഴുകിവരാനിടയാക്കുന്നു. യോനിയിൽ ബാക്ടീരിയ അണുബാധമൂലം ഉണ്ടാകുന്ന രോഗങ്ങൾ, പഴുപ്പു നിറഞ്ഞ ഗർഭാശയമുഖത്തുള്ള മുഴകൾ എന്നിവ ഉദാഹരണങ്ങളാണ്. ലൈംഗികബന്ധം വഴി പകരുന്ന രോഗമായ ഗൊണേറിയയിൽ (Gonorrhoea) മഞ്ഞയോ ഇളംപച്ചയോ നിറമുള്ള ദ്രാവകം ഒഴുകിവരുന്നതിനു പുറമേ, യോനിയിൽ നീറ്റലും വേദനയും ഉണ്ടാവാം. ഗർഭഛിദ്രത്തിനുശേഷമോ പ്രസവത്തിനു ശേഷമോ ഗർഭാശയത്തിൽ പഴുപ്പു ബാധിക്കുകയാണെങ്കിൽ മഞ്ഞ നിറത്തിൽ പഴുപ്പുകലർന്ന യോനീസ്രാവമുണ്ടാവുന്നു.

4. രക്തം കലർന്ന യോനീസ്രാവം: ഗർഭാശയത്തിലും ഗർഭാശയമുഖത്തും ഉണ്ടാവാറുള്ള അർബ്ബുദം, ഗർഭാശയമുഴകൾ (Fibroids), ഗർഭാശയമുഖത്തുണ്ടാകുന്ന മുഴകൾ എന്നിവ കൊണ്ട് രക്തം കലർന്ന യോനീസ്രാവമുണ്ടാവാം. ലൈംഗികാവയവങ്ങളിൽ പഴുപ്പുകൊണ്ടോ അർബ്ബുദം കൊണ്ടോ ഉണ്ടാവുന്ന വ്രണങ്ങൾകൊണ്ടും രക്തം കലർന്ന യോനീസ്രാവമുണ്ടാവാം. പ്രായമുള്ള സ്ത്രീകളിൽ ഈസ്ട്രജൻ ഹോർമോണിന്റെ അഭാവം കൊണ്ട്, ആർത്തവവിരാമത്തിനു ശേഷം രക്തസ്രാവമോ രക്തം കലർന്ന യോനീസ്രാവമോ അപൂർവ്വമായി കാണാറുണ്ട്. ആർത്തവവിരാമത്തിനു മുമ്പ് സ്ത്രീകളിൽ രക്തം കലർന്ന യോനീസ്രാവമുണ്ടായാൽ ഗർഭമുണ്ടോ എന്നു പരിശോധിക്കണം. ഗർഭപാത്രത്തിൽ ഭ്രൂണത്തിന്റെ അവശിഷ്ടങ്ങൾ കൊണ്ടും മറുപിള്ളയിലെ മുഴകൾ (Placental polyps) കൊണ്ടും രക്തം കലർന്ന യോനീസ്രാവമുണ്ടാവാം.

5. മലംകലർന്ന യോനീസ്രാവം: മലദ്വാരത്തിനടുത്തള്ള മലാശയം (Rectum) യോനിയുമായി ഫിസ്റ്റുല (Fistula) വഴി ബന്ധപ്പെടുമ്പോൾ അപൂർവ്വമായിട്ടാണെങ്കിലും മലം കലർന്ന യോനീസ്രാവം ഉണ്ടാവാം.

ചികിത്സ

വെള്ളപോക്കുള്ള മിക്ക സ്ത്രീകളും ലജ്ജകാരണം ഇതൊളിച്ചുവെക്കാൻ ശ്രമിക്കാറുണ്ട്. അത് കൂടുതൽ കുഴപ്പങ്ങളിലേക്കു വഴിതെളിച്ചേക്കാം. മറ്റു ചിലർ വീര്യം കൂടിയ ആന്റിസെപ്ടിക് ലോഷനുകൾ (അണുനാശിനികൾ) ഉപയോഗിച്ച് യോനി ഇടയ്ക്കിടെ കഴുകി വൃത്തിയാക്കി വെള്ളപോക്കിൽനിന്നു രക്ഷപ്പെടാൻ ശ്രമിച്ചേക്കാം. അത് ചിലപ്പോൾ യോനിയിൽ അലർജ്ജി ഉണ്ടാക്കിയെന്നു വരാം.

വെള്ളപോക്കുള്ള സ്ത്രീകൾ വേഗം തന്നെ ഒരു ഡോക്ടറെ സമീ

പിച്ച് വിദഗ്ദ്ധ ചികിത്സ തുടങ്ങുന്നതാണു നല്ലത്. വിവാഹിതയായ സ്ത്രീ സ്വന്തം ഭർത്താവിനെയും വൈദ്യപരിശോധനയ്ക്കു വിധേയനാക്കണം. വെള്ളപോക്കുള്ള സ്ത്രീകളുടെ ലൈംഗികാവയവങ്ങൾ പരിശോധിച്ചാൽ ലൈംഗികരോഗങ്ങൾ, പഴുപ്പ്, വ്രണങ്ങൾ എന്നിവയുണ്ടോ എന്നറിയാൻ ഡോക്ടർക്കു കഴിയും. യോനിയിൽ പഴുപ്പു കണ്ടാൽ യോനീനാളത്തിൽ നിന്നും ഗർഭാശയമുഖത്തുനിന്നും സ്രവം ശേഖരിക്കുന്ന സ്വാബ് പരിശോധന (swab) നടത്തുന്നു. മൂത്രദ്വാരത്തിൽനിന്നും സ്വാബ് എടുത്തു പരിശോധിച്ചാൽ ഗോണോറിയ ആണോ എന്നറിയാൻ കഴിയും.

യോനിയിൽ സ്പെക്കുലം (Speculum) എന്ന ഉപകരണം പ്രവേശിപ്പിച്ചു പരിശോധിച്ചാൽ യോനീസ്രാവം വരുന്നത് ഗർഭാശയമുഖത്തുനിന്നാണോ യോനീനാളത്തിൽനിന്നാണോ എന്നു ഡോക്ടർക്കു മനസ്സിലാവും. യോനീസ്രാവം ഒരു സ്ലൈഡിൽ എടുത്തു മൈക്രോസ്കോപ്പ് വഴി പരിശോധിച്ചാൽ രോഗാണുക്കളേതെന്നു മനസ്സിലാക്കാം.യോനീസ്രാവത്തിന്റെ കൾച്ചർ പരിശോധന (culture) നടത്തിയാൽ രോഗാണുക്കളെ വളർത്തിയെടുക്കാനും അവ ഏതു മരുന്നുകൊണ്ട് ചികിത്സിച്ചു മാറ്റാമെന്നു മനസ്സിലാക്കുവാനും കഴിയും.

യോനീനാളത്തിൽ അന്യവസ്തുക്കൾ കാരണം വെള്ളപോക്കുണ്ടാകുന്ന സ്ത്രീകളുടെ യോനീനാളം പരിശോധിച്ച് അവ എടുത്തു മാറ്റുകയും അണുനാശകമായ ഔഷധം ഉപയോഗിച്ച് കഴുകുകയും ചെയ്തശേഷം മരുന്നുകൾ നല്കുന്നു.

ഏതു രോഗാണുബാധകൊണ്ടാണ് വെള്ളപോക്ക് എന്നതനുസരിച്ചായിരിക്കും ഡോക്ടർ ചികിത്സ തീരുമാനിക്കുന്നത്. ട്രൈക്കോമോണാസ് അണുക്കൾ കൊണ്ട് ഉണ്ടാകുന്ന വെള്ളപോക്കിന് ഗുളികകൾ കഴിക്കുകയും യോനിക്കുള്ളിൽ മരുന്നുഗുളികകൾ വയ്ക്കുകയും ചെയ്യേണ്ടിവരും. രോഗി വിവാഹിതയാണെങ്കിൽ ഭർത്താവിനും കഴിക്കാനുള്ള ഗുളികകൾ കൊടുക്കേണ്ടിവരും. രോഗാണുബാധ പൂർണ്ണമായി മാറണമെങ്കിൽ ഡോക്ടറുടെ നിർദ്ദേശപ്രകാരം ചികിത്സ തുടരേണ്ടതാണ്. ചികിത്സാ സമയത്ത് ലൈംഗിക ബന്ധങ്ങളിൽനിന്നും ഒഴിഞ്ഞുനില്ക്കുന്നതാണു നല്ലത്. ശരീരവും ലൈംഗികാവയവങ്ങളും വൃത്തിയായി സൂക്ഷിച്ചു കഴിഞ്ഞാൽ വെള്ളപോക്ക് ഒരു പരിധിവരെ തടയാൻ കഴിയും.

26

വണ്ടിയോടിക്കുന്ന സ്ത്രീകളിലെ ആരോഗ്യപ്രശ്നങ്ങൾ

ആധുനിക ജീവിതത്തിൽ സ്ത്രീകൾക്ക് വീട്ടിനു പുറത്തു പോയി ജോലിചെയ്യേണ്ടിവരുമ്പോൾ അവർ കാറുകളും ഇരുചക്രവാഹനങ്ങളും ഓടിക്കുന്നത് സർവ്വസാധാരണമാണല്ലോ. വണ്ടിയോടിക്കുന്ന സ്ത്രീകൾക്കു നേരിടേണ്ടിവരുന്ന ആരോഗ്യപ്രശ്നങ്ങൾ നിരവധിയാണ്.

ഇരുചക്രവാഹനങ്ങൾ ഓടിക്കുമ്പോൾ ഉണ്ടാകുന്ന ആരോഗ്യ പ്രശ്നങ്ങൾ

ഇന്ത്യയിലെ മിക്കനഗരങ്ങളിലും ഗ്രാമങ്ങളിലും റോഡുവഴിയുള്ള യാത്ര സുഖകരമല്ല എന്നു നമുക്കറിയാം. കുണ്ടും കുഴിയും നിറഞ്ഞ വഴികളിലൂടെ സ്ഥിരമായി ഇരുചക്രവാഹനങ്ങൾ ഓടിക്കുന്നവർക്ക് പല ആരോഗ്യപ്രശ്നങ്ങളുമുണ്ടാകുന്നു. കുണ്ടുകുഴികളിലൂടെ വണ്ടിയുടെ ചക്രങ്ങൾ കയറിയിറങ്ങുമ്പോൾ നട്ടെല്ലിലെ കശേരുക്കൾക്കിടയിലെ ഷോക്ക് അബ്സോർബറായ ഡിസ്കുകൾക്ക് തേയ്മാനവും തകരാറും സംഭവിക്കാനിടയുണ്ട്. ഇരുചക്രവണ്ടികൾ സ്റ്റാർട്ടാക്കാൻ കാലുകൊണ്ട് കൂടുതൽപ്രാവശ്യം ചവിട്ടുമ്പോഴും ഡിസ്കിനു തകരാറുവരാം. സ്ഥിര മായി ഇത്തരം പ്രശ്നങ്ങളനുഭവിക്കുന്ന നട്ടെല്ലിനു ക്രമേണ തകരാറു സംഭവിക്കുമ്പോൾ വർഷങ്ങൾക്കുശേഷം നടുവേദന, കഴുത്തുവേദന, തോൾവേദന എന്നീ ലക്ഷണങ്ങൾ കാണപ്പെടും. പിന്നീട് സ്പോണ്ടി ലൈറ്റിസ് (spondylitis) എന്ന അസുഖവും ദീർഘകാലം നീണ്ടുനി ല്ക്കുന്ന നടുവേദനയും കഴുത്തുവേദനയും ഉണ്ടാവാനിടയുണ്ട്. പ്രായം കുറഞ്ഞവർക്കുപോലും ഈ അസുഖങ്ങളുണ്ടാവാം. ഈ വേദന ക്രമേണ ഇടുപ്പിലേക്കും തുടകളിലേക്കും കാലുകളിലേക്കും വ്യാപിക്കാ നിടയുണ്ട്. ഡിസ്കിനു തേയ്മാനം വന്ന് സ്ഥാനഭ്രംശം വരുമ്പോൾ

(slipped disc അഥവാ disc prolapse) ഭയങ്കരമായ നടുവേദനയുണ്ടാവുകയും വേദന ഇരുകാലുകളിലേക്കും വ്യാപിക്കുകയും ചെയ്യും., ഈ അവസ്ഥയെ സയാട്ടിക്ക(sciatica) എന്നുപറയുന്നു. ഇതിന് ഉടനെ ചികിത്സയോ ശസ്ത്രക്രിയയോ നടത്തേണ്ടിവരും.

കുണ്ടും കുഴികളും ഒഴിവാക്കാനായി പെട്ടെന്നു ബ്രേക്കിടുമ്പോൾ തോളുകളിൽ അതിന്റെ സമ്മർദ്ദം അനുഭവപ്പെടുന്നു. ക്രമേണ കടുത്ത വേദനയും തോൾസന്ധികൾ അനക്കാനാവാത്ത അവസ്ഥയോ (Frozen Shoulder) തോളിലെ സ്നായുക്കൾക്കുണ്ടാവുന്ന Supraspinatus Tendonitis എന്ന അവസ്ഥയോ ഉണ്ടാവാനിടയുണ്ട്. ചിലപ്പോൾ തോൾസന്ധിതന്നെ സ്ഥാനം തെറ്റിയേക്കാം (Shoulder dislocation). പ്രായം കൂടിയ സ്ത്രീകളിൽ പ്രത്യേകിച്ച് ആർത്തവവിരാമം വന്നവരിൽ അസ്ഥികളുടെ തേയ്മാനം (osteoporosis) സാധാരണമാണ്. ഇത്തരം അവസ്ഥയിൽ വണ്ടിയോടിക്കുമ്പോൾ പെട്ടെന്നു ബ്രേക്കിടുകയാണെങ്കിൽ നട്ടെല്ലിന്റെ കശേരുക്കൾ പൊട്ടുന്നതായും കാണാറുണ്ട് (Compression fracture of vertebra).

ശ്രദ്ധിക്കേണ്ട കാര്യങ്ങൾ

1. വണ്ടിക്ക് ശരിയായ ഷോക്ക് അബ്സോർബർ ഉണ്ടാക്കിയിരിക്കണം. ഇടയ്ക്കിടെ സഡൻ ബ്രേക്കിടാതിരിക്കുക.
2. കുണ്ടും കുഴികളുമുള്ള റോഡുകളിലൂടെയുള്ള യാത്രകഴിയുന്നത്ര ഒഴിവാക്കുക.
3. ഒരു ദിവസം ഒരു മണിക്കൂറിലധികം തുടർച്ചയായി വണ്ടിയോടിക്കരുത്. ഇടയ്ക്കിടെ വിശ്രമിക്കണം.
4. നടുവേദനയുള്ളവർ നടുവിന് താങ്ങ് (Support) നല്കുന്ന ബെൽറ്റു ധരിക്കാം.
5. നടുവേദനയുള്ളപ്പോൾ ഇരുചക്രവാഹനങ്ങൾ ചവുട്ടി സ്റ്റാർട്ടു ചെയ്യരുത്.
6. ഏറ്റവും പ്രധാനമായ കാര്യം വാഹനത്തിലിരിക്കുന്നരീതി (Posture) ശരിയായിരിക്കാൻ ശ്രദ്ധിക്കുക എന്നതാണ്. കൂനിക്കൂടിയിരിക്കാതെ നടുനിവർത്തിയിരിക്കണം. അനാവശ്യമായി നട്ടെല്ലു വളയ്ക്കുകയോ തിരിക്കുകയോ ചെയ്യാതിരിക്കുക.
7. നടുവേദന, കഴുത്തുവേദന, മുട്ടുവേദന തുടങ്ങിയ ലക്ഷണങ്ങൾ കണ്ടാൽ തുടക്കത്തിൽത്തന്നെ ചികിത്സിക്കണം.

കാറോടിക്കുമ്പോൾ ഉണ്ടാവുന്ന ആരോഗ്യപ്രശ്നങ്ങൾ

ഒരേ അവസ്ഥയിൽ ദീർഘസമയമിരുന്നു വണ്ടിയോടിക്കുന്നവരിൽ ഏകദേശം 60 ശതമാനം പേർക്ക് നടുവേദനയുണ്ടാവാം. ഇതിനു പ്രധാനകാരണം തെറ്റായ ഇരിപ്പുരീതിയാണ്. നട്ടെല്ലു വളയാതെ നിവർന്നിരി

ക്കാനും ഇടിപ്പിനുവേണ്ടതായ താങ്ങ് (സ്പോർട്ട്) നല്കാനും ശ്രദ്ധിക്കണം.

കാറോടിക്കുമ്പോൾ ശ്രദ്ധിക്കേണ്ട കാര്യങ്ങൾ

1. കാറിൽ കയറിയിരുന്ന ഉടനെ സ്റ്റാർട്ടു ചെയ്യാതെ, നട്ടെല്ലിന് ആയാസമുണ്ടാകാത്തതരത്തിൽ സുഖകരമായ രീതിയിലിരിക്കുക. അതിനനുസരിച്ച് കാറിന്റെ സീറ്റ് ക്രമീകരിക്കാം പെഡൽ, ഗിയർ ലീവർ, ഇൻഡിക്കേറ്ററുകൾ, മറ്റു നിയന്ത്രണസ്വിച്ചുകൾ എന്നിവ എളുപ്പത്തിൽ എത്തുന്ന തരത്തിലായിരിക്കണം ഇരിക്കേണ്ടത്. ബാക്ക്റെസ്റ്റ് 90 ഡിഗ്രിയിലധികമാവുന്ന തരത്തിൽ (110 ഡിഗ്രിയാണ് അനുയോജ്യം) സീറ്റ് പുറകിലേക്കു നീക്കി ക്രമീകരിക്കുക. ബാക്ക്റെസ്റ്റിന്റെ ഏറ്റവും താഴെയുള്ള ഭാഗം നട്ടെല്ലിന്റെ പ്രകൃതിദത്തമായ വളവിനനുസരിച്ച് താങ്ങ് നല്കുന്നതായിരിക്കണം. നട്ടെല്ല് വളച്ചോ കൂനിക്കൂടിയോ ഇരിക്കാതെ നിവർന്നിരിക്കാൻ സഹായിക്കുന്നതാവണം. നടുവിനു താങ്ങുനല്കാൻ സീറ്റ് കുഷനുകളും വയ്ക്കാം.
2 പെഡൽ നിയന്ത്രണം എളുപ്പത്തിൽ ചെയ്യാവുന്നതരത്തിൽ സീറ്റ് അല്പം താഴ്ന്നനിലയിലായിരിക്കണം. കാൽമുട്ടുകൾ 90 ഡിഗ്രിയിലാവാതെ അല്പം മടങ്ങിയിരിക്കുകയും കാല്പാദത്തിന്റെ മടമ്പുകൾ (Heels) നിലത്തു സ്പർശിക്കുകയും ചെയ്യുന്ന തരത്തിൽ സീറ്റു ക്രമീകരിക്കുക. കാൽമുട്ടുകൾ ഇടുപ്പുമായി സമനിലയിലോ അല്പം ഉയർന്നോ ആയിരിക്കണം.
3. സഡൻ ബ്രേക്കിടുമ്പോൾ പ്രത്യേകം ശ്രദ്ധിക്കണം. കൂടുതൽ സ്പീടിലോടുന്ന വണ്ടി പെട്ടെന്ന് ബ്രേക്കിടുകയാണെങ്കിൽ, തല മുമ്പിലേക്കായുകയും ശരീരം സീറ്റ് ബെൽറ്റു കൊണ്ട് നിയന്ത്രിക്കപ്പെടുകയും ചെയ്യും. അതുകൊണ്ടാണ് കഴുത്തിലെ നട്ടെല്ലിനുതകരാറു പറ്റുകയും (cervical whiplash injury) മാംസപേശികളും ലിഗമെന്റുകളും കീറിമുറിക്കുകയും ചെയ്യുന്നത്.
4. കൈകൾ സ്റ്റിയറിങ് വീലിൽ വെക്കേണ്ട രീതി ശരിയായിരിക്കണം. 10 to 2 portion (അതായത് 1.50 pm എന്ന സമയത്ത് ക്ലോക്കിലെ സൂചികകളുടെ സ്ഥാനം കാണിക്കുന്നതുപോലെ) ആണ് ഏറ്റവും നല്ലത്. സീറ്റും സ്റ്റിയറിങ് വീലും തമ്മിൽ ശരിയായ അകലമുണ്ടാവണം. കൈമുട്ടുകൾ പുറത്തേക്കു തള്ളിനില്ക്കാതെ അല്പം മാത്രം വളഞ്ഞിരിക്കണം. തോളിനേക്കാൾ അല്പം ഉയരം കുറഞ്ഞതരത്തിലാണ് കൈകൾ വയ്ക്കേണ്ടത്.
5. രണ്ടു മണിക്കൂറിടവിട്ട് ഇടയ്ക്കിടെ ഡ്രൈവിങ് നിർത്തി വിശ്രമിക്കുകയോ പുറത്തിറങ്ങി അല്പം നടക്കുകയോ ചെയ്യുക.
6. സീറ്റിലിരുന്നു കൊണ്ടുതന്നെ ലഘുവായ വ്യായാമം ചെയ്യാം. ഉദാ

ഹരണമായി ട്രാഫിക് സിഗ്നലിൽ കാത്തുനില്ക്കുമ്പോൾ കഴുത്ത് അങ്ങോട്ടുമിങ്ങോട്ടും ചലിപ്പിക്കുക, തോളുകൾ ഉയർത്തുകയും താഴ്ത്തുകയും ചെയ്യുക എന്നീ ലഘുവ്യായാമങ്ങൾ ചെയ്യാം.

7. ഡ്രൈവ് ചെയ്യുമ്പോൾ മൊബൈൽ ഫോണിൽ സംസാരിക്കരുത്. ആക്സിഡന്റുണ്ടാവുമെന്നുമാത്രമല്ല, ഫോൺ തോളിന്റെയും ചെവിയുടെയും ഇടയ്ക്കു ചേർത്തു പിടിച്ചു സംസാരിക്കുകയാണെങ്കിൽ അത് നട്ടെല്ലു വളയാനും, നടുവേദനയും കഴുത്തുവേദനയും ഉണ്ടാവാനുമിടയാക്കുന്നു.

8. നടുവേദന വരാതിരിക്കാൻ മുൻകരുതലുകളെടുക്കുക. ഭാരമേറിയ സാധനങ്ങൾ എടുക്കുന്നതൊഴിവാക്കണം. സാധനങ്ങൾ നിലത്തു നിന്നെടുക്കുമ്പോൾ കുനിഞ്ഞ് നടുവളച്ചെടുക്കരുത്. മുട്ടുകുത്തിയിരുന്ന് സാവധാനം എടുത്തു പൊക്കുക.

9. തോളിൽ ഭാരമേറിയ ബാഗുകൾ തൂക്കിയിടുന്നതിനുപകരം ചക്രങ്ങളുള്ള ബാഗുകൾ ഉപയോഗിക്കാം.

10. അമിതവണ്ണം നടുവേദനയ്ക്കു കാരണമാകാം. അതിനാൽ കൃത്യമായി വ്യായാമം ചെയ്യുകയും വണ്ണം നിയന്ത്രിച്ചു നിർത്തുകയും വേണം.

11. സ്ത്രീകളിലെ നടുവേദന ഒഴിവാക്കാൻ ഡോക്ടറുടെ നിർദ്ദേശപ്രകാരം മരുന്നുകളും ആർത്തവവിരാമത്തിനുശേഷം കാത്സ്യം ഗുളികകളും ഒഴിക്കുക. സമീകൃതാഹാരം കഴിക്കാൻ ശ്രദ്ധിക്കുക.

27

സ്ത്രീകളും പ്രഥമശുശ്രൂഷയും

അപകടങ്ങളും അത്യാഹിതങ്ങളും എവിടെയും ഏതു സമയത്തും സംഭവിക്കാം. വീട്ടിൽവെച്ച് എന്തെങ്കിലും അത്യാഹിതമോ അടിയന്തിര ഘട്ടമോ ഉണ്ടായാൽ വീട്ടമ്മ പതറിപ്പോകാതെ ധൈര്യപൂർവ്വം പ്രഥമശുശ്രൂഷ നല്കാൻ അറിഞ്ഞിരിക്കണം. ഡോക്ടറുടെ അടുത്ത് എത്തിക്കാൻ ശ്രമിക്കുന്നതിനിടയിൽ നല്കുന്ന പ്രഥമശുശ്രൂഷ കൊണ്ട് പലപ്പോഴും ജീവൻ തന്നെ രക്ഷിക്കാൻ കഴിഞ്ഞേക്കാം.

മുറിവുകളും രക്തസ്രാവവും

മുറിവേറ്റ വ്യക്തിയെ സമാധാനിപ്പിച്ച് ഇരുത്തുകയോ കിടത്തുകയോ ചെയ്യുക. നിങ്ങൾ കൈകൾ സോപ്പിട്ടു കഴുകിയശേഷം മുറിവേറ്റ വ്യക്തിയുടെ മുറിവ് നന്നായി വെള്ളമൊഴിച്ചുകഴുകണം. രോഗാണു നാശിനി മരുന്ന് (ഉദാ ഡെറ്റോൾ) ഒഴിച്ച വെള്ളമുപയോഗിച്ച് വീണ്ടും കഴുകുക. വൃത്തിയുള്ള ഒരു തുണികൊണ്ട് ഒപ്പിയശേഷം രോഗാണുനാശകമായ ക്രീം മുറിവിൽ പുരട്ടുക. വൃത്തിയുള്ള ഒരു തുണി മുറിവിനുമുകളിൽവെച്ച് വൃത്തിയുള്ള ബാൻഡേജോ തുണിയോ കൊണ്ട് കെട്ടുക. രക്തസ്രാവം കൂടുതലാണെങ്കിൽ മുറിവേറ്റഭാഗം ഉയർത്തിവയ്ക്കുകയും മുറിവിനു മുകൾഭാഗത്ത് അമർത്തുകയും ചെയ്യാം. മുറിയിൽ തറച്ചുനില്ക്കുന്ന അന്യവസ്തുക്കൾ എടുത്തുമാറ്റാൻ ഒരിക്കലും ശ്രമിക്കരുത് (രക്തസ്രാവം കൂടും). വളരെയധികം രക്തസ്രാവമുണ്ടായാൽ വ്യക്തിക്ക് ബോധക്കേട് വരാനിടയുണ്ട്. അതുകൊണ്ട് കിടത്തുകയും കാലുകൾക്കിടയിൽ തലയിണകൾവെച്ച് കാലിന്റെ ഭാഗം ഉയർത്തിവയ്ക്കുകയും വേണം. കഴിയുന്നതും വേഗം ഡോക്ടറെ വരുത്തുകയോ വ്യക്തിയെ ആസ്പത്രിയിലെത്തിക്കുകയോ ചെയ്യുക.

പൊള്ളൽ

തീകൊണ്ടുമാത്രമല്ല ചൂടുള്ള ഭക്ഷണപദാർത്ഥങ്ങളും ദ്രാവകങ്ങളും ശരീരത്തിൽ വീണാലും പൊള്ളലുണ്ടാവാം. പൊള്ളലേറ്റ വ്യക്തിയെ സമാധാനിപ്പിക്കുക. പൊള്ളലേറ്റ ഭാഗത്ത് തണുത്തവെള്ളം ധാരയായി ഒഴിക്കുകയോ കഴിയുമെങ്കിൽ ആ ഭാഗം വെള്ളത്തിൽ മുക്കിവയ്ക്കു കയോ ചെയ്യുക. അതിനുശേഷം രോഗാണുനാശകമായ ക്രീം പുരട്ടി വൃത്തിയുള്ള തുണികൊണ്ട് മൂടിവയ്ക്കാം. കുമിളകൾ ഉണ്ടായാൽ കുത്തിപ്പൊട്ടിക്കരുത്. പൊള്ളലേറ്റ ഭാഗം തൊടാനും പാടില്ല. തീപ്പിടു ത്തമുണ്ടായാൽ വ്യക്തിയെ ഓടാനനുവദിക്കരുത് (തീ ആളക്കത്തും). കഴിയുന്നതുംവേഗം തീയുടെ അടുത്തുനിന്നു മാറ്റണം. പുക കാരണം ശ്വാസതടസ്സമുണ്ടാവാം. കുടിക്കാൻ തണുത്തവെള്ളം അല്പം നല്കാം. കഴിയുന്നതും വേഗം ആസ്പത്രിയിലെത്തിക്കണം.

പാമ്പുകടി

പാമ്പുകടിയേറ്റ വ്യക്തിയെ 'ഭയപ്പെടേണ്ടതില്ല' എന്നു പറഞ്ഞ് സമാധാനിപ്പിക്കുക (ചിലപ്പോൾ വിഷമില്ലാത്ത പാമ്പായിരിക്കാം). കിട ക്കാനും വിശ്രമിക്കാനും പറയുക. മുറിവായ് വെള്ളവും സോപ്പും കൊണ്ട് നന്നായി കഴികുക. കടിയേറ്റ ഭാഗത്തിനു മുകളിൽ ഒരു ചരടോ കയറോ തുണിക്കഷണമോ കൊണ്ട് കെട്ടുക. അധികം മുറുക്കരുത്. ഒരു വിരൽ കടക്കാനുള്ള അകലമുണ്ടാവണം. പാമ്പുകടിച്ച ഭാഗം അനക്കാതെ വെ ക്കുക. കുടിയേറ്റ വ്യക്തിയെ ഓടാനോ നടക്കാനോ അനുവദിക്കരുത്. കഴിയുന്നതും വേഗം ആസ്പത്രിയിലെത്തിക്കണം. കടിച്ച പാമ്പിനെ ജീവ നോടെയോ കൊന്നിട്ടോ കൂടെ കൊണ്ടുപോയി ഡോക്ടറെ കാണിക്കുക.

ശ്വാസതടസ്സം

ശ്വാസനാളത്തിലോ തൊണ്ടയിലോ അന്യവസ്തുക്കൾ, ഭക്ഷണപ ദാർത്ഥങ്ങൾ തുടങ്ങിയവ കുടുങ്ങിയാൽ പെട്ടെന്ന് ശ്വാസതടസ്സമുണ്ടായി മരിക്കാനിടയുണ്ട്. ശ്വാസമുട്ടലുണ്ടായി വെപ്രാളം കാണിക്കുന്ന വ്യക്തിയെ സമാധാനിപ്പിക്കുക. നിങ്ങൾ പുറകിൽ നിന്നുകൊണ്ട് വ്യക്തിയുടെ പുറത്ത് തോൾപ്പലകകൾക്കിടയിൽ ശക്തിയായി അടിക്കുകയോ നിങ്ങളുടെ രണ്ടു കൈകളും കൊണ്ട് ചുറ്റിപ്പിടിച്ച് വ്യക്തിയുടെ വയറിലമർത്തുകയോ ചെ യ്യുക. കുട്ടികൾക്ക് പ്രഥമശുശ്രൂഷ നല്കുമ്പോൾ ശക്തിയായി അടിക്കാനോ അമർത്താനോ പാടില്ല. കഴിയുന്നതും വേഗം ഡോക്ടറെയും ആംബു ലൻസിനെയും വരുത്തുകയും ആസ്പത്രിയിലെത്തിക്കുകയും ചെയ്യുക.

പുനരുജ്ജീവനം

ശ്വാസോച്ഛ്വാസവും ഹൃദയമിടിപ്പും താല്ക്കാലികമായി നിന്നു പോയ രോഗികൾക്ക് പുനരുജ്ജീവനം നല്കിയാൽ (കൃത്രിമശ്വാസോച്ഛ്വാസമോ

ഹൃദയോത്തേജനമോ രണ്ടും ഇടവിട്ടോ നല്കുന്നത്) പലപ്പോഴും ജീവൻ രക്ഷിക്കാൻ കഴിഞ്ഞേക്കാം.

കൃത്രിമശ്വാസോച്ഛ്വാസം: രോഗിയുടെ ശ്വാസനാളം തുറക്കാനായി താടി മെല്ലെ ഉയർത്തി തല അല്പം പുറകോട്ടാക്കുക. രോഗിയുടെ മൂക്കടച്ചു പിടിക്കുക. നിങ്ങൾ ശ്വാസം നന്നായി ഉള്ളിലേക്കു വലിച്ചശേഷം വായ രോഗിയുടെ വായയ്ക്കു ചുറ്റുംചേർത്തുവെച്ച് ശക്തിയായി ഊതുക (ഒരു മിനിട്ടിൽ 12 മുതൽ 20 പ്രാവശ്യം വരെ)

ഹൃദയോത്തേജനം: രോഗിയെ മലർത്തിക്കിടത്തുക. നിങ്ങളുടെ ഒരു കൈപ്പടം രോഗിയുടെ നെഞ്ചെല്ലിന്റെ താഴെ ഇടതുഭാഗത്ത് അമർത്തിവെച്ച് മറ്റേക്കൈപ്പടം അതിനു മുകളിൽ വെച്ചു കൈകോർത്തുപിടിച്ചശേഷം രോഗിയുടെ നെഞ്ചിൽ താഴോട്ടമർത്തുക (മിനുട്ടിൽ 80 പ്രാവശ്യം എന്ന തോതിൽ). രണ്ടും നല്കേണ്ടിവന്നാൽ 15 തവണ ഹൃദയോത്തേജനവും 2 തവണ കൃത്രിമശ്വാസവും കൊടുക്കാം. രോഗിയുടെ സ്ഥിതി മെച്ചപ്പെട്ടാൽ ഒരു വശത്തേക്കു ചെരിച്ചുകിടത്തുക.

അപകടങ്ങളെക്കുറിച്ച് ബോധമുണ്ടാവുകയും മുൻകരുതലുകളെടുക്കുകയും ചെയ്യുക. പ്രഥമശുശ്രൂഷ കൃത്യസമയത്തു ലഭിച്ചാൽ പലരുടെയും ജീവൻ രക്ഷപ്പെടുമെന്ന് ഓർമ്മിക്കുക.

28

സ്ത്രീകൾ ചെയ്യേണ്ട മെഡിക്കൽ പരിശോധനകൾ

പതിനെട്ടു വയസ്സുപൂർത്തിയാകുമ്പോൾ

1. വാർഷിക മെഡിക്കൽപരിശോധന

എല്ലാ വർഷവും മെഡിക്കൽ പരിശോധന നടത്തണം. ശരീരചർമ്മത്തിന്റെ പരിശോധന, തൂക്കം നോക്കൽ, ബി പി പരിശോധന (രക്തസമ്മർദ്ദം), ജനനേന്ദ്രിയ പരിശോധന എന്നിവയ്ക്കുപുറമേ മാനസികരോഗ്യനിർണ്ണയവും നടത്തുന്നതു നല്ലതാണ്.

2. പല്ലുപരിശോധന:

രണ്ടുവർഷത്തിലൊരിക്കൽ പല്ലുപരിശോധന നടത്തണം. പല്ലിൽ ദ്വാരമുണ്ടോ എന്നും മോണയ്ക്ക് (Gum) രോഗമൊന്നുമില്ലല്ലോ എന്നും നോക്കുന്നതിനോടൊപ്പം വായിൽ കാൻസറിന്റെ ലക്ഷണങ്ങളുണ്ടോ എന്നു പരിശോധിക്കാം.

3. സ്തനപരിശോധന

എല്ലാ മാസവും സ്വയം സ്തനപരിശോധന നടത്തണം. വർഷത്തിലൊരിക്കൽ ഡോക്ടറുടെ അടുത്തുപോയി സ്തനപരിശോധന നടത്തുന്നത് നല്ലതാണ്.

20 വയസ്സുമുതൽ 40 വയസുവരെ

1. ലൈംഗിക രോഗങ്ങൾ കണ്ടുപിടിക്കുന്നതിനുള്ള പരിശോധന

Chlamydia, Human papilloma virus, Herpes Simplex virus, Trichomoniasis, AIDS എന്നീ ലൈംഗിക രോഗങ്ങൾ നിർണ്ണയിക്കാൻ

പരിശോധനകളുണ്ട്. ജനനേന്ദ്രിയത്തിൽ ചൊറിച്ചിൽ, വ്രണം, അധികമായി സ്രവം വരിക എന്നീ ലക്ഷണങ്ങളുണ്ടെങ്കിൽ ഡോക്ടറോടു പറയുക. ലൈംഗികജീവിതത്തിൽ ഒന്നിലധികം പങ്കാളികളുണ്ടെങ്കിലും ഭർത്താവിന് അനവധി സ്ത്രീകളുമായി ലൈംഗികബന്ധമുണ്ടെങ്കിലും ലൈംഗികരോഗങ്ങൾ കണ്ടുപിടിക്കാനുള്ള പരിശോധനകൾ ചെയ്യണം.

2. തൂക്കം നോക്കുക.
3. ബി പി പരിശോധന
4. രക്തപരിശോധന: ഹീമോഗ്ലോബിൻ (രക്തക്കുറവുണ്ടോ എന്നറിയാനുള്ള ടെസ്റ്റ്), ഗ്ലൂക്കോസ് (പ്രമേഹമുണ്ടോ എന്നറിയാൻ) തൈറോയ്ഡ് ടെസ്റ്റുകൾ, കൊളസ്റ്ററോൾ എന്നീ പരിശോധനകൾ നടത്താം. കൊളസ്റ്ററോൾ പരിശോധന അഞ്ചുവർഷത്തിലൊരിക്കൽ നടത്തേണ്ടതാണ്.
5. ക്ലിനിക്കൽ സ്തനപരിശോധന (ഡോക്ടർ നടത്തുന്നത്) എല്ലാ വർഷവും നടത്താം.
6. വർഷത്തിലൊരിക്കൽ ജനനേന്ദ്രിയ പരിശോധനയും മൂന്നുവർഷത്തിലൊരിക്കൽ പാപ്സ്മിയർപരിശോധനയും.
7. ചർമ്മപരിശോധന: എല്ലാ മാസവും കണ്ണാടിയിൽ നോക്കി ശരീരചർമ്മം പരിശോധിക്കണം. കാക്കപ്പുള്ളിയിൽ മാറ്റങ്ങൾ വന്ന് 'മെലനോമ' എന്ന അർബ്ബുദമായി മാറാനിടയുണ്ട്. അതുകൊണ്ട് എന്തെങ്കിലും മാറ്റം കാണുകയാണെങ്കിൽ ഡോക്ടറെ കാണിക്കുക. മൂന്നുവർഷത്തിലൊരിക്കൽ ഡോക്ടറെ കാണിച്ച് ചർമ്മപരിശോധന നടത്തണം. ചർമ്മത്തിൽ അർബ്ബുദത്തിന്റെ ലക്ഷണമുണ്ടോ എന്ന് ഡോക്ടർക്കു കണ്ടുപിടിക്കാൻ കഴിയും.
8. കണ്ണുപരിശോധന: മൂന്നു വർഷത്തിലൊരിക്കൽ കണ്ണു പരിശോധിക്കണം. പക്ഷേ, ദൃഷ്ടിയിൽ തകരാറ്. തിമിരം, ഉയർന്ന രക്തസമ്മർദ്ദം. പ്രമേഹം എന്നിവയുള്ളവരും കോൺടാക്റ്റ് ലെൻസ് ഉപയോഗിക്കുന്നവരും ഗ്ലോക്കോമ (Glaucoma), മാക്കുലാർ ഡീജനറേഷൻ (Macular Degenaration) എന്നീ നേത്രരോഗങ്ങളുടെ കുടുംബപാരമ്പര്യമുള്ളവരും ഇടയ്ക്കിടെ കണ്ണുപരിശോധന നടത്തേണ്ടതാണ്.
9. കേൾവി പരിശോധന: പത്തുവർഷത്തിലൊരിക്കലെങ്കിലും ചെവി പരിശോധിക്കേണ്ടത് ആവശ്യമാണ്.
10. ഇ സി ജി: 30 വയസ്സിനുശേഷം ഇ സി ജി (Baseline ECG) എടുക്കണം

40 വയസ്സു മുതൽ 50 വയസ്സുവരെ

1. ബി പി പരിശോധന
2. കൊളസ്റ്ററോൾ പരിശോധന
3. തൂക്കം നോക്കൽ
4. മാമ്മോഗ്രാം

5. ക്ലിനിക്കൽ സ്തനപരിശോധന
6. ജനനേന്ദ്രിയ പരിശോധന
7. പാപ്സ്മിയർ ടെസ്റ്റ്
8. ക്ലിനിക്കൽ ചർമ്മപരിശോധന
9. കണ്ണുപരിശോധന
10. കേൾവി പരിശോധന
11. പല്ലുപരിശോധന
12. രക്തപരിശോധന (ഹീമോഗ്ലോബിൻ, തൈറോയ്ഡ് ടെസ്റ്റ്)
13. മൂത്രപരിശോധന
എന്നിവയെല്ലാം വർഷത്തിലൊരിക്കൽ നടത്തുക. അതിനു പുറമേ
14. ബോൺഡെൻസിറ്റി സ്കാൻ 40 വയസ്സിൽ നടത്തണം (Baseline screening). ആർത്തവവിരാമം വന്നു കഴിഞ്ഞാൽ എല്ലാവർഷവും ഈ ടെസ്റ്റ് നടത്തുക.
15. രക്തത്തിലെ പഞ്ചസാരയുടെ തോത് മൂന്നുവർഷത്തിലൊരിക്കൽ നോക്കണം.
16. രണ്ടുവർഷത്തിലൊരിക്കൽ കണ്ണുപരിശോധന നടത്തുക.
17. ഇ സി ജിയും ട്രേഡ് മിൽ ടെസ്റ്റും ഹൃദയാരോഗ്യനില നിർണ്ണയിക്കാനായി നടത്തേണ്ടതാണ്.

50 വയസ്സുമുതൽ 60 വയസ്സുവരെ

1. ഇ സി ജി രണ്ടുവർഷത്തിലൊരിക്കൽ.
2. ഗ്ലോക്കോമയും തിമിരവും കണ്ടുപിടിക്കാൻ കണ്ണുപരിശോധന രണ്ടു വർഷത്തിലൊരിക്കൽ.
3. കേൾവിപരിശോധന – മൂന്നുവർഷത്തിലൊരിക്കൽ.
4. ഹൃദയാരോഗ്യം നിർണ്ണയിക്കാൻ സ്ട്രെസ്സ് ടെസ്റ്റ് (Stress Test) പത്തുവർഷത്തിലൊരിക്കൽ.
5. തൈറോയ്ഡ് പരിശോധന – അഞ്ചുവർഷത്തിലൊരിക്കൽ.
6. വൻകുടലിലെയും മലദ്വാരത്തിലെയും അർബ്ബുദം കണ്ടുപിടിക്കാനായി മലദ്വാര പരിശോധന അഞ്ചുവർഷത്തിലൊരിക്കൽ വീതവും കൊളോണോസ്കോപ്പി (Colonoscopy) പത്തുവർഷത്തിലൊരിക്കൽ വീതവും നടത്തുക. അർബ്ബുദത്തിന്റെ കുടുംബചരിത്രമുണ്ടെങ്കിൽ മേല്പറഞ്ഞ പരിശോധനകൾ ഇടയ്ക്കിടെ നടത്തണം.
7. രക്തപരിശോധനയും മൂത്രപരിശോധനയും.
8. ബോൺ ഡെൻസിറ്റിസ്കാൻ – ആർത്തവവിരാമം വന്ന എല്ലാ സ്ത്രീകളും ഈ പരിശോധന നടത്തണം.

60 വയസ്സിനശേഷം

മേല്പറഞ്ഞ എല്ലാ പരിശോധനകൾക്കും പുറമേ ബോൺ ഡെൻസിറ്റി സ്കാൻ പരിശോധന എല്ലാവർഷവും നടത്തണം.

തൈറോയ്ഡ് ടെസ്റ്റുകൾ

30–35 വയസ്സുകഴിഞ്ഞ സ്ത്രീകളിൽ തൈറോയ്ഡ് പ്രശ്നങ്ങൾ കാണാറുണ്ട്.അതുകൊണ്ട് 35 വയസ്സുകഴിഞ്ഞ സ്ത്രീകൾ തൈറോയ്ഡ് ടെസ്റ്റുകൾ നടത്തേണ്ടതാണ്. തൈറോയ്ഡ് ഗ്രന്ഥിയുടെ പ്രവർത്തനം ശരിയായി നടക്കുന്നുണ്ടോ എന്നറിയാൻ വിവിധ പരിശോധനകളുണ്ട്. തൈറോക്സിൻ ട്രൈ അയഡോതൈറോണിൻ (Thyroxine & Triiodothyronine) എന്നീ ഹോർമോണുകളാണ് തൈറോയ്ഡ് ഗ്രന്ഥിയിൽ നിന്നും ഉല്പാദിപ്പിക്കപ്പെടുന്നത്. ഈ ഹോർമോണുകളുടെ തോതിലുള്ള അപാകതകൾ തൈറോയ്ഡ് ഗ്രന്ഥിയുടെ പ്രവർത്തനവൈകല്യം സൂചിപ്പിക്കുന്നു. രക്തപരിശോധന വഴി ഈ ഹോർമോണുകളുടെ അളവ് കണ്ടുപിടിക്കാം.

രക്തത്തിലെ ഹീമോഗ്ലോബിൻ പരിശോധന

സ്ത്രീകളിൽ അനീമിയ (Anaemia) രക്തക്കുറവുകൊണ്ടുള്ള വിളർച്ച സാധാരണയായി കാണപ്പെടുന്നു. ഗർഭിണികളിലും മുലയൂട്ടുന്ന സ്ത്രീകളിലും അനീമിയ കൂടുതലായി കാണാറുണ്ട്. രക്തത്തിലെ ഇരുമ്പിന്റെ തോത് മനസ്സിലാക്കാനായി ഹീമോഗ്ലോബിൻ പരിശോധന നടത്തിയാൽ അനീമിയ കണ്ടുപിടിക്കാം.

രക്തത്തിലെ പഞ്ചസാരയുടെ പരിശോധന (Blood sugar Text)

പ്രമേഹം കണ്ടുപിടിക്കാൻ ഈ ടെസ്റ്റുപകരിക്കും. സാധാരണയായി പ്രാതലിനു മുമ്പും പ്രാതൽ കഴിച്ച് രണ്ടുമണിക്കൂറിനുശേഷവും (Fasting Sugar & Postprandial sugar) രക്തത്തിലെ ഗ്ലൂക്കോസ് നിലപരിശോധിക്കുന്നു. സാധാരണ Fasting Sugar 70-110 mg/dl ആണ് PP (Post prandial) Sugar 100-140 mg/dl ഈ അളവിൽ കൂടുതലാണെങ്കിൽ പ്രമേഹമുണ്ടെന്നു മനസ്സിലാക്കാം.

ശ്രദ്ധിക്കേണ്ട കാര്യങ്ങൾ

1. Blood sugar ടെസ്റ്റിനുമുമ്പ് തലേന്നുരാത്രി ഭക്ഷണം മിതമായി മാത്രം കഴിക്കുക.
2. ഇൻസുലിൻ സ്റ്റീറോയ്ഡ്, ഡൈയൂറെറ്റിക്സ് (Diureties) തുടങ്ങിയ രക്തത്തിലെ പഞ്ചസാരയുടെ തോതിനെ ബാധിക്കുന്ന മരുന്നുകൾ തലേന്നു രാത്രി കഴിക്കരുത്.
3. മനസ്സ് ശാന്തമായിരിക്കണം. മാനസിക സമ്മർദ്ദവും ഉറക്കക്കുറവും ഒഴിവാക്കുക.
4. രാവിലെ ടെസ്റ്റിനുമുമ്പ് പുകവലിക്കുകയോ കാപ്പികുടിക്കുകയോ ചെയ്യരുത്.

5. ടെസ്റ്റിനുമുമ്പ് വ്യായാമം ചെയ്യരുത്.
6. ടെസ്റ്റു നടത്തുമ്പോൾ ഇരിക്കുകയോ കിടക്കുകയോ ചെയ്യുക.

കൊളസ്റ്ററോൾ പരിശോധന

രക്തത്തിലെ കൊളസ്റ്ററോൾ നിർണ്ണയിക്കുന്നതിനു പുറമേ രക്തത്തിലെ ലിപ്പിഡ് പ്രൊഫൈൽ (Lipid profilo) ടെസ്റ്റും നടത്താറുണ്ട്. ലിപ്പിഡ് പ്രൊഫൈൽ ടെസ്റ്റുവഴി രക്തത്തിലെ വിവിധതരം കൊഴുപ്പുകൾ നിർണ്ണയിക്കാം. ഇതിൽ മൊത്തം കൊളസ്റ്ററോൾ (Total Cholesterol) HDL Cholesterol (നല്ല കൊളസ്റ്ററോൾ ഹൃദയസ്തംഭനം തടയാനുപകരിക്കുന്നത്) LDL കൊളസ്റ്ററോൾ (ചീത്ത കൊളസ്റ്ററോൾ) ട്രൈഗ്ലിസറൈഡുകൾ (Triglycerides) എന്നിവ പരിശോധിക്കുന്നു. സാധാരണ കൊളസ്റ്ററോൾ 200 mg/dl ൽ കുറഞ്ഞിരിക്കണം. 240 mg/dl ൽ കൂടുതലായാൽ ഹൃദയരോഗങ്ങളും പക്ഷവാതവും മറ്റും ഉണ്ടാവാനുള്ള സാദ്ധ്യത കൂടുന്നു.

ശ്രദ്ധിക്കേണ്ട കാര്യങ്ങൾ

1. രക്തപരിശോധനയ്ക്ക് 9–12 മണിക്കൂർ മുമ്പ് ഭക്ഷണവും പാനീയങ്ങളും കഴിക്കുന്നത് നിർത്തുക. വെള്ളം കുടിക്കാം.
2. 20 വയസ്സിനുശേഷം 5 വർഷത്തിലൊരിക്കലും 45 വയസ്സിനു ശേഷം 3 വർഷത്തിലൊരിക്കലും ഈ പരിശോധന നടത്തണം.
3. ഉയർന്ന കൊളസ്റ്ററോൾ ഉള്ള മാതാപിതാക്കളുടെ കുട്ടികളെ 7 വയസ്സിനശേഷം കൃത്യമായി പരിശോധനയ്ക്കു വിധേയരാക്കണം.

കാഴ്ചപരിശോധന

40 വയസ്സിനുശേഷം കാഴ്ചയ്ക്ക് മങ്ങൽ (Presbyopia) ഉണ്ടാവാനിടയുണ്ട്. കാഴ്ച അവ്യക്തമാവുകയോ തലവേദനയോ ഉണ്ടാവും. വ്യക്തമായി കാണണമെങ്കിൽ പുസ്തകവും ന്യൂസ്പേപ്പറും അല്പം ദൂരം പിടിക്കേണ്ടിവരും. അതുകൊണ്ട് 40 വയസ്സിനുശേഷം ഇടയ്ക്കിടെ കണ്ണുപരിശോധന നടത്തണം. കണ്ണിന്റെ ആരോഗ്യാവസ്ഥ മനസ്സിലാക്കാൻ ഇതുപകരിക്കും. വാർദ്ധക്യത്തോടനുബന്ധിച്ചുണ്ടാവുന്ന ഗ്ലോക്കോമ, തിമിരം, റെറ്റിനയിലെ അസുഖങ്ങൾ എന്നിവ നേരത്തെ കണ്ടുപിടിച്ചു ചികിത്സ തുടങ്ങാം. വായിക്കാൻ കണ്ണട ഉപയോഗിക്കുന്നവരിൽ കണ്ണടയുടെ ലെൻസിന്റെ പവറിൽ വ്യത്യാസമുണ്ടോ എന്നും അറിയാൻ കഴിയും.

ഇ സി ജി (E C G)

ഏറ്റവും ലളിതമായ ഈ ടെസ്റ്റു നടത്തിയാൽ ഹൃദയത്തിന്റെ വൈദ്യുതപ്രവർത്തനം രേഖപ്പെടുത്തുന്നതു വഴി ഹൃദയാരോഗ്യനില

നിർണ്ണയിക്കാൻ കഴിയും. 30 വയസ്സിനുശേഷം Baseline ECG test നടത്തണം. ഹൃദയരോഗികളും ഹൃദയത്തിന് അസുഖമുണ്ടാവാൻ സാദ്ധ്യത കൂടുതലുള്ളവരും (ഉദാ: പ്രമേഹരോഗികൾ, തടികൂടുതലുള്ളവർ, ബി പി രോഗികൾ, നെഞ്ചുവേദനയുള്ളവർ) ഇടയ്ക്കിടെ ഇ സി ജി പരിശോധന നടത്തേണ്ടതാണ്.

ശ്രദ്ധിക്കേണ്ട കാര്യങ്ങൾ

1. എന്തെങ്കിലും അസുഖമുണ്ടോ എന്നും മരുന്നുകൾ കഴിക്കുന്നുണ്ടോ എന്നും ഡോക്ടറോടു പറയുക.
2. ഇ സി ജിക്കു തൊട്ടുമുമ്പുള്ള വ്യായാമം (ഉദാ: കോണിപ്പടികൾ കയറുക) ഹൃദയമിടിപ്പുകൂടും.
3. ഇ സി ജി എടുക്കുന്നതിനുമുമ്പ് ശാന്തമായി അല്പനേരം കിടക്കുക.
4. ഇ സി ജി ക്കുമുമ്പ് ആഭരണങ്ങളും വാച്ചും അഴിച്ചുമാറ്റി ഹോസ്പിറ്റൽ ഗൗൺ ധരിച്ചു കിടക്കുക.

ട്രെഡ്മിൽ ടെസ്റ്റ് (TMT)

ഹൃദയത്തിന്റെ ആരോഗ്യം നിർണ്ണയിക്കാനുപകരിക്കുന്ന ടെസ്റ്റാണ് TMT. 35 വയസ്സിനുശേഷം ഈ പരിശോധന നടത്തേണ്ടതാണ്. ട്രെഡ്മിൽ എന്ന ഈ ഉപകരണത്തിൽ നടക്കുന്നത് അതിവേഗം ഓടുന്നതിനു തുല്യമാണ്. അതോടൊപ്പം തുടർച്ചയായി ഇ സി ജി എടുക്കുന്നു. ഈ വ്യായാമം ഹൃദയത്തിനു സമ്മർദ്ദം (Stress) നല്കുന്നതിനാൽ ഈ ടെസ്റ്റുവഴി ഹൃദയത്തിലെ കൊറോണറി രക്തക്കുഴലുകളിലെ രക്തപ്രവാഹത്തിലെ തടസ്സങ്ങൾ കണ്ടെത്തി ചികിത്സിക്കാൻ കഴിയുന്നു.

തയ്യാറെടുക്കുമ്പോൾ ശ്രദ്ധിക്കേണ്ട കാര്യങ്ങൾ

1. അയഞ്ഞതും സൗകര്യപ്രദവുമായ വസ്ത്രങ്ങൾ, ഓടാൻ പറ്റിയ ഷൂസ് എന്നിവ ധരിക്കുക.
2. ഈ ടെസ്റ്റിന് 6 മണിക്കൂർ മുമ്പുവരെ ഭക്ഷണം കഴിക്കാനോ ദ്രാവകങ്ങൾ കഴിക്കാനോ പാടില്ല.
3. ഹൃദയത്തിന് അസുഖമുണ്ടെങ്കിലും മരുന്നുകൾ കഴിക്കുന്നുണ്ടെങ്കിലും വിവരം ഡോക്ടറോടു പറയുക.
4. ടെസ്റ്റിനിടയിൽ നെഞ്ചുവേദന അനുഭവപ്പെട്ടാൽ ഉടനെ ഡോക്ടറോടു പറയുക.

ബോൺ ഡെൻസിറ്റി സ്കാൻ (Bone Density Scan)

ഈ പരിശോധന വഴി അസ്ഥിയുടെ സാന്ദ്രതയും അസ്ഥിയിലെ ധാതുക്കളുടെ അംശവും മനസ്സിലാക്കാൻ കഴിയുന്നു. ആർത്തവവിരാമം വന്ന സ്ത്രീകളിൽ അസ്ഥികളുടെ ശോഷണവും ബലക്ഷയവും (osteoporosis) വരാനിടയുണ്ട്. അതുകൊണ്ട്, വീഴുമ്പോൾ പെട്ടെന്ന് അസ്ഥികൾക്ക് ഒടിവും ചതവും ഉണ്ടാവാം. ബോൺ ഡെൻസിറ്റി സ്കാൻ വഴി അസ്ഥികളുടെ ആരോഗ്യം മനസ്സിലാക്കാൻ കഴിയും. ഈ പരിശോധനയിൽ ഇടുപ്പെല്ലിന്റെയും നട്ടെല്ലിന്റെയും ഒരു പ്രത്യേക എക്സ്റേ എടുക്കുന്നു. ഇത് വേദനയില്ലാത്തതും താരതമ്യേന വേഗം ചെയ്യാവുന്നതുമായ ടെസ്റ്റാണ്. ആർത്തവവിരാമത്തിനുശേഷം എല്ലാവർഷവും ഈ പരിശോധന നടത്തുന്നതു നല്ലതാണ്.

45 വയസ്സിനു മുമ്പ് ആർത്തവവിരാമം വന്ന സ്ത്രീകൾ, കുറേക്കാലമായി സ്റ്റീറോയ്ഡ് മരുന്നുകൾ കഴിക്കുന്നവർ, ഹോർമോൺ തകരാറുകൾ ഉള്ളവർ, പുകവലിക്കുകയും, മദ്യപിക്കുകയും ചെയ്യുന്ന സ്ത്രീകൾ, തൂക്കക്കുറവുള്ളവർ, അസ്ഥിക്ഷയത്തിന്റെ (Osteoporosis) കുടുംബചരിത്രമുള്ളവർ എന്നീ ഗ്രൂപ്പുകളിൽപ്പെട്ട സ്ത്രീകൾ ഇടയ്ക്കിടെ ഈ പരിശോധന നടത്തണം.

ശ്രദ്ധിക്കേണ്ട കാര്യങ്ങൾ;

1. ആഭരണങ്ങൾ അഴിച്ചുമാറ്റുക
2. മെറ്റൽ ക്ലിപ്പുകളോ കൊളുത്തുകളോ ബട്ടണുകളോ ഉള്ള വസ്ത്രം ധരിക്കാതിരിക്കുക.

www.ingramcontent.com/pod-product-compliance
Lightning Source LLC
LaVergne TN
LVHW100837051026
849519LV00006B/2326